नारायण धारप

संक्रमण

साकेत
प्रकाशन ®

संक्रमण
कादंबरी
नारायण धारप

प्रकाशन क्रमांक - १८७०
पहिली आवृत्ती - ऑगस्ट, २००७
साकेत दुसरी आवृत्ती - २०२२

प्रकाशक
साकेत बाबा भांड
साकेत प्रकाशन प्रा. लि.
११५, म. गांधीनगर, स्टेशन रोड
औरंगाबाद - ४३१ ००५
फोन - (०२४०)२३३२६९२/९५
www.saketprakashan.in
saketpublication@gmail.com

पुणे कार्यालय
साकेत प्रकाशन प्रा. लि.
ऑफिस नं. ०२, 'ए' विंग
पहिला मजला, धनलक्ष्मी कॉम्प्लेक्स
३७३ शनिवार पेठ
कन्या शाळेसमोर, कागद गल्ली
पुणे - ४११ ०३०
फोन - (०२०) २४४३६६९२

Sankraman
Novel
Narayan Dharap

© सर्व हक्क सुरक्षित, २०१९

शिरीष नारायण धारप
५०३, भैरवी अपार्टमेंट,
आयसीएस कॉलनी, भोसलेनगर,
पुणे - ०७

साकेत आवृत्ती - २०१९

मुखपृष्ठ : रविमुकुल
अक्षरजुळणी : धारा प्रिंटर्स प्रा.लि.

मुद्रक :
प्रिंटवेल इंटरनॅशनल प्रा. लि.
जी-१२, चिकलठाणा, औरंगाबाद

ISBN-978-93-5220-216-4

किंमत : ३०० रुपये

प्रकाशकीय

नारायण धारप हे नाव युवा वाचकांना नवीन असले तरीही आपल्या भयचकित करणाऱ्या लेखनाने मराठी साहित्यविश्वाचा एक काळ त्यांनी गाजवला होता. मराठी साहित्यात रहस्यकथेचे आणि कादंबरीचे दालन समृद्ध करणारे जे काही मोजकेच स्वतंत्र लेखन करणारे लेखक आहेत, त्यात नारायण धारपांचे स्थान अव्वल आहे. गेल्या शतकातील साठच्या दशकात त्यांनी लेखनाला सुरुवात केली आणि त्यानंतर अखेरपर्यंत ते सातत्याने लिहीत राहिले.

कथानकात पुढे काय होणार याची उत्सुकता कायम ठेवत, वाचकाला आपल्या लेखनात गुंतवून ठेवणे, इतकेच नाही तर त्या वातावरणाचा एक भाग बनविण्याचे कसब ज्या काही लेखकांना साध्य झाले; त्यापैकी नारायण धारप एक आहेत. वाचकांना त्यांचा अविश्वास क्षणभर दूर ठेवायला लावण्याची किमया हे त्यांच्या कथांचे वैशिष्ट्य आहे. धारपांची भाषा चित्रमय आहे. वाचकांच्या डोळयासमोर घटना प्रत्यक्ष उभी करण्याचे सामर्थ्य त्यांच्या भाषेत आणि लेखनशैलीत आहे. त्यामुळेच दूरदर्शन आणि इतर प्रसारमाध्यमांची फारशी चलती नव्हती, त्या काळात सामान्य वाचक अतिशय आतुरतेने त्यांच्या लेखनाची वाट पाहत असत. वाचनालयात विशेषतः सर्क्युलेटिंग लायब्ररीजमधून त्यांची पुस्तके वाचायला मिळविण्यासाठी वाचक रांगा लावीत असत, ही गोष्ट त्यांच्या लेखनाची वाचकप्रियता स्पष्ट करण्यास पुरेशी आहे.

माणसाला नेहमीच कोणतेही रहस्य जाणून घेण्याची मुळातच उत्कंठा असते. स्वतःचे कल्पनाविश्व विस्तारण्याचे जे समाधान वाचनातून मिळते ते दुसऱ्या कोणत्याही माध्यमातून मिळत नसल्यामुळे वाचनाकडे आकर्षित झालेली नवी पिढी रहस्यमय कथा, कादंबऱ्यांच्या प्रतीक्षेत आहे. या वाचकांची बौद्धिक भूक भागविण्यासाठी नारायण धारप यांचे रहस्यमय साहित्य पुन्हा नव्याने प्रकाशित करण्याचा आम्ही निर्णय घेतला.

आजपर्यंत आम्ही नारायण धारप यांची जवळजवळ ५०हून अधिक पुस्तके प्रकाशित केली आहेत. नारायण धारप यांचे रहस्यमय साहित्य चांगल्या आणि दर्जेदार स्वरूपात प्रकाशित केल्यामुळे वाचकांना त्याचा मनासारखा आस्वाद घेता येईल असा आम्हाला विश्वास वाटतो. आधुनिक तंत्रज्ञानाच्या या युगात ही पुस्तके आम्ही 'ई-बुक्स'च्या माध्यमातूनही वाचकांसाठी उपलब्ध केली आहेत. नव्या स्वरूपातील या अस्सल मराठी रहस्य साहित्याचे वाचक नक्कीच स्वागत करतील अशी खात्री आहे.

- प्रकाशक

नारायण धारप यांचे साहित्य

श्रीकांत दामले म्हणजे सर्वसाधारण मानव. समाजातल्या तिशीच्या पिढीचा अगदी प्रतीकात्मक नमुना. या वयोगटातले वरचे वीस टक्के लोक यशामागे, अर्थप्राप्तीमागे मटेरियल वेल्थमागे लागलेले, सतत कामात गुंतलेले- तर खालचे वीस टक्के आयुष्याच्या स्पर्धेत मागे पडलेले, मनोमन खचलेले, सदासर्वदा मागच्याच रांगेत राहणारे. मधला भाग हा बऱ्यापैकी यशस्वी, समाधानी, सामाजिक-कौटुंबिक, व्यक्तिगत नीतिनियमांना मानणारा, कर्तव्याचा आदर करणारा- अशांपैकी श्रीकांत. त्याच्या आयुष्याचा आलेख म्हणजे ठरावीक स्लोपने चढत जाणारी सरळरेषा- बृहन्लेखन अगदी सोपं. अशा आयुष्यात अनपेक्षित अनुभव अभावानेच असणार.

सर्व आयुष्याला छेद देणारी घटना त्या शनिवारी घडली.

सॉलिसिटर जोशी यांचं पत्र.

पत्र पाठवणाऱ्याचं नाव माहितीचं असतं, तर श्रीकांतने पत्र बॅगमध्ये टाकून बरोबर नेलं असतं - सवडीने वाचण्यासाठी.

पण वकील आणि पोलीस - दोघांचा संबंध झटका देणारा असतो.

तिथल्या तिथे पाकीट फोडून श्रीकांतने ते पत्र वाचले:

राजश्री श्रीकांत दामले यांस स.न.वि.वि.

फोन करून माझ्या ऑफिसमध्ये आपण माझी गाठ घ्यावी. आपल्या फायद्याची अशी काहीतरी बातमी मी आपल्याला देऊ शकेन, अशी माझी खात्री आहे.

कळावे,

आपला
द. वि. जोशी

खाली फोन नंबर होता.

पत्र टेबलावर ठेवून श्रीकांतने जोशींचा नंबर फिरवला.

तिसऱ्या रिंगला फोन उचलला गेला.

"हॅलो?" वयस्क माणसाचा आवाज. बहुधा प्रत्यक्ष जोशीच.

"सॉलिसिटर जोशी का?"

"बोलतोय."

"मी- मी- दामले. श्रीकांत दामले."

"दामले? ओ- येस! माझं पत्र मिळालं?"

"हो."

"मग केव्हा भेट घेताहात?"

"आज संध्याकाळी?"

"अवश्य या. सात वाजता?"

"हो."

"या. मी वाट पाहतो."

श्रीकांतला बॅरिस्टर- सॉलिसिटर- ॲडव्होकेट - वकील यांच्यात काय फरक आहे, हेच माहीत नव्हतं. काही कादंबऱ्यांतून आणि काही सिनेमामध्ये सॉलिसिटरच्या मोठमोठ्या आलिशान ऑफिसांची वर्णनं किंवा दृश्यं आली होती. तेव्हा सॉलिसिटर जोशी या उपाधीने तो जरा हबकला होता; पण या सॉलिसिटर जोश्यांचा पत्ता शोधत शोधत तो जेव्हा प्रत्यक्ष तिथे पोहोचला तेव्हा त्याला धक्काच बसला. या जोश्यांच ऑफिस दोन खोल्यांचं होतं. सेक्रेटरी, असिस्टंट कोणीही नव्हता. आतल्या खोलीतल्या टेबलापाशी जोशी बसले होते. टेबलावरही डीड, ॲफेडेव्हिट, कागदपत्रांच्या फायली यांचा पसारा नव्हता. श्रीकांतला पाहताच ते म्हणाले, "कोण दामले का? या! या!"

श्रीकांत त्यांच्या टेबलासमोरच्या एका खुर्चीत बसला. काही वेळ त्याच्याकडे पाहत मग शेवटी जोशी म्हणाले, "माझ्या पत्राने तुम्हाला नवल वाटलं असेल, नाही का?"

"हो- वाटणारच. साहजिकच आहे. हे वकील आणि कोर्टकचेऱ्या- यांच्यापासून दूरच राहिलेलं बरं - निदान माझी तरी तशी धारणा आहे."

“हो, ते बरोबरच आहे म्हणा; पण तुम्हाला कोणतीही काळजी करण्याचं कारण नाही. गोष्ट त्याच्या अगदी उलट आहे. तुम्ही एकदम नशीबवान निघाला आहात.”

“हे पाहा, जोशी, मला कशाचाही अर्थ समजत नाही.”

“सांगतो, सांगतो. सर्वकाही सांगतो. आधी मी काही विचारतो त्या प्रश्नांची उत्तरं द्या.” श्रीकांतचा या शब्दाबरोबर जरासा कठीण झालेला चेहरा पाहून जोशी घाईघाईने म्हणाले, “अहो दामले, ही काही उलटतपासणी नाही. मी पत्रात लिहिलं होतं ना- तुमच्या फायद्याचीच एक बातमी तुमच्या कानावर येणार आहे, तेव्हा मनात कोणतीही शंका आणू नका. श्यामलाबाई होनप- तुम्हाला हे नाव ओळखीचं वाटतं?”

उत्तर द्यायला श्रीकांतला पाच सेकंदही घ्यावे लागले नाहीत.

“नाही. हे नाव मी आता प्रथमच तुमच्या तोंडून ऐकतो आहे.”

“आता तुमच्या कानावर हे नाव आलंच नाही म्हटल्यानंतर इतर काही विचारायलाच नको.” जरा वेळ थांबून जोशी म्हणाले, “त्याचं काय आहे, दामले, तुम्ही जर आसपास पाहिलंत तर एकट्या एकट्याने आयुष्य कंठणाऱ्या कितीतरी व्यक्ती तुम्हाला दिसतील. त्यांच्या आयुष्याचे इतिहास आपल्याला माहीत नसतात. काहींनी स्वेच्छेने एकाकीपणा पसंत केलेला असतो, तर काहींच्यावर असा एकाकीपणा लादला गेलेला असतो. ते सुखी असतात की दुःखी असतात?... राहू दे हे समाजशास्त्रावरचं लेक्चर! मला माहीत आहे तुम्हाला त्यात काहीही स्वारस्य नाही... तेव्हा आता मी मुख्य गोष्टीकडे वळतो.

“या श्यामलाबाई होनप -एका दोनमजली जुन्या वाड्यात एकट्याच्या एकट्या राहत असत. राहत असत असा शब्दप्रयोग मी मुद्दाम करतो आहे; कारण त्या आता हयात नाहीत. जवळ जवळ दोन महिन्यांपूर्वी त्यांचं निधन झालं- म्हणजे निधन झालं असावं.”

“अं?” त्यांच्या शब्दाचा अर्थ न समजून श्रीकांतने विचारले.

“त्याचं काय आहे, या श्यामलाबाई वाड्यात एकट्याच्या एकट्या राहत असत. वय पासष्टच्या आसपास असावं. तशा आजारी वगैरे नव्हत्या. स्वतःचं सर्वकाही स्वतःच करीत असत. त्यांच्याकडे काम करणारी कामवाली सांगते की, त्या अतिशय सावध असत. सकाळी कामासाठी आल्यावर तिने मोठ्या दारावरची घंटा वाजवली की, या श्यामलाबाई दारावर बसवून घेतलेल्या मॅजिक आयमधून

आधी तीच आली आहे का याची खात्री करून घेत आणि मगच दारामागचा अडसर काढीत, साखळ्या काढीत आणि कुलूप उघडीत आणि वाड्यात प्रवेश फक्त त्या मुख्य दारातूनच होता. अं, दामले, तुम्हाला या वायफळ गोष्टी वाटत असतील; पण तसं नाही आहे. कारण काय आहे, सुमारे दोन महिन्यापूर्वी सकाळी कामवाली आली; पण तिच्या घंटेला आतून काहीही रिस्पॉन्स आला नाही- जवळ जवळ दहा-बारा वेळा तरी तिने घंटा वाजवली; पण तेच. बाई एकट्या असतात हे तिला माहीत होतं. त्यांना काही अपघात झाला असण्याची शक्यता होती. कदाचित उशीर झाला तर घात झाला असता- हा सगळा सारासारविचार करून कामवालीने आसपासच्यांना बोलावून घेतलं. पाहता पाहता होनपांच्या दारासमोर बराच मोठा घोळका जमला- खरं तर दरवाजा उघडायला हवा होता; पण तशी जबाबदारी एकट्याच्या शिरावर घ्यायला कुणीच तयार नव्हतं. शेवटी सातआठ जणांनी एका आठदहा फूट लांबीची, चांगली फूटभर जाडीची तुळई आणली आणि दरवाजावर एकामागून एक दणके दिले. तसं दार भक्कम; पण आठदहा दणके खाल्ल्यावर दार मोडून आत पडलं-

"वाड्यात पाय टाकताना सगळ्यांच्या जिवाची जरा धाकधूकच होत होती- आत काय पाहावं लागेल आणि काय नाही! पण शेवटी तो एक अँटिक्लायमॅक्सच झाला- आणि एका नव्या रहस्याची सुरुवातही! कारण श्यामलाबाईंचा वाड्यात पत्ताच नव्हता! अगदी वरच्या माळ्यापर्यंत सर्व खोल्या, कपाटं, कोनाडे, अलमाऱ्या, अगदी खालचा भागही पाहून झाला; पण श्यामलाबाईंचा मागमूस नाही! केस पोलिसात दर्ज झाली, त्यांच्या पद्धतीने त्यांचा तपास झाला- नव्याने एकच गोष्ट सापडली- ज्या खोलीचा त्या रात्री झोपण्यासाठी वापर करीत असत त्या खोलीत त्यांच्या पलंगावरच्या उशीखाली एक पत्र सापडलं- पत्र चारपाच ओळींचंच होतं आणि पत्रातला मजकूर कोणीही सहजासहजी विसरून जाईल असा नव्हता. पत्र असं होतं-"

माझ्यावर काहीतरी भयानक संकट येणार आहे. माझे काही बरेवाईट झाल्यास ही मालमत्ता माझ्या वारसास- जो कोणी असेल त्यास विनाअट देण्यात यावी. त्याला माझी एकच सूचना आहे - त्याने या वाड्यात राहू नये.

श्यामला होनप

जोश्यांना मध्येच थांबवत श्रीकांत म्हणाला, ''जोशी, मला एक गोष्ट समजत नाही- या प्रकरणाशी माझा कसा काय संबंध येतो? ठीक आहे - या कोण श्यामलाबाई होत्या त्यांची जराशी ट्रॅजिडीच झाली- आणि तुम्ही म्हणता तसं त्यात एक गूढ रहस्यही आहे; पण अहो, जगात हरघडी अशा शेकडो घटना घडत असतात- अशांच्या मागे आपण धावायला लागलो तर आपल्या आयुष्याचं काय?''

एक हात वर करून जोशी म्हणाले, ''दामले, तुम्हाला पत्राने बोलावून तुमचा आणि माझा वेळ खर्च करायची मला काय हौस आहे का? तुमचा काय संबंध आहे विचारता ना? मग ऐका! तुम्ही या श्यामलाबाई होनपांचे वारस आहात!''

या विलक्षण शब्दांचा अर्थ श्रीकांतच्या मेंदूत भिनायला चारपाच सेकंद जावे लागले- आणि मग तो जवळजवळ ओरडलाच-

''काय?''

''हो.'' जोशी त्याच त्या थंड आवाजात म्हणाले, ''तुम्ही त्या श्यामलाबाई होनप यांचे वारस आहात आणि त्या वास्तूचे मालक झाला आहात. म्हटलं ना, तुम्हाला तुमच्या फायद्याचं असं काहीतरी समजणार आहे म्हणून?''

श्रीकांत कोसळल्यासारखा खुर्चीत मागे सरकला. हे सर्वच- त्या जुन्या वाड्यात राहणाऱ्या एकट्या श्यामलाबाई- त्यांचं ते नाहीसं होणं- त्यांचं ते विलक्षण पत्र- आणि आता प्रत्यक्ष त्यालाच येऊन भिडलेला हा वारसाहक्क! काय विचार करायचा हेच त्याला सुचत नव्हतं. मग मनातला मध्यमवर्गीय सावधपणा जागा झाला. हे कोण जोशी सॉलिसिटर- त्यांच्या या विलक्षण दाव्याला पुरावा काय होता? गुप्तधनाच्या, नाहीतर आकर्षक नोकरीच्या मोहाला बळी पडून मागाहून पस्तावलेल्या कितीतरी जणांच्या कहाण्या त्याच्या कानांवर आल्या नव्हत्या का? पण तो त्या भोळसट मूर्खांच्या यादीत जाऊन बसणार नव्हता. ठकासमोर महाठक व्हायला हवं! असा जरासा आव्हानाचा पवित्रा घेतल्यावर मनातली खळबळ बरीचशी शांत झाली.

''दामले,'' जोशी जरा समजावणीच्या सुरात म्हणाले, ''तुम्हाला हे सर्व किती अनपेक्षित असेल, अविश्वसनीय असेल याची मला पूर्ण कल्पना आहे. आता या मागची पार्श्वभूमी तुम्हाला सांगतो. म्हणजे तुमच्या बहुतेक सर्व शंकांचं निरसन होईल. दामले, शासनाच्या ताब्यात अनेक मार्गांनी अनेक प्रकारच्या

मालमत्ता येत असतात. गुन्हेगार किंवा चोर-डकाइत यांच्याकडची चोरीची मालमत्ता मूळ मालकाला परत केली जाते- मूळ मालकाचा शोध लागलाच नाही तर सरकारी तिजोरीत जमा होते; पण काही मालमत्ता अशा असतात की, पुढेमागे त्यांच्यावर दावा सांगणारा कोणीतरी हजर होऊ शकतो. मालमत्तांची सरकारला काळजी घ्यावी लागते. त्यासाठी वेगवेगळे कस्टोडियन असतात- कस्टोडियन ऑफ इव्हॅक्यूई प्रॉपर्टी, कस्टोडियन ऑफ मायनॉर प्रॉपर्टी, कस्टोडियन ऑफ इनटेस्टेट प्रॉपर्टी इत्यादी. या होनपांची प्रॉपर्टी बेवारस होती; पण केव्हाही वारस उपस्थित होण्याची शक्यता होती. तेम्हा त्या प्रॉपर्टीची देखभाल करणं, डागडुजी करणं, सरकारी कॉर्पोरेट टॅक्सेस भरणं इत्यादी कामं या कस्टोडियनला करावी लागतात. सुदैवाने श्यामलाबाई होनपांची गुंतवणूक भरपूर आहे आणि त्यांच्या खात्यातही बरीच रक्कम जमा आहे- त्यामुळे प्रॉपर्टीवर कराव्या लागणाऱ्या खर्चासंबंधात कधी अडचण उभी राहिली नाही; तसंच या प्रॉपर्टीचा वारसदार शोधण्याचीही जबाबदारी कस्टोडियनवर असते- निदान कायदेशीररीत्या तरी असते. कितीजण ती प्रामाणिकपणे पार पाडतात यात आपण शिरू नये. दामले, तुम्ही सुदैवी आहात; कारण तुमचे कस्टोडियन ही जबाबदारी सोयिस्करपणे टाळू शकले असते.”

अंदर की बात जोश्यांनी श्रीकांतला सांगितलीच नाही. कशी सांगतील? त्या मीटिंग, ती सौदेबाजी, त्या देवाणघेवाणी- या ना त्या मार्गाने रोख शिलकीतली जवळजवळ पन्नास टक्के रक्कम हडप केल्यानंतर मग हा वारसदाराचा शोध सुरू झाला होता आणि जोश्यांना त्यात (नको इतकं लवकर) यश आलं होतं.

“दामले, वारसाचा शोध घेण्याचे अनेक मार्ग आहेत. त्यांच्या तपशिलात जाऊन मी तुम्हाला बोअर करणार नाही. तुमच्या आजी या श्यामलाबाई होनप यांची मावसबहीण होत्या. तुमच्या आजीखेरीज श्यामलाबाईंना दुसरा कोणताही नातेवाईक नव्हता आणि म्हणून त्यांच्या इस्टेटीचा वारसा तुमच्याकडे आलेला आहे. या बाबतीतले सर्व कागदपत्रं मी यशावकाश तुम्हाला दाखवणारच आहे. कस्टोडियनशी तुमचा गाठ घालून देणार आहे. ॲफिडेव्हिट आणि इतर आवश्यक बाबी पूर्ण करायला तुम्हाला मदत करायला मी तयार आहे.”

त्यांच्या शब्दामागचा अर्थ श्रीकांतच्या ध्यानात आला. जरासा हसत तो म्हणाला, “जोशी, एवीतेव्ही तुमचा तो व्यवसायच आहे. अजूनही माझा आताच

ऐकलेल्या गोष्टीवर विश्वास बसत नाही आहे. ठीक आहे. माझ्यातर्फे आणि माझ्यासाठी तुम्ही ही जबाबदारी घ्या. त्यासाठी काही वकालतनामा वगैरे करणे जरूर असल्यास त्यालाही मी तयार आहे; पण जोशी, एक आधीच सांगतो. उद्या एखादी मिळकत माझ्या मालकीची होणार आहे अशा भ्रमात राहून त्यासाठी मी आज कोणताही खर्च करणार नाही- माझ्याकडून एखाद्या मोठ्या रकमेची तुम्ही अपेक्षा करीत असाल तर ते चूक ठरेल.''

श्रीकांतच्या शब्दांचा जोश्यांच्यावर काहीही परिणाम झालेला दिसला नाही.

''असं सावधपणाने वागण्यात काहीही चूक नाही, दामले; कारण अशा फसवणुकीच्या घटना सतत घडत असतात. एवीतेव्ही आपण स्पष्टपणे बोलतच आहोत- तेव्हा तुमच्या ध्यानात आलं असेलच, या कायदेशीर सल्लामसलतीने मला काहीतरी प्राप्ती व्हावी अशी माझी अपेक्षा असणार.''

''अगदी बरोबर. सांगा स्पष्ट शब्दांत.''

''दामले, या श्यामलाबाईंच्या स्थावर-जंगम इस्टेटीची एकूण किंमत- यात त्यांच्या बँकेतल्या ठेवी, राहता वाडा, घरातील दागदागिने - जवाहीर हे सर्व आलं- पन्नास लाखांपर्यंत सहज होईल- जास्तच होईल; पण कमी नाही. तेव्हा समजा, पन्नास लाख. मी जर यातील एक टक्का मला मिळावा अशी अपेक्षा केली तर ती अवाजवी ठरेल का?''

''म्हणजे पन्नास हजार रुपये?''

''हो.'' जोशी श्रीकांतकडे एकटक पाहत होते.

''सर्व कायदेशीर बाबी पूर्ण झाल्या आहेत असं माझं समाधान झालं तर ही रक्कम द्यायला माझी हरकत राहणार नाही.'' श्रीकांत लागलीच म्हणाला.

''छान. मग मी तयारीला लागतो तर. आणि दामले, पुढचा सर्व आठवडाच तुम्ही रिकामा ठेवा. मामलेदार कचेरीत, कोर्टात, वेगवेगळ्या बँकांत आपल्याला जावं लागेल. त्यांच्या अकाउंटवर, एफडीवर, सेफ लॉकरवर, कॉर्पोरेशनच्या/ रजिस्टरमध्ये तुमचं नाव लावावं लागेल. दहा ठिकाणी चकरा माराव्या लागणार आहेत; पण सर्वकाही माझ्यावर सोपवा. सर्वकाही व्यवस्थित पार पडणार आहे.''

जोश्यांचे आभार मानून श्रीकांत त्यांचा निरोप घेणार होता; पण अगदी शेवटच्या क्षणी त्याला ते सुचलं.

"जोशी," दारातच थांबून तो म्हणाला, "तुम्ही मला त्या प्रॉपर्टीचा पत्ता देऊ शकाल का? निदान बाहेरून तरी प्रॉपर्टीवर एक नजर टाकावी असं वाटतं- तुमची याला काही हरकत नाही ना?"

"छे हो! हरकत कसली असायची?" जोशी हसत म्हणाले. "काहा दिवसात ती प्रॉपर्टी तुमच्याच मालकीची होणार आहे की! हा घ्या पत्ता. सापडायला अगदी सोपा आहे." बोलता बोलता ते एका कागदावर काहीकाही लिहीत होते. लिहून होताच त्यांनी कागद श्रीकांतपुढे केला. श्रीकांतने कागदावरचा मजकूर वाचला :

मनोरमा सदन

२४५ स्टेशन रोड, देवकर व्यायामशाळेजवळ.

"थँक्स." कागद खिशात ठेवता ठेवता श्रीकांत म्हणाला आणि त्याने जोशी सॉलिसिटरांचा निरोप घेतला.

२.

एव्हाना अंधार पडला होता- तेव्हा आता त्या पत्त्यावर जाण्यात काहा अर्थ नव्हता. नाहीतरी दुसरा दिवस रविवारचाच होता- हवा तेवढा वेळ होता.

शनिवार-रविवार अशा दोन संध्याकाळी तो क्लबवर जात असे. ड्रिंक, स्मोकिंग वगैरे काही नाही. फक्त पत्ते. तेसुद्धा पाच पैसे या स्टेकने. शे-पन्नास रुपये इकडे तिकडे होत; पण त्यात एक माइल्ड थ्रिलही होती. शिवाय ज्याचा तो जबाबदार. नाहीतर शेजारच्या ब्रिजच्या टेबलावरचे खेळ! दररोज हा कॉल का दिला नाहीस, हा लीड का केला नाहीस, असा सिग्नल का दिला नाहीस यावरून रोज हमरीतुमरी माजायची; पण आज अर्थात तो क्लबमध्ये जाणारच नव्हता. त्याचं लक्षच लागलं नसतं. कसं लागणार? केवळ दोन तासांच्या अवधीत त्याच्या आयुष्यात केवढी उलथापालथ झाली होती! जोशी सॉलिसिटरबद्दलचा सुरुवातीचा संशय गेला होता. त्यांच्यापाशी भक्कम पुरावा असल्याखेरीज त्यांनी श्रीकांतची भेट घेतलीच नसती आणि त्यांनी त्याच्याकडे एका पैशाचीही मागणी केली नव्हती.

पण पन्नास लाखांची मालमत्ता! एक-एक कोटींचे ब्लॉक घेणारे किंवा पंचवीस-पंचवीस लाखांच्या गाड्या घेणारे असतीलही- त्याला त्यांच्याशी काही कर्तव्य नव्हतं. त्याच्या आतापर्यंतच्या मध्यमवर्गीय आयुष्यात हा अतिशय क्रांतिकारक बदल होणार होता यात शंका नव्हती. लहानमोठी सुखं किंवा दुःखं स्थितप्रज्ञतेने स्वीकारायला तो काही कोणी संतमहात्मा नव्हता. तुमच्या आमच्यासारखाच एक सामान्य माणूस - तेव्हा या अनपेक्षित घटनेने मन दोलायमान झाल्याखेरीज कसं राहील? त्याला जाणवत होतं- दोन समांतर; पण वेगळ्या दिशांनी आपले विचार चालले आहेत. जलप्रवाहाच्या दोन काठांवरून दोन वाटा जाव्यात तसे.

ही पन्नास लाखांची मालमत्ता एखादी नदीसारखी होती. एका काठाने आता आपल्या भविष्यात काय बदल होतील, इतरांशी असलेले संबंध कसे आणि किती बदलतील, उपलब्धतेचा आवाका किती वाढणार आहे यांचे विचार चालू होते, तर नदीच्या दुसऱ्या काठाने या श्यामलाबाई होनपांचे विचार सुरू होते. एकट्याएकट्याने राहणाऱ्या. शेवटी शेवटी कोणत्यातरी काळजीने ग्रासलेल्या आणि मग अशा अचानक (अत्यंत रहस्यमय रीतीने) बेपत्ता झालेल्या श्यामलाबाई- त्यांनी आपल्या बचावाचा प्रयत्न का केला नाही? कोणाशी सल्लामसलत का केली नाही? कोणाची मदत का घेतली नाही? ती वास्तू का सोडली नाही? पैशांची तर त्यांना काहीच अडचण नव्हती- तेव्हा हे का? का? का? विचारणारे प्रश्न सतत डोळ्यासमोर येत होते.

कागदाच्या एका चिठोऱ्याने या श्यामलाबाईंनी त्याला लखपती करून टाकला होता. त्याचा त्या संपत्तीवर खरोखर किती हक्क होता? आणि त्या संपत्तीचा स्वीकार केल्यानंतर त्याच्यावर या श्यामलाबाईंचं ऋण कायमचं राहणार होतं का? कोणत्या ना कोणत्या मार्गाने तो त्या ऋणाची परतफेड करू शकणार होता का? तो त्या वाड्यात राहायला जाणार होता का? त्या श्यामलाबाईंच्या धोक्याच्या इशाऱ्याचं काय? खरोखर, विचार दशदिशांना भन्नाट फिरत होते.

अकरा वाजले. बारा वाजले झोपेचं नाव नव्हतं; पण हा काही विकाराने, काळजीने, मनस्तापाने झालेला निद्रानाश नव्हता. एका अनपेक्षित घटनेने जो काही बदल होऊ घातला होता त्याने मन आणि मेंदू दोन्ही विलक्षण उत्तेजित झाले होते. झोप नाही आली तर काही बिघडणार नव्हतं- दुसरा दिवस रविवारचाच

होता- किंबहुना त्यानंतरचा प्रत्येक दिवसच त्याच्यासाठी रविवारच असणार होता. एवढी पन्नास लाखांची देणगी मिळाल्यावर सात-आठ हजारांच्या नोकरीची काय आवश्यकता होती? जरासा विचार करताच त्याच्या लक्षात आलं- मनोमन आपण या श्यामलाबाई होनपांची देणगी स्वीकारलीही आहे- जरी त्या देणगीला एक काळी बाजू होती. ही देणगी म्हणजे एखादी लॉटरी लागल्यासारखा विनापाश लाभ नव्हता- त्यामागे एका जीवाची दु:खांतिका होती. त्या श्यामलाबाई अगतिक झाल्या होत्या. कोणत्यातरी एका भयानक (कदाचित जीवघेण्या) संकटाची त्यांना चाहूल लागली होती आणि त्यांनी ही निरवानिरव केली होती. त्यांचं आयुष्य सुखासमाधानात गेलं असतं, त्या एकाकी, निराधार नसत्या तर त्यांच्यावर ही वेळ आली नसती- आणि श्रीकांतचंही भाग्य असं एकाएकी उजळलं नसतं- तेव्हा या श्यामलाबाईंचा विचार सतत, दिवसाचे चोवीस तास त्याच्या मनात- किंवा मनाच्या पार्श्वभूमीवर - राहणार होता.

असे वेगवेगळे विचार चालू असताना केव्हातरी त्याला झोप लागली.

सकाळी जाग आली तेव्हा सुरुवातीचे काही क्षण आदल्या संध्याकाळची ती जोशी सॉलिसिटरांची झालेली विलक्षण भेट तो विसरूनच गेला होता. मनात फक्त अशी एक जाणीव होती की, काहीतरी चांगलं घडलं आहे किंवा घडणार आहे.

मग एकाएकी त्याला आठवलं- सॉलिसिटर जोशी- आणि श्यामलाबाई.

आज तो त्या प्रॉपर्टीला भेट देणार होता.

पत्ता सापडायला खरोखरच सोपा होता. तसा शहरातला मध्यवस्तीतलाच भाग; पण जवळजवळ सर्वच निवासी. तेव्हा दुकानांची झगमगाटी रांग नव्हती आणि त्यामागोमाग येणारी वर्दळही नव्हती. 'जुना वाडा' एवढंच जोश्यांनी वर्णन केलं होतं. केवळ त्या दोन शब्दांनी वास्तूची कशी कल्पना येणार?

प्रत्यक्ष २४५, स्टेशन रोड, 'मनोरमा सदन' या इमारतीसमोर तो उभा राहिला तेव्हा त्याच्या ध्यानात आलं- या घरासंबंधीच्या आपल्या सर्व अपेक्षा पार चुकल्या असत्या- कारण गेल्या पन्नास वर्षांत अशा इमारती बांधल्या गेल्याच नव्हत्या. वाड्याभोवती भक्कम दगडी कंपाउंडची भिंत होती. मध्यभागी नक्षीदार काम असलेलं फाटक होतं- जे आता कुलूपबंद होतं. त्या फाटकाच्या

जाळीतूनच श्रीकांत समोरच्या इमारतीचा दिसू शकत होता तेवढा भाग पाहत होता.

इमारत दोन मजली होती. खालचा मजला दगडी बांधकामाचा होता. दगड घडीव नव्हते; पण बांधणी सरळ रेषेत होती- आजकालच्या क्रेझी पेव्हमेंटसारखी नव्हती. समोरच मोठा मुख्य (आणि एकच) दरवाजा होता. मधले दोन अपराइट नवीन दिसत होते (त्या लोकांनी तुळईच्या दणक्यांनी दरवाजा उघडला तेव्हा मधले दोन अपराइट चिरफळ्या होऊन मोडले असतील.) दरवाजाच्या दोन्ही बाजूंना तीनतीन खिडक्या होत्या. दोन्ही बाजूला एकएक खोली असावी.

वरचा भाग वीटकामाचा होता. गॅलरी वगैरे नव्हती. ओळीने सात खिडक्या होत्या- खालच्या आणि वरच्या, सर्व खिडक्या अर्थात बंद होत्या. खालच्या मजल्यावरच्या खिडक्यांना अर्धी लाकडी आणि वरची अर्धी रंगीत काचांच्या तावदानांची पालं होती- याउलट वरच्या मजल्यावरच्या खिडक्यांना साधी लाकडी पालं होती. खालच्या मोठ्या दारावर 'मनोरमा सदन' अशी लाकडी पाटी होती. बांधकामातल्या फरकावरून लक्षात येत होतं की, वरचा मजला मागाहून (कदाचित
बांधकामातल्या फरकावरून लक्षात येत होतं की, वरचा मजला मागाहून (कदाचित
पुढच्या पिढीने) बांधला होता. तर्कच करायचा झाला तर मनोरमा हे नाव श्यामलाबाईंच्या सासूचं असण्याची शक्यता होती. फाटकातून दोन्ही बाजूंना नजर टाकली तर वाड्याच्या दोन्ही बाजूंना वीस-पंचवीस फुटांची मोकळी जागा होती. हिरवळ म्हणता यायचं नाही; पण रानगवतही म्हणता यायचं नाही असं गवत होतं. नुकत्याच झालेल्या पावसाने तरारून आलं होतं. नजरेच्या टप्प्यात येणाऱ्या जागांवर झाडं दिसत होती. पारिजातक, गुलमोहोर, युकॅलिप्टस, नारळ, शेवगा- घराच्या मागच्या भागातही आणखी असतील. मागे कदाचित अंगण, विहीर, आळूचं खाचरही असेल- अशक्य नाही; कारण साठसत्तर वर्षांपूर्वीचीही संस्कृती होती.

आतातरी तो एवढंच पाहू शकत होता.

पुढचे जवळजवळ तीन आठवडे त्याची धावपळच चालली होती. सुरुवातीला पगारी आणि मग बिनपगारी रजा घ्यावी लागली होती. रजा नाकारली गेली असती तर अगदी राजीनामा देण्यासाठी त्याने मागेपुढे पाहिलं नसतं- कदाचित

त्याचा निर्धार त्याच्या देहबोलीवरून साहेबांच्या ध्यानात आला असावा- जराशी नाखुशीने का होईना; पण त्यांनी त्याची रजा मंजूर केली.

इतक्या ऑफिसेसमधून जावं लागलं, तरीही जोशी सॉलिसिटरांनी पुढचा मार्ग 'साफ' केला होता म्हणून एखाद दुसऱ्या भेटीत त्याची कामं होत होती- नाहीतर सर्वकाही महिनोन्महिने रखडलं असतं.

शेवटी सर्व उपचार पार पडले. तो प्रॉपर्टीचा रीतसर मालक झाला. कोर्टातर्फे प्रॉपर्टीच्या चाव्या सुपुर्द करण्यात आल्या.

बाहेर पडल्यावर मोठ्या दगडी पायऱ्यांवरून जोश्यांच्याबरोबर खाली येता येता श्रीकांत म्हणाला, "अं, जोशी, तुमची जी काही मदत झाली त्याबद्दल खरोखरच तुमचे आभार मानायला हवेत. मान्य आहे, तो तुमचा व्यवसायच आहे- तरीही म्हणतो- मेनी मेनी थँक्स!" आणि मग खालच्या फरसबंद अंगणात पोहोचल्यावर, "तुम्हाला दिलेला शब्द पुरा स्मरणात आहे. तुमच्या रकमेची सोय करायला एकदोन दिवस लागतील. तुम्हाला रक्कम कशी हवी? चेक देऊ?" ड्राफ्ट देऊ?" का रोख रक्कम हवा?"

"अं- श्रीकांतराव- रोख दिलेत तर बरंच होईल- तुम्हाला माहीतच आहे- आजकालचे दिवस असे आहेत-"

"जोशी, रोख म्हणता तर रोख देईन-"

"आणि सगळ्या रकमेच्या पावतीचा आग्रह धरला नाहीत तर-"

"तेही मान्य आहे. सगळ्याची पावती नको; पण निदान पाच हजारची?"

"ॲग्रीड."

"ठीक आहे. एकदोन दिवसांत तुमची गाठ घेतो. तुमच्या आफिसातच येतो. ठीक आहे? अच्छा तर मग आणि पुन्हा एकदा- थँक्स."

श्यामलाबाईंच्या नाहीसं होण्यानंतर पोलिसांनी पंचनामा करून नेलेल्या सर्व वस्तू श्रीकांतच्या स्वाधीन करण्यात आल्या होत्या. त्यांच्यात बँकांच्या, कंपन्यांच्या एफडी होत्या, बँकेचं चेकबुक-पासबुक होतं, म्युच्युअल फंडांची युनिट होती, एवढंच काय, देवघरातले चांदीचे देवही होते आणि अर्थात दागिने. एका कुटुंबाने आपल्या भविष्यासाठी करून ठेवलेली तरतूद. कणाकणांनी साचवलेलं द्रव्य. तो पसारा समोर मांडल्यावर त्याला खरोखरच अपराध्यासारखं वाटायला

लागलं. वास्तविक यासाठी त्याने कोणतीही खटपट केली नव्हती, त्याचा हव्यास धरला नव्हता; पण तरीही ती अपराधीपणाची भावना दूर व्हायला तयार नव्हती.

एका लाल मखमली कापडावर दागिने पसरले होते. गळ्यातला तीनपदरी हार. बांगड्या, पाटल्या, बिलवर, गोठ, तोडे, मोत्यांच्या जडावाच्या कुंड्या, दोन अंगठ्या- एक पाचूची, एक माणकाची, शिवाय तीन वेढणींही होती. त्या श्यामलाबाई यातले काही काही अलंकार सणावाराला, लग्नमुंजीला जाताना मोठ्या हौसेने घालत असतील. क्षणभर मनावर खिन्नतेची छाया आली.

दुसऱ्या एका लाल कापडावर त्यांचे देव मांडले होते. चांदीचा गणपती, बाळकृष्ण, सोन्याची (किंवा सोन्याचं पाणी दिलेली) अन्नपूर्णा. चांदीची घंटा. चांदीचं शंखाचं आसन. चांदीचा महिरपीचा छोटासा पाळणा. घरचे देव. घरात रोज यांची पूजाअर्चा होत असेल. त्या श्यामलाबाई धार्मिक प्रवृत्तीच्या असतील तर त्याही उपासतापास, व्रतवैकल्यं करीत असतील. देवपूजा करून प्रार्थना करीत असतील; पण यांच्यातला कोणता देव त्यांच्या मदतीला धावून आला? त्यांच्या आयुष्याची शोकांतिका व्हायची ती झालीच ना?

एखादा म्हणाला असता, तू वाजवीपेक्षा जास्तच हळवा आहेस; पण ते त्याला पटत नव्हतं. उपकारकर्त्याचं भान हे ठेवायलाच हवं. नाहीतर तो कृतघ्नपणा होईल. श्यामलाबाईंच्यावर कोणती प्राणांतिक आपत्ती आली होती याची त्याला कल्पना नव्हती. कदाचित त्या शेवटच्या क्षणी धनदौलत-घरदार-पैसाअडका यांचा विचारही त्यांच्या मनात नसेल- कोणास ठाऊक, त्यांची काय अवस्था झाली होती ते- पण म्हणून काही तो त्याच्या जबाबदारीतून मोकळा होत नव्हता! आपण कशामुळे एवढे अस्वस्थ झालो होतो हे आता त्याच्या लक्षात आलं. तो विचार अर्धवट, विस्कळीत स्वरूपात त्याच्या मनात वावरत होता तो या क्षणी स्पष्ट झाला. श्यामलाबाईंची ही देणगी- जिच्याबद्दल देणारा आणि घेणारा, दोघंही शेवटच्या क्षणापर्यंत अज्ञानात होते- ती देणगी तो स्वीकारणार तर होताच; पण त्याबरोबरच कर्तव्य म्हणून एक जबाबदारी स्वीकारणार होता. या श्यामलाबाईंनी कशाचा धसका घेतला होता, शेवट काय आणि कसा झाला होता याचा तो छडा लावणार होता आणि त्यातूनही महत्त्वाचे- जर श्यामलाबाईंवर एखादा अन्याय झाला असेल तर त्याचा सूड घेणार होता, त्याचा मोबदला

वसूल करणार होता. पुढे जेव्हा केव्हा त्याला हा अभिज्ञानाचा क्षण आठवला तेव्हा त्याला तो विचार जरा नाटकी वाटला होता; पण विचाराच्या त्या क्षणी तो स्वतःशी अत्यंत प्रामाणिक होता. त्या क्षणी तरी आपल्या विचारात त्याला कोणताही भडकपणा, नाटकीपणा जाणवत नव्हता.

या सगळ्या खटाटोपात जवळजवळ पंधरा दिवस गेले. तीन दिवसांनी त्याची रजा संपणार होती. आज शुक्रवार. उद्या शनिवार. परवा रविवार. तीनच दिवस बाकी होते.

शुक्रवारी सकाळी तो २४५, स्टेशन रोड इथे गेला.

आता तो ज्याला 'आपल्या मालकीचा वाडा' म्हणू शकत होता तिथे गेला.

बाहेरच्या फाटकाचं कुलूप उघडून, कडी सरकवून, कुलूप त्याने परत कोयंड्यात घालून बंद करून ठेवलं.

मग घराचा मुख्य दरवाजा.

हा दरवाजा गेल्या तीन महिन्यात उघडलाच गेला नव्हता आणि त्याच्याआधीही दिवसातून फक्त एकदाच (कामवालीसाठी) उघडला जात असे. कुलूप काढल्यावर तो सहजासहजी उघडला नाही. त्याला बाहेरून खूपच जोराचा रेटा द्यावा लागला- तेव्हा कोठे तो कुरकुरत, इंचाइंचाने उघडला. (त्याला इथे जर रोज ये-जा करायची असेल तर दरवाजाला चांगलं तेलपाणी करायला हवं.) दाराची दोन्ही पालं दोन्ही बाजूला संपूर्ण उघडल्यावर मगच त्याने आत पाऊल टाकलं. बाहेरच्या लख्ख सूर्यप्रकाशाच्या मानाने आत काळोखच होता. डोळे मिटून तो होता तिथेच अर्धा मिनिट उभा राहिला- मग त्याने डोळे उघडले. आता नजर प्रकाशाला सरावली होती आणि काम करीत होती. साधारण बारा बाय चौदाच्या खोलीत ते दार उघडलं होतं. खोलीच्या तिन्ही भिंतीत दारं होती आणि मोठ्या दाराच्या दोन्ही बाजूंना खिडक्या होत्या. खिडक्यांचे खालचे वरचे बोल्ट सरकावून त्याने त्या उघडल्या. खोली प्रकाशाने उजळून निघाली. खाली शहाबादी फरशी होती. भिंतींना सनला होता- त्यावर फिकट क्रीम रंग होता. भिंतींना ओळीने खुंट्या होत्या आणि प्रत्येक दाराच्या दोन्ही बाजूंना तीन-तीन कप्प्यांची उघडी कपाटं होती. अर्थात त्या काळी आर.सी.सी.चा वापर नसणारच. लोड बेअरिंग भिंती. दीड-दीड फूट रुंद. छत मोठ्या आय बीममध्ये लहान लहान गर्डर टाकून

त्यांच्यात बसवलेल्या फरश्यांच होतं. खोलीत एक जाडसर सतरंजी पसरलेली होती- बाकी काहीही सामान नव्हतं.

उजव्या भिंतीच्या दारातून तो त्या खोलीत गेला. जेवणघर. मध्ये साधारण सहा माणसं बसतील असं डायनिंग टेबल. त्याच्याभोवती सहा खुर्च्या. दर्शनी भागाला दोन खिडक्या. दोन भिंतींना दोन ट्यूब. टेबलाच्यावर सीलिंग फॅन. समोरच्या भिंतीत दोन खिडक्यांच्यामध्ये भिंतीत काचेच्या दारांचं कपाट होतं. आत वेगवेगळया खणांतून कपबश्या, केटल, मग, पोर्सेलीन डिशेस, काचेचे ग्लास ठेवलेले होते.

डावीकडे दार होतं- त्यातून तो आत गेला- स्वयंपाकघर. समोर लाल कोठ्याचा ओटा. वर डबल गॅस शेगडी. उजवीकडच्या भिंतीत उघडं रॅक होतं. त्यात भांडी, वाट्या, पातेली- आणि खालच्या कप्प्यात डबे- कदाचित तांदूळ, डाळ, साखर इत्यादी.

समोरच्या दारातून तो आत गेला. आत पाय टाकताच तिथला वेगळेपणा जाणवला. भिंतीवर देवादिकांची चित्रं होती. उजव्या बाजूस देव्हारा होता; पण आता रिकामा. हे होनपांचं देवघर.

डावीकडच्या दारातून तो बाहेर आला. उजव्या हाताला संडासबाथरूम आणि तिथेच वरच्या मजल्याकडे जाणारा लाकडी जिना. वरच्या मजल्यावरच्या खोल्या तो पाहणारच होता; पण आधी तळमजला. जिन्याच्या खोलीला डाव्या भिंतीत दार होतं- त्या दारातून तो एका अंधाऱ्या खोलीत आला- या खोलीला खिडक्या नव्हत्या. घर तिघई होतं आणि ही मधली खोली- पूर्वीचं माजघर- होती. आता अशा बांधकामाला परवानगी मिळायची नाही. प्रत्येक खोली 'ओपन टू स्काय' हवी. ही खोली अडगळीची खोली म्हणून वापरात असावी- भिंतीला लागून ट्रंका, खोकी, भांड्यांची पोती, सतरंज्यांच्या घड्या, एका जुन्या बालदीत काठ्या (चालण्याच्या, धुणं वाळत घालण्याच्या), छत्र्या, कुंचे, असलं काही काही सामान होतं. त्या खोलीचं दार बाहेरच्या खोलीत उघडत होतं.

आता डावीकडच्या खोल्या. पहिल्या खोलीत गेल्यावर आधी त्याने चारही खिडक्या उघडून टाकल्या. एक छान सुसज्ज खोली. खाली टाइलच्या डिझाइनचं लिनोलियम. एक सोफा. दोन सोफा चेअर्स. आणखी दोन आरामखुर्च्या. मध्यभागी टीपॉय. टीपॉयवर कृत्रिम फुलांचा; पण अतिशय सुंदर गुच्छ. एका

भिंतीपाशी टेलिव्हिजन ट्रॉली. छताला ट्यूब, पंखे. एका भिंतीला ओळीने लावलेली तीन निसर्गचित्रे. बहुधा कॅलेंडरचीच; पण अतिशय छान आणि मग त्याचं लक्ष टीव्हीच्यावर गेलं. एका लाकडी सपोर्टवर दोन मोठे फोटो लावले होते. जरा पुढे होऊन त्याने खालचा तपशील वाचला.

अनंत महादेव होनप. मनोरमा अनंत होनप.

म्हणजे त्याचा अंदाज बरोबर ठरला होता. श्यामलाबाईच्या सासऱ्यानेच हे घर बांधलं होतं आणि त्याला मनोरमा सदन नाव दिलं होतं.

नावाच्या खाली जन्ममृत्यूचाही तपशील दिला होता.

अनंत महादेव होनप. जन्म १८९७, मृत्यू १९७०.

मनोरमा अनंत होनप. जन्म १९०४, मृत्यू १९६७.

म्हणजे अनंतराव त्र्याहत्तर वर्षांचे असताना आणि मनोरमाबाई त्रेसष्ट वर्षांच्या असताना त्यांचे निधन झालं होतं.

श्रीकांत ते फोटो नीट निरखून पहायला लागला.

फोटो केव्हातरी चाळीस-बेचाळीसच्या सुमारास काढले असावेत. फोटो फक्त कमरेपर्यंतच्या भागाचेच होते. अनंतरावाचा पेहेराव लक्ष वेधून घेणारा होता खास. अंगात काळा कदाचित अल्पाकाचा कोट होता. हात बहुधा मागे असावेत. गळ्यापर्यंत बटणं लावलेला पांढरा शर्ट होता. कोटाच्या पहिल्या बटणापासून निघालेली साखळी डाव्या टॉप पॉकेटमध्ये गेली होती- तिच्या शेवटास जाड, चांदीच्या केसचं पॉकेटवॉच असणार. मग चेहरा. मिश्या झुपकेदार होत्या. चेहरा उभट होता. डोळ्यांवर तारांच्या रिंग फ्रेमचा चश्मा होता. नजर सावध वाटत होती; पण एकूण चेहरा तसा रुबाबदार अजिबात दिसत नव्हता. डोक्यावर उंच, गोल, काळी टोपी होती. सावरकर किंवा नाटककार गडकरी यांच्या फोटोंमध्ये श्रीकांतने अशा टोप्या पाहिल्या होत्या. या अनंतरावांनी काही नोकरी केली असेल, तर ती स्वातंत्र्यपूर्व काळात, ब्रिटिश अमदानीत केलेली असणार. पंचेचाळीस-शेहेचाळीसमध्ये केव्हातरी ते नोकरीतून निवृत्त झालेले असणार.

मनोरमाबाईंच्या अंगावर जरा गडद रंगाचं जरीचं लुगडं होतं. नक्कीच नऊवारी असणार. कपाळावर ठसठशीत कुंकू होतं. हातांची छातीपाशी मुडी केली होती. गळ्यातले, कानातले, हातातले, सर्व अलंकार दिसत होते. कदाचित फोटोसाठी म्हणून त्यांनी गोठ-तोडे-पाटल्या, हार-तन्मणी-चिंचपेटी, हिऱ्याच्या कुड्या, सर्व

अलंकार घातले असतील. शंभर जणींसारखी, नाकीडोळी नीटस, जरा सावळ्या वर्णाची स्त्री. फोटोग्राफरने कदाचित 'जरा हसा बरं!' सांगितलंही असेल; पण दोघांच्या चेहऱ्यांवर हास्याची खूणसुद्धा नव्हती.

तिथून तो पुढच्या खोलीत गेला. काही वाचन-लेखन असेल तर ते करण्याची, नाहीतर आराम करण्याची खोली. एका भिंतीपाशी टेबलखुर्ची होती. आणखी तीन कुशनच्या खुर्च्या होत्या. भिंतीवरच्या एका ब्रॅकेटवर एक मोठा ट्रान्झिस्टर रेडिओ होता. भिंतीतली दोन काचेच्या दारांची कपाटं पुस्तकांनी भरली होती. पुस्तकांवरून त्याने एक ओझरती नजर टाकली. इंग्रजी- मराठी पुस्तकांची सरभेसळ दिसत होती.

मग शेवटची खोली. शयनगृह. दोन भिंतींना लागून दोन कॉट होत्या. कॉटवर गाद्या-उश्या-चादरी होत्या. एका कॉटवरची उशी- चादर खाली पडली होती. इथेच बहुधा श्यामलाबाईंची ती चार ओळींची चिठ्ठी सापडली असावी. दोन कॉटच्यामध्ये भिंतीशी ड्रेसिंग टेबल होतं आणि त्याच्याशेजारी स्टीलची आरशाची अलमारी होती. श्यामलाबाईंच्या खाजगीतल्या खाजगी आयुष्याचा हा भाग होता. अत्यंत अपवादात्मक परिस्थितीनेच तो इथपर्यंत पोहोचला होता. इतर वेळी त्याने असं अतिक्रमण कधीच केलं नसतं- आणि आता त्या श्यामलाबाई राग- लोभ अशा साध्या मानवी भावनांच्या पार पलीकडे पोहोचल्या होत्या. खोलीवरून एक ओझरती नजर टाकून तो भिंतीतल्या दाराने बाहेर आला- तिथे वर जाणारा जिना होता.

आता वरचा मजला. ही सुरुवातीची साधी धावती भेट होती. मागाहून तो घराचा इंच आणि इंच सगळी बारकाईने तपासणार होताच.

जिना लाकडी होता. बासा कठडा होता; पण एकदम काम साधं होतं.

तो जिन्याने वर आला. वरच्या खोल्यांची रचना खालच्यासारखीच होती. खाली कवडीची फरशी होती. म्हणजे मूळ घरावर ही सर्व चुनेगच्ची होती. नंतर वरचा मजला बांधण्यात आला होता.

ते अनंतराव होनप असतानाच हे वरचं बांधकाम झालं असावं. कदाचित श्यामलाबाई सून म्हणून या घरात आल्यानंतर असावं. अनंतरावांनी मुलगा-सून आणि पुढे येणारी नातवंडं यांच्यासाठी हे बांधकाम केलं असावं. अनंतरावांना तो एकच एक पुत्र दिसत होता आणि श्यामलाबाईंना काहीच मूलबाळ झालं

नव्हतं. तेव्हा अनंतरावांच्या निधनानंतर त्यांच्या मुलाने हे नवीन बांधकाम केलं असणं अशक्य वाटत होतं. खालच्या सहासात खोल्या त्याच्यासाठी (आणि तेही दोघं पती-पत्नीच फक्त) पुरेशा होत्या. वरच्या सर्व खोल्यांतून ट्यूब, दिवे, पंखे, सर्व सोयी होत्या; पण एक नजर जाताच लक्षात येत होतं- गेल्या कितीतरी वर्षांत- कदाचित तीसचाळीस- पन्नासही वर्षांत इथे कोणाचाही वावर झालेला नाही आणि त्याचं कारणही उघड होतं- साठच्या आसपास अनंतरावांचा मुलगा आणि सून खालच्या मजल्यावरच राहायला गेले होते. मोठ्या घराची देखभाल आणि सफासफाई करणंसुद्धा कधीकधी जिकिरीचं होऊन जातं. गेल्या कितीतरी वर्षांत वरच्या मजल्यावरच्या खोल्यांची साफसफाई झालेलीच नव्हती. सर्वत्र धुळीचा थर होता. कोपऱ्याकोपऱ्यांतून कोळिष्टकं लोंबत होती. दारं-खिडक्या जाम झाल्या होत्या. दोन-तीन खोल्यांतून भिंतींना खाटांच्या घड्या लावून ठेवल्या होत्या. फर्निचर होतं; पण ते बिनवापरातलं, अडगळ म्हणून आणून टाकलं होतं. त्यात जुन्या पद्धतीच्या (पूर्वी रेल्वे वेटिंगरूममध्ये असत तशा) फिरत्या हातांच्या मोठमोठ्या आरामखुर्च्या होत्या. हॅट, कोट वगैरे ठेवण्यासाठीचे उभे स्टॅंड होते. एका खोलीत भिंतीला लावून ठेवलेल्या मोठमोठ्या तसबिरींची चळत होती. जुन्या काळी घराघरांतून असणारी रविवर्म्याची चित्रं- विश्वामित्र-मेनका, गंगावतरण, शकुंतलापत्रलेखन, लक्ष्मी, सरस्वती, रामपंचायतन, भरतभेट, दत्तात्रेय इत्यादी शिळाप्रेसची चित्रं होती.

डावीकडच्या दुसऱ्या खोलीचं दार श्रीकांतने उघडलं आणि तो त्या उघड्या दारातच हबकून उभा राहिला. खोलीचं दार बाहेर उघडत होतं आणि दाराच्या आतल्या बाजूला वरच्या चौकटीला अडकवलेला काचांच्या नळ्यांचा आणि मण्यांचा पडदा होता. फार पूर्वी जवळ जवळ सर्व मध्यमवर्गीय घरात दिसणारी; पण आता जवळ जवळ नामशेष झालेली गोष्ट. लाल, हिरव्या, जांभळ्या, पिवळ्या, केशरी रंगाच्या फुंकण्या आणि त्यांच्यामध्ये विविध रंगाचे मणी. स्पर्श होताच किणकिण करणारा पडदा. बनवायला सोपा; पण दिसायला आकर्षक किणकिणता पडदा दूर करून श्रीकांत त्या खोलीत शिरला. इतर खोल्यांच्या मानाने ही खोली खूपच अंधारलेली वाटत होती. मग त्याचं कारणही त्याच्या लक्षात आलं. समोरच्या दोन्ही खिडक्या अशाच फुंकण्या- मण्यांच्या काचेच्या पडद्याने आच्छादलेल्या होत्या. एवढंच नाही, खोलीच्या बाकीच्या दोन दारांवरही

तसलेच काचेचे पडदे टांगले होते. अशा या सजवलेल्या खोलीत सामान काय होतं? होती ती फक्त अडगळ- भिंतींच्या पायाशी रचून ठेवलेली. पत्र्याच्या ट्रंका, लाकडी पेट्या, एकदोन गोणपाटाची बोचकी- एवढंच.

नाही म्हणायला खोलीच्या मध्यभागी एका गोल टीपॉयभोवती चार वेताच्या (तुटलेल्या वेताच्या) बैठकी पाठी असलेल्या खुर्च्या होत्या. या अशा अडगळीच्या खोलीत केव्हा, कोणाची आणि कशासाठी मैफल जमली होती? एक निरर्थक प्रश्न. खरं तर त्या खोलीतलं सर्वच अस्थानी, अकारण, म्हणून निरर्थक वाटत होतं.

दाराच्या उजव्या हातासच भिंतीवर दिव्याचं बटण होतं. त्याने दिवा लावला. वास्तविक वरच्या शेडमधला बल्ब धुळीत आणि कोळिष्टकांत अक्षरशः लपेटला गेला होता, तरीही त्याचा प्रकाश लखलखीत वाटला.

खोलीत तीन-चार पावलं टाकून श्रीकांत चारी बाजूंना नजर टाकीत उभा होता आणि मग त्याची नजर त्या चार खुर्च्यांमध्ये असलेल्या टीपॉयवर गेली.

खुर्च्या आणि टीपॉय- सर्वांवर धुळीचा जाडसर थर होता.

पण टीपॉयवरच्या धुळीच्या थरावर काही रफाटे दिसत होते.

आणखी पुढे होऊन श्रीकांतने नीट पाहिलं तेव्हा त्याला वाटलं, टीपॉय भोवतीच्या खुर्च्यांवर- निदान तीन खुर्च्यांवर- बसलेल्यांनी टीपॉयच्या पृष्ठावरून दोन्ही हातांचे पंजे ओढावेत, तशा त्या खुणा दिसत होत्या. त्या अडगळीच्या खोलीत, धुळीने पुरेपूर माखलेल्या खुर्च्यांवर तिघे बसलेले आहेत, टीपॉयवरून हातांची बोटं ओढत आहेत- मनासमोर आलेलं हे चित्र अजिबात आकर्षक नव्हतं, जरासं अस्वस्थ करणारंच होतं. खोलीभर एक नजर टाकून मग दिवा मालवून तो खोलीबाहेर आला आणि त्याने खोलीचं दार बंद करून टाकलं.

शेजारची खोली. धूळ तर होतीच- तीच धूळ उघड्या रॅकमध्ये रांगेने मांडून ठेवलेल्या पुस्तकांवरही पसरली होती. श्रीकांतने खोलीतला दिवा लावला. पुस्तकांच्या रॅकपाशी येऊन त्याने फुंकर मारली. धुळीचा खकाणा उसळला. पुस्तकांच्या शीर्षकांवरून त्याची नजर फिरली. एकेकाळी लोकप्रिय असलेली; पण आता कालबाह्य, म्हणून दुर्लक्षित झालेली पुस्तकं. नाथमाधव, वि.वा. हडप, ह.ना. आपटे, ग.त्र्यं. माडखोलकर, ना.सी. फडके, वि. स. खांडेकर- आणि खालच्या खान्यात त्यांच्याही पूर्वीची पुस्तकं- सुरस ग्रंथ माला, गो.नि. दातारांच्या

कालिकामूर्ती, इंद्रभुवनगुहा, बंधुद्वेष, वीरधवल- अद्भुत प्रसंगांनी खचाखच भरलेल्या रोमँटिक कादंबऱ्या. आता केवळ साहित्याच्या प्रवासाच्या वाटेवरच्या खुणा. अनंतराव होनपांची ही ग्रंथसंपदा- पुस्तकं हौसेपायी घेतली असतील, खरोखर वाचण्यासाठी घेतली असतील किंवा एक स्टेट्स सिम्बॉल म्हणूनही घेतली असतील. त्यांच्या पश्चात पुस्तकांची रवानगी इथे, या अडगळीच्या खोलीत रद्दी म्हणून झाली होती. जरासा खिन्न करणारा विचार.

वरचा मजला पाहून झाला. त्याच्यावर माळा होता. क्षणभर मनात विचार आला, वर माळ्यावर काय असणार? पण त्या काचपडद्याच्या खोलीतल्या दृश्याने त्याच्या मनात आपोआपच एक जरासा सावधपणा आला होता. पंधरा-वीस मिनिटांचं तर काम. आताच उरकून टाकावं हेच बरे. तो माळ्याच्या जिन्याकडे वळला.

जिना सरळ माळ्यावरच पोहोचत होता. डोकं जिन्याच्या वर आल्यावर त्याने आधी चारी बाजूना नजर टाकली. वरच्या मंगलोरी कौलांच्या रांगात मधूनमधून काचेची कौलं बसवली होती. त्यामुळे माळ्यावर प्रकाश भरपूर होता. खालची जमीन रफ प्लॅस्टरची होती. माळा सर्व घरावरच पसरला होता. कौलारू छपराखाली लाकडी त्रिकोणी कैच्या होत्या आणि त्यांना आधार देण्यासाठी खोलीची दुहेरी ओळच्या ओळ माळ्यावर उभी होती. त्याला तर एखाद्या ग्रीनहाउसचीच आठवण झाली.

मधला भागच तेवढा पाच साडेपाच फूट उंचीचा होता. वरचं छप्पर उतरत उतरत दोन्ही बाजूंना पार खाली जमिनीपर्यंत पोहोचलं होतं. उरलेल्या दोन त्रिकोणी भिंतीत गोल गोल खिडक्या होत्या आणि त्या जाड गेजच्या वायरने बंद केलेल्या होत्या. पारवे, चिमण्या इत्यादींना मजल्यावर प्रवेश नव्हता- तेव्हा साचली होती फक्त धूळ- इतर काटक्या- गवत- कागदाचे कपटे-चिंध्या असं काही नव्हतं आणि त्याची नजर जमिनीच्या पातळीलाच होती म्हणून त्याला ते दिसलं.

माळ्याच्या जमिनीवरच्या धुळीत अनेक खुणा दिसत होत्या. काही काही चांगल्या दीडदोन फूट रुंदीच्या होत्या- एखादी अवजड वस्तू, उदाहणार्थ गोणी, ओढत नेल्याच्या काही काही लहान खुणा होत्या- त्यामागचं कारण समजणं मुश्कील होतं.

पण जिन्याला अगदी जवळ, अगदी स्पष्ट दिसणाऱ्या, अगदी सहज ओळखता येण्यासारख्या दोन खुणा होत्या.

दोन पंजांच्या खुणा. एक डावा पंजा, एक उजवा पंजा.

जणू काही काहीतरी ओणवं होऊन माळ्याच्या जमिनीवरून खाली पाहत होतं.

असं असेल, तर त्या बाकीच्या खुणांचाही अर्थ लागत होता.

कोणीतरी माळ्यावर हातापायांवर खुरडत खुरडत हिंडलं होतं आणि लहान मूल नाही- सर्व माळाभर.

जिना चढून वर माळ्यावर जाण्याची इच्छा गोठून गेली होती.

माळ्यावर आणि खालच्या मजल्यावर अनैसर्गिक आणि चोरट्या वावराच्या स्पष्ट खुणा दिसल्या होत्या.

तर्ककुतर्क करण्याची ही वेळ नव्हती.

पण सावधपणा खासच आवश्यक होता.

तो तसाच माळ्याच्या जिन्यावरून खाली आला.

वाड्याच्या बाहेरचा भाग तेवढा पहायचा बाकी होता. श्रीकांत तळमजल्यावर आला. आतल्या खोल्यांच्या सर्व खिडक्या बंद आहेत याची खात्री करून घेऊन मग तो मोठ्या दाराबाहेर आला. आपल्यामागे त्याने दाराला कुलूप लावलं.

वाड्याच्या डाव्या बाजूने तो मागे आला. झाडं तर होतीच; पण प्रत्येक झाडाखाली घडीव दगडांचं आळं होतं. आता झाडं वाढली होती, त्यांची मुळं खोलवर पोहोचली होती. स्वतःचं पोषण स्वतः करायला ती समर्थ होती; पण सुरुवातीस कोणीतरी त्यांची चांगली काळजी घेतली होती.

वाड्याच्या मागच्या बाजूस खरोखरच मोठं अंगण होतं, विहीर होती, प्राजक्ताच्या झाडाखाली मोठा पारही होता. कदाचित संध्याकाळी होनप पतिपत्नी त्या पारावर बसून सुखदुःखाच्या गप्पागोष्टी करीत असतील- कदाचित.

तो आता त्या पारावर क्षणभर टेकला.

त्याची नजर वाड्याकडे गेली.

आणि पहिल्या दृष्टिक्षेपातच ती गोष्ट त्याच्या नजरेस पडली.

पूर्वी वाड्याच्या मागच्या बाजूस एक दार होतं.

पण मागाहून ते बुजवून टाकलं होतं. तो आकार स्पष्ट दिसत होता. आतल्या भिंतीवर सनला प्लॅस्टर झालं होतं- म्हणून तिथे ही खूण दिसत नव्हती; पण इथून स्पष्ट दिसत होती.

खटकण्यासारखी, विसरता न येण्यासारखी आणखी एक गोष्ट.

३.

'मनोरमा सदन'वरून परतताना मनात अनेक विचारांनी गर्दी केली तर त्यात नवल काहीच नव्हतं. त्या वाड्यात त्याला जे काही दिसलं होतं- दिसलंच होतं फक्त, जाणवलं काही नव्हतं- त्याला काहीतरी स्पष्टीकरण आवश्यक होतं; कारण ती त्याची प्रॉपर्टी होती. हे जर केवळ त्यालाच आलेले सुटे, अलग असे अनुभव असते तर गोष्ट वेगळी होती; पण तसे नव्हते. तो काही एकटाच नव्हता. त्या श्यामलाबाईही होत्या.

'माझ्यावर काहीतरी भयानक संकट येणार आहे' - त्यांनी लिहून ठेवलं होतं.

'माझा जो कोणी वारस असेल त्याने या वाड्यात राहू नये' अशी त्यांनी धोक्याची सूचना दिली होती- म्हणजे तो काही एकटा नव्हता. त्या श्यामलाबाईंनाही काहीतरी दिसलं होतं. कदाचित जाणवलंही असेल; पण 'काहीतरी भयानक संकट' एवढ्याच मोघम शब्दांत त्यांनी आपला अनुभव मांडला होता. संकटाची जाणीव त्यांना झाली होती; पण ती त्यांना स्पष्ट शब्दांत मांडता आली नव्हती- कदाचित त्यासाठी योग्य शब्दही नसतील.

पण त्यांची भीती खरी ठरली होती.

एका रात्रीत त्या वाड्यावरून बेपत्ता झाल्या होत्या.

ज्या वाड्याला प्रवेशाचं एकच दार होत, ते आतून बंद होतं.

ज्या वाड्यात प्रवेशाला दुसरा कोणताही मार्ग नव्हता.

निदान आता नव्हता. पूर्वी होता; पण तो मागेच बुजवून टाकला गेला होता.

श्यामलाबाईंना काय जाणवलं होतं?

वरच्या खोलीतून काही आवाज आले तर त्याचा शोध घेण्यासाठी त्या वर आल्या होत्या आणि त्यांना त्या काचपडद्याच्या खोलीतली मैफल दिसली होती?

माळ्यावरून आवाज आले तर ते पाहण्यासाठी त्या माळ्यावर गेल्या होत्या, आणि त्यांना माळ्यावर हातापायांवर रांगताना काहीकाही दिसलं होतं? का त्या माळ्याच्या जिन्याच्या पायथ्याशीच असताना वरून वाकून त्यांच्याकडे पाहणारं काहीतरी त्यांना दिसलं होतं? सर्व वाड्यात एकटीच्या एकटी राहणारी ती वयस्क स्त्री- तिच्या मनाची काय अवस्था झाली असेल? वरचा सर्व मजला बंद करून त्यांनी स्वतःला दूर ठेवायचा प्रयत्न केला होता? पण तो अयशस्वी झाला होता. जे काही माळ्यावर होतं ते दुसऱ्या मजल्यावर उतरलं होतं- शेवटी तळमजल्यावर पोहोचलं होतं का? जिथे त्या एकट्याच्या एकट्या श्यामलाबाई होत्या?

पण या अशा (माहीत असलेल्या) धोक्याच्या वास्तूत त्या एकट्याने का राहिल्या होत्या? निदान सोबतीला इतर कोणाला का घेतलं नव्हतं? नाहीतर सरळ तो वाडा सोडून दुसरीकडे राहायला का गेल्या नव्हत्या? पैशाची तर त्यांना काहीच अडचण नव्हती- मग त्यांनी स्वतःला एकटीला त्या वाड्यात का कोंडून घेतलं होतं?

या श्यामलाबाई काळ्या होत्या का गोऱ्या होत्या, उंच होत्या का बुटक्या होत्या, लठ्ठ होत्या का कृश होत्या- त्याला काहीही कल्पना नव्हती; पण त्या वाड्यात त्यांच्यावर कोणतं तरी प्राणघातक संकट आलं होतं- त्या संकटातच त्यांचा अंत झाला होता आणि या शोकांतिकेचं पर्यवसान हे झालं होतं- त्याच्याकडे प्रॉपर्टीची मालकी आली होती.

पण ही देणगी स्वतःबरोबर एक बोजा घेऊन आली होती-

पण तेही मानण्यावर होतं.

तो जर स्वार्थी, करंटा, कृतघ्न असेल तर तो ती प्रॉपर्टी विकून टाकून, वीस-पंचवीस लाख रुपये खिशात टाकून मोकळा होऊ शकत होता.

पण श्रीकांतचा स्वभाव तसा नव्हता.

पूर्वीचे सरदार वंशपरंपरा चालत आलेली मानाची वस्त्रं स्वीकारत असत, पण त्याचबरोबर पूर्वजांची ऋणं आणि जबाबदाऱ्याही स्वीकारत असत.

तोही त्याचं ऋण स्वीकारणार होता.

ऑफिसमध्ये तो आणि त्याचे तीनचार सहकारी यांचा एक खास ग्रूप तयार झाला होता. सगळे विनापाश होते. काही अविवाहित होते, तर काहींच्या फॅमिली

परगावी राहत असत- सर्व एकांडे शिलेदार होते. शनिवारी- रविवारी त्यांचा ग्रूप एखाद्या लहानशा सहलीवर जात असे. पत्ते, जुगार, ड्रिंकिंग यांच्यात शनिवारची रात्र घालवण्यासाठी नाही- तर एखाद्या अनोख्या रम्य वा दुर्गम ठिकाणाला भेट देण्यासाठी. रोजच्या रहाटीपेक्षा अगदी वेगळ्या वातावरणात एकदोन दिवस काढून, नवे अनुभव घेऊन, जीवनाचा एक नवा पैलू पाहण्यासाठी; पण शुक्रवारीच श्रीकांतने त्यांना निरोप दिला होता- या शनिवारी- रविवारी तो मोकळा नव्हता.

आधी त्याने विचार केला होता- शनिवारची रात्र 'मनोरमा सदन'वर झोपण्यासाठी जायचं; पण शुक्रवारच्या सकाळच्या भेटीनंतर त्याने तो विचार रद्द केला होता. सकाळ-संध्याकाळ तो त्या वाड्याला भेट देणारच होता. शुक्रवारी सकाळी त्याने वाड्यावर अगदी जुजबी नजर टाकली होती- आता तो वाड्याचा इंच आणि इंच डोळ्याखालून घालणार होता- या श्यामलाबाई आणि त्यांचे यजमान दिनकर- त्याच्यासाठी अजून तरी ही दोन फक्त नावंच होती. त्या वाड्याच्या अल्बममध्ये या दोघांचे फोटो काढून घेतले गेले होते- तिथे नुसत्या रिकाम्या चौकटीच होत्या. (आपल्या नकळत आपण सत्यस्थितीच्या किती जवळ आलो आहोत हे त्याला त्या क्षणी समजलं नव्हतं.) ही काही केवळ नावं नव्हती- ही दोन हाडामांसाची माणसं होती. त्यांच्या शेजाऱ्यांशी त्यांचे परिचय झालेले असणार- तिथे ही माहिती मिळू शकणार होती. वाड्यातल्या जुन्या कागदपत्रात त्यांना आलेली परिचितांची पत्रं असतील, परिचितांचे पत्ते असतील- त्यांच्यावरून दिनकर- श्यामलाबाईंची आणखी माहिती मिळण्यासारखी होती- तो काही कोणी डिटेक्टिव्ह- जासूस नव्हता; पण नियतीनेच त्याच्यावर आता ही जबाबदारी टाकली होती आणि त्याचा जो काही कॉन्शन्स होता तो त्याला ही जबाबदारी टाळू देणार नव्हता.

श्रीकांत दुपारी चारच्या सुमारास मनोरमा सदनवर पोहोचला. वाड्याचं तोंड पूर्वेला होतं. आता सूर्य वाड्यामागे गेला होता आणि सकाळी उन्हात उजळून निघालेला वाड्याचा दर्शनी भाग आता सावलीत गेला होता आणि सकाळइतका आकर्षक वाटत नव्हता. हा विचार मनात येताच त्याच्या ध्यानात आलं- आपल्या मनात वाड्यासंबंधी एक जरासा पूर्वग्रह निर्माण झाला आहे.

तो बाहेरच्या फाटकाचं कुलूप उघडत असताना मागच्या बाजूने कोणाचा तरी घसा साफ करण्याचा आवाज आला. कुलपावरचा हात तसाच ठेवून त्याने मागे वळून पाहिलं. साधारण पंचावन्नच्या आसपास वाटणारे एक गृहस्थ रस्त्यावर थांबले होते आणि त्याच्याकडे जरा निरखून पाहत होते. त्या नजरेत जरासा संशयही होता. इतर वेळी श्रीकांतला अशा व्यक्तीचा जरा रागच आला असता; पण मनात एक विचार अतिशय शीघ्रगतीने येऊन गेला. आपल्याकडे संशयाने पाहणारे हे गृहस्थ कदाचित होनप कुटुंबाचे परिचित असतील. तसं असेल तर अगदी अनायासेच तो शोधत होता ती संधी त्याच्यासमोर आपोआपच चालत आली होती.

श्रीकांत आणि तो गृहस्थ- दोघंही काही वेळ एकमेकांकडे पाहत उभे राहिले आणि मग श्रीकांत जरासा हसत म्हणाला, "मी या वास्तूत प्रवेश करीत आहे याचं आपल्याला जरा नवल वाटलेलं दिसतंय?"

"हो." ते गृहस्थ म्हणाले, "नवल वाटलं. अर्थात या गोष्टीत माझा व्यक्तिगत संबंध नाही; पण यापूर्वी तुम्हाला कधी पाहिल्याचं मला आठवत नाही."

"मी जर इथे कधी आलोच नाही तर तुम्हाला कसा दिसणार?" श्रीकांत त्याच त्या साध्या आवाजात म्हणाला, "इथे राहणाऱ्या होनपांचे आपण परिचित होतात?"

"नुसता परिचित नाही, चांगला मित्र होतो- आणि हितचिंतकही."

शेवटच्या शब्दावर त्यांनी मुद्दाम जोर दिला होता. फारच छान! श्रीकांत मनाशी म्हणाला. ही संधी हातची सोडता कामा नये. जरासा हसत तो म्हणाला,

"तुमची भेट हा खरोखरच एक चांगला दैवी योगायोगाच आहे. तुम्हाला आता जराशी फुरसद आहे का? शक्य असेल तर माझ्याबरोबर काही वेळ वाड्यात चला अशी मी तुम्हाला रिक्वेस्ट करणार आहे."

त्यांच्या नजरेतला संशय आणखी गडद झाला. हातातली काठी समोर ठेवून तिच्यावर दोन्ही हात ठेवून ते पुढे होऊन जरा चढ्या आवाजात म्हणाले, "तुम्ही कोण, कोठले, इथे कशासाठी आला आहात, या घराशी तुमचा काय संबंध आहे याबद्दल अवाक्षरही बोलत नाही- आणि वर मला वाड्यात बोलावता? तुम्हाला मी काय खुळचट वाटलो की काय?"

गोष्टी अगदी मनासारख्या वळण घेत आहेत, श्रीकांतला वाटलं.

"काका," तो जरासा हसत म्हणाला, "वाड्यात यायचं नसलं तर मी यातून दोन खुर्च्या आणतो, आपण बाहेरच्या अंगणात बसू- पण प्लीज! मला तुमच्याशी काही काही बोलायचं आहे- प्लीज!"

काही वेळ त्यांच्याकडे पाहून शेवटी त्यांनी काठीनेच वाड्याकडे चलण्याची खूण केली. फाटकातून ते श्रीकांतच्या मागोमाग आत आले; पण त्याच्या मागोमाग वाड्यात आले नाहीत. श्रीकांत आत गेला आणि डायनिंग टेबलपाशी असलेल्या दोन खुर्च्या घेऊन बाहेर आला आणि वाड्याच्या डाव्या बाजूच्या गवतावर त्याने त्या खुर्च्या मांडल्या. त्या गृहस्थांकडे पाहून एका हाताने त्याने त्यांना खुर्चीवर बसण्याची खूण केली. पाचसात सेकंद थांबून मग ते पुढे आले आणि एका खुर्चीत बसले. श्रीकांतने त्यांच्यासमोरची खुर्ची घेतली आणि जरा पुढे वाकून तो म्हणाला, "काका, मी तुमची नाव- गाव इत्यादींची कोणतीही चौकशी करणार नाही. आधी माझी माहिती सांगतो- मग तुम्हाला योग्य वाटेल तसं करा. माझं नाव श्रीकांत दामले. इथे ज्या श्यामलाबाई होनप राहत असत त्या माझ्या आजीच्या मावसबहीण लागत असत. त्या विनापाश आणि विनापत्य वारल्यामुळे त्यांच्या वारसाचा शोध घेतला गेला आणि शेवटी मीच त्यांचा एकमेव वारस ठरलो आणि ही सर्व प्रॉपर्टी माझ्या मालकीची झाली. माझ्यावर विश्वास ठेवा, दोन महिन्यापूर्वीपर्यंत मला या श्यामलाबाईंच्या अस्तित्त्वाचीसुद्धा कल्पना नव्हती. जाणं-येणं तर दूरच राहिलं. अर्थात एखाद्याचा एकदम विश्वास बसूच नये, एखाद्या थरारक रोमान्समध्ये, कथेत शोभेल अशीच ही हकीकत आहे; पण तुमचा विश्वास बसत नसेल तर मी तुम्हाला कोर्टाची अस्सल कागदपत्रेही दाखवू शकतो. मी काही कोणी चोर- भामटा नाही."

श्रीकांतचं बोलणं ऐकता ऐकता त्या गृहस्थांच्या बसण्यात जरासा सैलपणा आला होता. श्रीकांत गप्प बसताच ते म्हणाले,

"हे पाहा श्रीकांतराव-"

"काका, आधी एक. हे श्रीकांतराव नको- मला नुसतं अरे श्रीकांत म्हणा. काका, मला जर या होनपांचं अस्तित्वच माहीत नव्हतं तर त्यांची माहिती कशी असणार? आज सकाळी मी या घराला पहिली अशी भेट दिली. कोर्टात एवढंच समजलं होतं- श्यामलाबाईंच्या पतीचं नाव दिनकर होतं; पण एवढीच माझी माहिती. घरात या दिनकररावांच्या आई-वडिलांचे फोटो आहेत; पण या दोघांचे

दिसले नाहीत- कदाचित एखाद्या अल्बममध्ये असतीलही- सापडतील शोध घेतल्यावर; पण या क्षणी मला त्या दोघांच्या नावाव्यतिरिक्त इतर काहीही माहिती नाही. म्हणून म्हटलं, तुमची भेट हा खरोखरच एक योगायोग आहे. काका, तुम्ही स्वतःला त्यांचे स्नेही आणि हितचिंतक म्हणवून घेता- मग तुमच्याकडून मला हवी ती माहिती खासच मिळेल. तुम्ही या होनप मंडळींना किती दिवसांपासून ओळखता आहात? ते दोघे दिसायला कसे होते? वागायला कसे होते? दिनकरराव काय करीत असत? ते केव्हा वारले? कशाने वारले? त्यांच्यामागे या श्यामलाबाई म्हणे एकट्याच्या एकट्याच राहत असत- सुरुवातीपासूनच त्या एकट्याने राहत आल्या होत्या का? का त्यांनी सोबतीला कोणाकोणाला ठेवून घेण्याचा प्रयोग करून पाहिला होता?"

"अरे बापरे! किती प्रश्न! किती प्रश्न!"

"अहो काका, असणारच. मला जर या होनपांसंबंधात काडीइतकीही माहिती नाही तर असं होणारच- शिवाय तुम्हाला माहीत आहे ना, या श्यामलाबाईंचा शेवट असा रहस्यमय रीतीनेच झाला ते? ती गोष्ट जगजाहीरच झाली आहे!"

"श्रीकांत," जरा वेळ थांबून ते गृहस्थ म्हणाले, "इतकी अविश्वसनीय गोष्ट ही थाप असूच शकणार नाही- तू जर कोणी लुच्चा-भामटा असतास तर यापेक्षा एखादी जास्त साधी सोपी हकीकत बनवून सांगितली असतीस. तेव्हा तुझं म्हणणं मी खरं मानून चालतो. माझं नाव वाडेकर. मध्ये एक घर सोडलं की, आमची सोसायटी आहे. माझा व्यवसाय गुंतवणूक- म्हणजे इन्व्हेस्टमेंट कन्सल्टंटचा आहे- त्यानिमित्त दिनकररावांचा आणि माझा संबंध आला- आणि शेजारीच राहत असल्याने आपोआपच एकमेकांच्या घरी येणं-जाणं सुरू झालं. हे दिनकरराव रेव्हेन्यूत नोकरीला होते- काही मोठी पोस्ट नाही; पण त्यांच्या वडिलांची गोष्ट एकदम वेगळी होती. आयुष्यात त्यांनी भरपूर कमाई केली होती आणि स्वतःच्या बुद्धीनुसार रकमा गुंतवून ठेवल्या होत्या.

"श्रीकांत, सत्तर-बहात्तरमध्ये भारतात तथाकथित समाजवादाला असं काही विकृत रूप आलं होतं की यशस्वी, कर्तबगार, श्रीमंत माणसाला एक प्रकारचा सामाजिक गुन्हेगारच मानला जाई- आणि त्याच्या उत्पन्नावर नाना मार्गांनी कर बसवण्यात शासन अगदी तत्पर असायचं अन् अर्नड् इन्कम- म्हणजे ठेवी, कर्ज इत्यादींवरील व्याज; मग वेल्थ टॅक्सशिवाय इतर सरचार्ज- सुदैवाने तो जमाना आता गेला आहे; पण दिनकररावांना माझी खूप मदत झाली हे खरे."

"ते ठीक आहे, काका; पण या दोघांच्या स्वभावाविषयी, त्यांच्या आयुष्यासंबंधात काही सांगा की!"

"तसे दोघंही साधेच जीव. आयुष्यात एखादं संकट आलं असतं, तर त्याच्याशी कितपत यशस्वी मुकाबला करू शकले असते याबद्दल माझ्या मनात शंकाच आहे; पण त्यांच्या सुदैवाने त्यांच्यावर तशी वेळ आलीच नाही. एकतर गडगंज पैसा होता. त्यांना मूलबाळ काही झालंच नाही- वयात आलेली मुलं- मग तो मुलगा असो अथवा मुलगी असो- आजकाल कधी कधी प्रॉब्लेमच होतात. आमच्या वेळीसुद्धा जनरेशन गॅप होती; पण आता ती गॅप कसली- दरीच झाली आहे! कोणत्याच बाबतीत समांतर दृष्टिकोन राहिलेला नाहीये- जीवनपद्धती, व्हॅल्यूज, मोअरस्, आदर्श, अपेक्षा, कर्तव्यं, जबाबदाऱ्या- कोणत्याच बाबतीत सूर जुळत नाहीत. तू या नव्या पिढीचा प्रतिनिधी आहेस- तुझा स्वतःचा अनुभव हाच असणार. मला टीका करायची नाही; पण अडचणी कशा उभ्या राहतात ते सांगायचं आहे- तात्पर्य एवढंच की, या होनप कुटुंबाला हा प्रश्न कधी आलाच नाही. ते पतिपत्नी सुखी होते का दुःखी होते, त्यांचा काही अपेक्षाभंग झाला होता का- माझ्यासारख्या जराशा तिऱ्हाइताला या खाजगी गोष्टी कशा समजणार? आणि साध्या साध्या गप्पांत हे नाजूक विषय कसे निघणार? मी एवढं म्हणेन- की अगदी हसत खेळत, मौजमजा करीत दिवस काढणारांपैकी हे दोघं नव्हते."

"दिसायला तरी कसे होते?"

"दिनकरराव बरेच त्यांच्या वडिलांसारखे दिसत- तशी पर्सनॅलिटी काही मोठी रुबाबदार नाही- त्यांच्या मानाने श्यामलाबाई दिसायला खरोखरच सुंदर होत्या. ते दोघं कधी बाहेर पडले तर त्यांची जोडी जरा विजोडच दिसायची. तू त्यांची कागदपत्रं पाहा- कदाचित त्यांचा एखादा फोटो सापडेलही-"

"हो- ते तर मी ठरवलंच आहे- आणखी विचारायचं आहे- तुम्हाला वाटेल, याची चौकशी संपणारच नाही; पण काका, खरंच सांगतो- मला काही म्हणजे काही माहिती नाही- म्हणून तुम्हाला विचारावं लागणार आहे-"

"ठीक आहे- विचार."

"या दिनकररावांचा मृत्यू केव्हा झाला? कशाने झाला?"

वाडेकरांच्या चेहऱ्यावर मोठा चमत्कारिक भाव आला.

"ते तुझ्या कानांवर आलं नव्हतं?"

"कसं येणार? आणि काय?"

"दिनकररावही एक दिवशी अचानक बेपत्ता झाले-"

"काका! म्हणता काय?"

"श्यामलाबाईंनी मागाहून सांगितलं- एखाद्या रात्री झोप आली नाही तर ते बाहेरच्या खोलीत येऊन बसत- टी.व्ही. पाहत बसत; पण अगदी लहान आवाजात- श्यामलाबाईंना त्याचा कधी त्रास झाला नाही- तेव्हा एका पहाटेस श्यामलाबाईंना जाग आली- शेजारी दिनकरराव नाहीत याचं त्यांना विशेष काही वाटलं नाही- हॉलपासून त्यांची बेडरूम बरीच लांब आहे-"

"हो, ते मी पाहिलं आहे-"

"किती वाजले पहायला त्या उठल्या- आणि मधल्या खोलीत येताच त्यांना दिसलं बाहेरच्या खोलीत प्रकाश नाही- साहजिकच त्या पहायला आल्या; पण खोली रिकामीच होती- तसं घर मोठं आहे- खाली पाचसहा खोल्या- वरही तितक्याच- खरं तर त्या दोघांपैकी कोणीही कधी वर जातच नसतं- तरीही त्यांनी वरच्याही सर्व खोल्या धुंडाळल्या; पण दिनकररावांचा काही पत्ता नाही- मग मात्र त्या घाबरल्या- जवळचं आणि ओळखीचं असं माझंच नाव त्यांच्या डोळ्यासमोर आलं- त्यांचा फोन येताच पाच मिनिटातच मी इथे हजर झालो. घराचा शोध पुन्हा घेण्यात अर्थात आता काही अर्थच नव्हता. घराभोवती मी एक चक्कर मारली. मी श्यामलाबाईंना विचारलं, त्यांच्या अंगावर कोणते कपडे होते? त्या म्हणाल्या- नेहमीचेच. झब्बा, पायजमा.

"श्यामलाबाई, मी म्हणालो. आपण तास दोन तास वाट पाहू- सांगता येत नाही- जवळच कोठेतरी गेलेले असायचे-

"पण अर्थात मलाही माहीत होतं ती आशा व्यर्थ होती. शेवटी दहाच्या सुमारास पोलिसांत वर्दी द्यावीच लागली. चौकशीसाठी इन्स्पेक्टर आले. त्यांची ती ठरावीक प्रश्नावली. त्यांच्यावर काही आर्थिक संकट आलं होतं का? एखादा दुर्धर रोग झाला होता का? घरात कोणाशी तंटाबखेडा झाला होता का? पण सर्वांत महत्त्वाचा प्रश्न- ज्याला श्यामलाबाई स्पष्ट उत्तर देऊ शकल्या नाहीत- वाड्याचं मोठं दार उघडं होतं का? मी आल्यावर त्यांनी ते माझ्यासाठी उघडलं, का आधीपासूनच उघडं होतं- त्यांना खरोखरच आठवेना- आणि त्यांची

मनःस्थिती पाहता त्यांना तरी दोष कसा देणार?

"पोलीस फोटो, कपड्यांचं वर्णन, इत्यादी घेऊन गेले; पण शेवटी निष्पन्न काय झालं? दिनकररावांचा काहीही तपास लागला नाही आणि वाड्याचं दार बंद होतं का उघडं होतं याबद्दल जी संदिग्धता होती त्यामुळे नक्की असा काही निष्कर्षही काढता येईना आणि तो त्या प्रकरणाचा अंत. या गोष्टीला सातच्यावर वर्षं उलटून गेली- अर्थात दोन सच्चा दोन वर्षांनतर श्यामलाबाईंनी सारी आशा सोडूनच दिली होती; पण सात वर्षं उलटल्याखेरीज कायदा त्या बेपत्ता व्यक्तीला मृत म्हणून स्वीकारत नाही ना? श्यामलाबाईंना कायद्याच काहीच ज्ञान नव्हतं- आता सात वर्षं पुरी होऊन गेली आहेत- म्हणून त्यांच्या त्या इच्छापत्राला कायदेशीर मान्यता मिळाली आहे.''

"आणि त्या मागोमाग श्यामलाबाईंचं असं गायब होणं" श्रीकांत म्हणाला काका, या दोन्ही घटनातले साम्य हा तुम्हाला योगायोग वाटतो? की या दोन्ही घटनांचा काही परस्परसंबंध आहे अशी शंका मनात येते?"

"अरे बाबा, ही होनप मंडळी कोणाची कोण? अगदी आपत्कालीन मदत म्हणूनच मी श्यामलाबाईंसाठी धावपळ केली- आता माझा काय संबंध आहे?"

खाली काठी टेकून खुर्चीवरून उठता उठता वाडकेर म्हणाले, "ठीक आहे- मी जातो आता."

"काका, आणखी एक विचारायचं आहे. या श्यामलाबाईंनी चिठ्ठीत लिहून ठेवलं होतं- माझ्यावर काहीतरी भलतंच संकट येणार आहे, अशी मला मनोमन भीती वाटते. काका, त्या या संबंधात तुमच्याशी काही बोलल्या होत्या?"

मान हलवत जरासे हसत वाडेकर म्हणाले, "श्रीकांत, दिनकरराव गेले, आणि माझा या होनप कुटुंबाशी असलेला संबंध संपला. दिनकररावांना मी एका चांगल्या आणि प्रामाणिक करसल्लागाराचे नाव सुचवलं होतं- त्यांच्यामागे श्यामलाबाई त्याच्याकडेच जात असत. दिनकरराव होते तेव्हाची गोष्ट वेगळी होती- नंतर मी या वाड्याला भेट देणं लौकिकदृष्ट्या अयोग्य ठरलं असतं. वाड्यात एकट्याने राहाणाऱ्या श्यामलाबाई खूप श्रीमंत आणि स्वरूपवान- लोकांच्या जिभा काय- लगेच वळवळायला लागतात."

"काका, मला वाटलं होतं श्यामलाबाई त्यांना कशाची एवढी भीती वाटत होती, त्यासंबंधात तुमच्याशी काहीतरी बोलल्या असतील."

"सॉरी, त्यातलं मला काहीच माहीत नाही. मी निघतो आता."

वाडेकर वळले आणि गेटबाहेर पडून रस्त्याला लागले.

श्रीकांतने मनगटावरच्या घड्याळावर नजर टाकली. पाच वाजून गेले होते. म्हणजे त्या वाडेकरकाकांशी बोलण्यात जवळजवळ तासाभराचा अवधी गेला होता! त्याच्या काही प्रश्नांची उत्तरं मिळाली होती; पण महत्त्वाच्या दोन प्रश्नांची नाही- श्यामलाबाईंना भीती कशाची वाटत होती? आणि त्या एकट्याने वाड्यातच का राहिल्या होत्या?

खुर्च्या उचलून तो वाड्यात आला. बाहेरच्या मानाने आतला प्रकाश जरा कमीच वाटत होता. खुर्च्या डायनिंग टेबलपाशी ठेवून त्याने खालच्या मजल्यावरच्या सर्व खोल्यांतले दिवे लावले.

४.

योग्य-अयोग्य, प्रोप्रायटी इत्यादींचा विचार या क्षणी गैरलागू होता. त्याला काही माहिती हवी होती, त्यासाठी आवश्यक ते सर्व करणं भागच होतं.

तो त्याच्या शोधाची सुरुवात होनपांच्या बेडरूमपासून करणार होता. महत्त्वाची किंवा खाजगी कगादपत्रे ठेवण्याची तीच हमखास जागा असणार. ड्रेसरचे वरचे दोन लहान ड्रॉवर, रुमाल, नॅपकीन, काही पर्स, औषधी गोळयांच्या पट्ट्या असलेले दोन चपटे डबे, आयोडेक्स- व्हेपोरब- घशासाठी गुळण्यांची काही औषधं इत्यादींनी भरले होते. वास्तविक औषधं ठेवण्याची ही जागा नव्हती; पण त्या श्यामलाबाई एकट्याच असायच्या. रात्री-अपरात्री जवळ असावीत म्हणून ठेवली असतील. खाली दोन मोठे कप्पे होते. त्यातला वरचा कप्पा बाहेर ओढताच त्याला तो अल्बम दिसला. अर्धे काम फत्ते झाल्याची जाणीव झाली. अल्बम बाहेर काढून तो तिथेच ड्रेसरजवळच्या खुर्चीवर बसला.

अल्बम फोटोंनी निम्म्याहून अधिक भरला होता. सर्व फोटो स्टुडिओमध्येच काढलेले होते. त्याने शेवटाकडून एक एक फोटो पाहण्यास सुरुवात केली. फोटोंच्याखाली तारखा नव्हत्या. अगदी शेवटचा फोटो सहज पंधरा वर्षांपूर्वीचा असणार. दिनकररावांना जाऊनच आता सातच्यावर वर्षे उलटून गेली होती. आता प्रथमच तो त्यांचा तोंडवळा पाहत होता. वाडेकरकाका म्हणाले होते ते

खरं होतं. दिनकरराव दिसायला अगदीच सामान्य होते. चश्मा आणि जाड मिश्या- यामुळे ते अनंतरावांसारखे दिसत होते हे खरं होतं; पण श्यामलाबाई! त्या खरोखरच सुंदर होत्या. हा फोटो समजा, दहा वर्षांपूर्वी काढला- त्यांचे वय पंचेचाळीसच्या आसपासचं वाटत होतं; पण नितळ गौरकांती, कुरळ्या केसांची महीरप, टपोरे डोळे- त्यांची गणना सुंदरांतच करायला हवी. अर्थात त्यांच्या विवाहाच्या वेळी मुलीच्या पसंती- नापसंतीचा विचार क्वचितच केला जात असेल- कदाचित श्रीमंत घरचा मुलगा म्हणूनही दिनकररावांची निवड झाली असेल- ते काही असो- त्यांचा जन्म या वाड्यात गेला होता. फोटोत त्यांच्या अंगावर कोणतेही दागिने दिसत नव्हते. कपडेही साधेच होते. श्रीकांत त्या फोटोकडे बराच वेळ पाहत होता; पण मनातल्या विचारांचं आकलन फोटोवरून कधी होईल का? त्या सुखी होत्या का दु:खी होत्या? समाधानी होत्या का असमाधानी होत्या? त्या दोन प्रतिमा निर्जीव होत्या, अबोल होत्या.

त्याने अल्बमची पानं एकामागून एक अशी मागे उलटायला सुरुवात केली. पानं मागे जात होती तसा काळही मागे मागे जात होता. टीव्हीवर त्याने वेल्सचा प्रसिद्ध 'टाइम मशीन' पाहिला होता- समोरच्या शिंप्याच्या दुकानातल्या डमीच्या अंगावरचे कपडे- किंवा त्याच्या फॅशन बदलत्या दाखवून कालक्रमणा मोठ्या कल्पकतेने दाखवली होती. इथेही जवळजवळ तसाच प्रकार होत होता. एक एक पान मागे चाललं तसे कपडे बदलत होते. दिनकररावांच्या अंगावरच्या टी शर्टऐवजी मॅनिला आला, मग त्याची जागा सफारी सूटने घेतली, मग साधा शर्ट आला आणि शेवटी तर कोटटायसह फोटो आला. फोटोंची मालिका दिनकररावांच्या लहानपणापर्यंत पोहोचत होती. एका छोट्याशा घराण्याचा तो चित्ररूप इतिहासच होता. 'मनोरमा सदन'ची पहिली एकमजली इमारत बांधल्यावेळेपासून, दिनकररावांची मुंज, त्यांचा विवाह या सर्व प्रसगांचे फोटो तिथे होते. अर्थात कोणत्याही फोटोखाली तारखा नव्हत्या; पण अनंतरावांचा जन्म- १८९७ आणि त्यांचा मृत्यू -१९७०-म्हणजे त्र्याहत्तर वर्षांची हयात आणि मग पुढची पंचेचाळीस वर्षं- या कालावधीत या घटना जमेल तशा बसवायच्या होत्या. समजा, वयाच्या बावीस-तेविसाव्या वर्षी, साधारण १९१९-१९२०च्या सुमारास त्यांचा विवाह झाला असावा- आणि समजा तीनचार वर्षांनी दिनकररावांचा जन्म झाला असेल तर तो १९२२/२३च्या सुमारास झाला, म्हणजे मृत्यूच्या

वेळी दिनकरराव ७२/७३च्या आसपास असावेत, त्यांच्या आणि श्यामलाबाईंच्या वयात बरंच अंतर वाटत होतं- कदाचित त्या दिनकररावांच्या द्वितीय पत्नीही असू शकतील.

तो एकदम भानावर आला. काळाचं कोडं सोडवण्याची ही वेळ नव्हती. त्याचा शोध त्याला चालू ठेवायचा होता. वाडेकरकाकांशी बोलण्यात आणि या विचारमंथनात बराच वेळ गेला होता. एका खिडकीतून त्याने बाहेर नजर टाकली. दिवस संपायच्या बेतात आला होता. ड्रेसरचा तो ड्रॉवर बंद करून त्याने खालचा ड्रॉवर उघडला. प्लॅस्टिकच्या मोठ्या पिशव्यांतून स्वेटर, शाली व्यवस्थित घड्या घालून ठेवले होते. मागाहून त्याला एका गोष्टीचं बरं वाटलं- त्याने शोध घेतला तो वरवरचा नव्हता. एकामागून एक अशा सर्व पिशव्या त्याने बाहेर काढल्या. ड्रॉवरच्या तळाशी त्याला ती वही दिसली. मुलं शाळेत नेतात तसली आखीव कागदाची शेसव्वाशे पानांची वही. वहीची पानं फर्ररदिशी फिरवताच त्याला दिसलं की, वहीत बरंच काहीतरी लिहिलेलं आहे- आणि या सर्व पिशव्यांच्या खाली ती वही मुद्दाम ठेवण्यात आली होती- सहजासहजी कोणाच्या नजरेस पडू नये म्हणून? पण या वाड्यात श्यामलाबाईखेरीज दुसरं होतं तरी कोण? आणखी एक रहस्य- त्याला वाटलं. अल्बमशेजारी त्याने वही ठेवली, सर्व पिशव्या परत पहिल्यासारख्या ड्रॉवरमध्ये ठेवल्या आणि ड्रॉवर बंद केला. वहीत काय मजकूर आहे त्यावर निदान ओझरती तरी नजर टाकण्याचा मोह त्याला टाळताच आला नाही. त्याने वही उघडली. अक्षर मोठं होतं, सुवाच्य होतं. सुरुवात अशी होती-

'मला आता या साऱ्या गोष्टींची नोदं करून
ठेवायलाच हवी. गोष्टी खरोखरच घडतात की
मला भासच होतात, कसं सांगणार?
पण त्या लिहून ठेवायला हव्यात.'

नजर खिळवून ठेवणाऱ्या चार ओळी. वाड्यातल्या रहस्याला फुटलेला आणखी एक धुमारा. एक गोष्ट त्याच्या ध्यानात आली. वहीत काहीही मजकूर असो- तो वाचण्याची ही वेळ आणि ही जागा नव्हती. त्याची परत फिरण्याची वेळ आली होती. वही आणि अल्बम घेऊन तो उठला, बाहेरच्या कुलपाच्या किल्ल्या खिशात आहेत ना याची खात्री करून घेऊन तो खोलीबाहेर पडला. त्या

खोलीतला आणि त्या मागोमाग खालच्या मजल्यावरच्या सर्व खोल्यांतले दिवे त्याने मालवून टाकले. त्याच्या अपेक्षेपेक्षाही जास्त उशीर झाला होता. एकाएकी घराबाहेर पडण्याची त्याला विलक्षण निकड भासायला लागली. बरोबर टॉर्च ठेवायला हवा होता, बाहेरच्या खोलीतला दिवा शेवटी मालवायला हवा होता, मोठं दार उघडं ठेवायला हवं होतं- कितीतरी विचार भराभरा मनात येऊन गेले.

जरा घाईने पावलं टाकतच तो मोठ्या दारापाशी पोहोचला. दार उघडताच त्याला दिसलं, खरोखरच अंधार पडला होता. वाड्यात इतका वेळ कसा आणि कोठे गेला हे एक रहस्यच होतं.

त्याने आपल्यामागे मोठं दार बंद केलं, कुलूप लावलं, मग तो गेटबाहेर आला आणि गेटला कुलूप घालता घालता त्याची नजर समोरच्या इमारतीवर गेली.

वरच्या मजल्यावरच्या एका खोलीत दिव्याचा प्रकाश असावासा वाटत होता. अगदी अंधूक होता. कदाचित तीच ती, बंद खिडक्यांना आतून मण्यांचे पडदे लावलेली खोली असेल. सकाळी त्याने त्या खोलीतला दिवा लावला होता. खोलीबाहेर आल्यावर दिवा मालवायचा विसरून तर गेला नव्हता? पण आता परत वाड्यात जाऊन वरच्या मजल्यावरच्या त्या खोलीत डोकावून पाहण्याची नुसती कल्पनासुद्धा अंगावर शहारा आणीत होती. दिवा जळत असला तर जळू दे रात्रभर. जास्तीत जास्त एखादं युनिट खर्च होईल. जाणारे येणारे लोक तो दिव्याचा प्रकाश पाहून मनाशी नवल करतील- निदान ज्यांना वाडा रिकामा आहे हे माहीत होतं ते नक्कीच करतील- खुशाल करू द्यात त्यांना नवल.

वळून तो आपल्या वाटेला लागला.

पाचदहा पावलं गेल्यावर त्याने पुन्हा एकदा वाड्यावर नजर टाकली.

सर्व वाडा अंधारात होता. कोठेही प्रकाशाची खूणसुद्धा नव्हती.

मग मघाचा काय भास होता? का रस्त्यावरच्या दिव्याचा प्रकाश खिडकीच्या तावदानावरून प्रतिबिंबित झाला होता? एक खरं- तो अगदी योग्य क्षणी त्या वाड्याबाहेर पडला होता.

श्रीकांत संध्याकाळचं जेवण जरा लवकर उरकूनच ब्लॉकवर परत आला. श्यामलाबाईंच्या ड्रेसरमध्ये सापडलेली वही वाचायची विलक्षण उत्सुकता लागून राहिली होती. आल्या आल्या टेबलापाशी बसून त्याने वही उचलली.

आता मला या साऱ्या गोष्टींची नोंद करून ठेवायलाच हवी. गोष्टी खरोखरच घडतात की मला भास होतात कसं सांगणार? पण त्या लिहून ठेवायलाच हव्यात.

याची सुरुवात केव्हा झाली? यांचं अचानक नाहीस होणं- त्या घटकेपासून? की त्याआधी जवळजवळ पस्तीस वर्षांपूर्वी मामंजी असेच बेपत्ता झाले त्या वेळेपासून? का त्याही तीन वर्षं आधी सासूबाई घरातून नाहीशा झाल्या त्या वेळेपासून? हे असताना यांच्याशी हा विषय काढला की ते असे काही संतापायचे की सांगता सोय नाही. वास्तविक एखादी गोष्ट घडली तर त्यावर चर्चा करायला काय हरकत आहे? आणि एकदा नाही, दोनदा त्या गोष्टी घडल्या होत्या. एकदा सासूबाई, त्यांच्यानंतर मामंजी. यांनी मागचं दारच बुजवून टाकलं. खरं तर काहीही पुरावा नव्हता आणि माझी आणि कामवालीची रोज किती पंचाईत होत होती हे यांच्या ध्यानीही नव्हतं. मागच्या परसदारी जायला जी पाचसात पावलं पुरी पडायची त्यासाठी आता साऱ्या वाड्याला वळसा घालायची वेळ आली होती; पण यांना कोण सांगणार?

चौपन्नमध्ये सून म्हणून मी या घरात आले- आता त्याला पन्नासच्यावर वर्षं होऊन गेली; पण साऱ्या आठवणी किती ताज्या आहेत! अगदी कालच घडल्यासारख्या वाटतात! मला तर वाटायचं हे सगळं एक स्वप्नच आहे- केव्हाही अचानक जाग येईल आणि सगळा भ्रमनिरास होईल; पण नाही- ते सत्यच होतं.

वडलांचा व्यवसाय भिक्षुकीचा- तोही एका खेड्यात आणि अठ्ठेचाळीसच्या जाळपोळीनंतर घर म्हणून जे काही खोपटं होतं त्याचाही जळून राख झाली. गावचे पाटील चांगले म्हणून आम्ही वाचलो- नाहीतर जीवही गमवायचा. बाबा आणि मी- दोघंच्या दोघंच. शेवटी शहरात आलो- त्यावेळी ब्राह्मणांना जायला दुसरी जागा होतीच कुठे? ती पाचसहा वर्षं कशी काढली ते आता आठवलं की, अजूनही अंगावर काटा येतो. पोटापायी माणूस शेवटी लाचार होतो. स्वाभिमान, प्रतिष्ठा, भीड, साऱ्यांवर पाणी सोडतो- कोणाकोणाच्या हाताखाली बाबा भिक्षुक-कर्म करण्यासाठी जायचे. 'कुडमुड्या भटजी' म्हणून त्यांची संभावना काही कमी वेळा झाली नाही. मीही चारपाच ठिकाणी स्वयंपाकिणीची कामं केली- एके काळी आमचंही घरदार होतं; पण आता रस्त्यावर आलो होतो ना! अपमान

सहन करावे लागले, कधी चोरीचा खोटा आळ येऊन कामही सोडावं लागलं- जे जे होईल ते भोगत राहायचं- त्याखेरीज दुसरं करणार तरी काय?

पूर्वी हल्लीसारख्या कॅटरिंग कंपन्या नव्हत्या की, तुमच्या लहान-मोठ्या पार्टींची व्यवस्था करणारी हॉटेलं नव्हती. गडंगनेरं, केळवणं, मंगळागौरी, चातुर्मासात द्वादशांचे बारा ब्राह्मण, सोळा सोमवार, तीसतीनची व्रतं - सारंकाही घरीच व्हायचं. स्वयंपाकीणबाई, मदतीला वाढणारी एखादी आणि मग घरच्याच सुना-लेकी- याच सर्व काम करीत. मला आता आठवत नाही- पण अशाच कोणत्या तरी एका जेवणावळीत मामंजींनी- म्हणजे तेव्हा माझं लग्न झालं नव्हतं- मला पाहिलं. मी सुंदर होते हे लिहायला मला काहीही संकोच वाटत नाही- तो गर्व नव्हता, तर तो स्वाभिमान होता आणि ते वयही उभारीचं- मामंजींच्या नजरेत मी भरले एवढं खरं. हस्ते परहस्ते चौकशी करून त्यांनी आमच्याकडे बोलावणं पाठवलं.

ठरलेल्या संध्याकाळी मी आणि बाबा त्या पत्त्यावर पोहोचलो. कसा छान, दुमदार, स्वतःच्या अंगणात उभा असलेला बंगला. वर पाटी 'मनोरमा सदन.' जरा चाचरतच आम्ही आत शिरलो. पन्नाशीच्या आसपासचे एक गृहस्थ आमची वाट पाहत बाहेरच्या खोलीत उभे होते.

'घारे गुरुजी?" आम्ही आत जाताच त्यांनी विचारलं.

"हो." बाबा म्हणाले. "पण-"

"ते मागून पाहू. या." म्हणत ते डाव्या हाताकडच्या खोलीत गेले. आम्ही दोघं त्यांच्या मागोमाग खोलीत गेलो. असं उंची सामान. असा दिव्यांचा झगमगाट, डोळे दिपूनच जावेत. खोलीत एका खुर्चीत एक मध्यमवर्गीय बाई बसल्या होत्या.

"तू श्यामला ना?" त्या गृहस्थांनी मला विचारलं. मी मान हलवताच ते म्हणाले, "मनोरमा, हिला आत घेऊन जातेस का?" पण लागलीच त्यांनी आपला विचार बदलला. "नको. श्यामला, तू पण इथेच बस." त्या मनोरमाबाईंच्या शेजारीच एका खुर्चीत मी अगदी अवघडल्यासारखी बसले.

"बसा, घारे गुरुजी, बसा." ते म्हणाले. भिंतीवरच्या मोठ्या घड्याळाकडे पाहत ते म्हणाले, "दिनकरची माझ्या मुलाची, ऑफिसमधून यायची वेळ झालीच आहे. तो येईलच एवढ्यात. तोपर्यंत आपण वाट पाहू या."

सगळंच मोठं रहस्यमय होतं. मी आपली चोरट्यासारखी बसून होते आणि मधून मधून त्या दोघांकडे पाहत होते ते स्वतः खिडकीतून बाहेर पाहत होते. मध्येच ते म्हणाले, "आलाच दिनकर. तुम्ही बसा हं. मी येतोच."

ते खोलीबाहेर गेले. बाहेरच्या खोलीत काहीतरी बोलणं झालं असावं. ते परत आत येऊन बसले आणि पाच-सात मिनिटांनी एकजण खोलीत आले. त्यांच्याकडे मी अगदी ओझरती नजर टाकली. पांढरा शर्ट, पांढरी पँट, जरा उभट चेहरा, एवढंच ध्यानात राहिलं.

"ये रे, दिनकर बस." ते गृहस्थ म्हणाले आणि मग घसा एकवार साफ करून म्हणाले, "घारे गुरुजी, हे सगळंच रीतिरिवाजाविरुद्ध आहे; पण काहीकाही वेळा ते सर्व दूर ठेवावं लागतं. आता मी काय सांगतो ते नीट ध्यानात ठेवून ऐका. माझं नाव अनंतराव होनप. मी इथे कोर्टात नाझरच्या हुद्यावर होतो. नुकताच रिटायर झालो आहे. हा दिनकर. माझा एकुलता एक मुलगा. सध्या रेव्हेन्यूत नोकरी करतो आहे. ग्रॅज्युएट झालेला आहे.

"आता तुम्हाला इथे कशासाठी बोलावलं ते सांगतो. घारे गुरुजी, ही तुमची मुलगी श्यामला- दोनतीन ठिकाणी काही काही निमित्ताने जायची वेळ आली तेव्हा ती माझ्या दृष्टीला पडली. तिचं रूप, वागणं, चुणचुणीतपणा हे सारंच माझ्या नजरेत भरलं. मी तिची पाचसात ठिकाणी चौकशी केली. सर्वांच्या मते ती कामसू आहे, चलाख आहे, टापटिपीची आहे. आता माझ्या मनातला विचार स्पष्ट शब्दांतच सांगतो. या श्यामलाला माझ्या मुलासाठी, दिनकरसाठी, मी मागणी घालतो आहे. मनोरमानेही यापूर्वी श्यामलाला पाहिलं आहे. दिनकरला मी कल्पना दिली होती, आता तोही तिला पाहतो आहे आणि तुमचीही दिनकरशी गाठ पडते आहे.

"घारे गुरुजी, मी काही पूर्वीसारखा कोणी राजा-महाराजा, सुलतान नाही- की माझ्या मनात आलं की लगेच तसं व्हावं. तुमचं मत आहे, श्यामलाचं मत आहे, दिनकरचं मत आहे- कोणाच्याही मनाविरुद्ध काहीही घडू नये हीच माझी इच्छा आहे. आणखीही काही काही सांगतो ते नीट ऐकून घ्या.

"तुम्ही उपाध्याय मंडळी- पत्रिका आणि राशिभविष्याशी तुमचा सतत संबंध येत असणार. त्यावर किती विश्वास ठेवायचा हा ज्याचा त्याचा वैयक्तिक प्रश्न आहे. त्याला अवास्तव महत्त्व देऊ नये असं माझं मत आहे- तरीही तुमचा

तसा आग्रह असेल तर दिनकरची जन्मतारीख आणि जन्मवेळ तुम्हाला देतो- तुम्ही त्याची पत्रिका करून घ्या. हे दोघं एकमेकांना अनुरूप आहेत असं पत्रिकेवरून दिसलं तर पुन्हा माझी गाठ घ्या; पण माझी सूचना लक्षात ठेवा.

"श्यामला, मला माहीत आहे, तुझं शिक्षण शाळेतल्या काही यत्तांपर्यंतच झालं आहे आणि तुला कोणाकोणाकडे काही काही हलकी घरगुती कामं करावी लागली आहेत; पण त्यात तुझा काय दोष आहे? कोणत्या परिस्थितीत तुम्हाला शहरात यावं लागलं याची मला पूर्ण कल्पना आहे. पुस्तकी शिक्षणाला मी अवास्तव महत्त्व देणारांपैकी नाही.

"घारे गुरुजी, तुमच्या आर्थिक परिस्थितीची मला पूर्ण कल्पना आहे. श्रीमंतीने गुणवता येत नाही. गुणवता काही विकत घेता येत नाही. सर्व बाजूंनी विचार करूनच मी हा निर्णय घेतला आहे. आताच तुम्हाला माझा शब्द देतो की, यदाकदाचित आपला हा संबंध जुळून आलाच तर तुम्हाला कमीपणा येईल किंवा तुमचा अपमान होईल असं वर्तन कोणाकडूनही कधीही होणार नाही. हे माझं वचन आहे. तेव्हा पैशांचा विचार मनातून पार काढून टाका."

खुर्चीवरून उठत ते म्हणाले, "घारे गुरुजी, मनोरमा, चला, आपण तिघं वर गच्चीवर जाऊ. या दोघांना एकमेकांशी काही बोलायचं असेल, तर ते मोकळेपणाने बोलू देत. चला."

ते तिघंही बाहेर गेले आणि खोलीत आम्ही दोघंच तेवढे राहिलो.

त्या घटनेला आता पन्नासच्यावर वर्षं होऊन गेली आहेत- तरीही ती अगदी आता घडल्यासारखी माझ्या मनासमोर आहे. असणारच. सगळंच किती अनपेक्षित होतं! अर्ध्यापाऊण तासापूर्वी लग्नाचा विचारही माझ्या मनात नव्हता आणि आता एकाएकी एका आलिशान बंगल्यात मला आणण्यात आलं होतं, एका संपूर्ण अपरिचित तरुणासमोर बसवण्यात आलं होतं आणि त्याच्याशी माझा विवाह व्हावा असं मला सुचवण्यात आलं होतं. निवडीचं स्वातंत्र्य (निदान वरवर तरी) मला देण्यात आलं होतं; पण माझ्या मनाला खरोखर किती किंमत होती?

अनेक लग्नसमारंभात मी कामासाठी हजर राहिले होते, घरच्या अगदी आतल्या वर्तुळापर्यंत मला प्रवेश होता. विवाह कसे ठरवले जातात, देणीघेणी काय होतात, मानापमान- रुसवेफुगवे काय होतात, सर्व मला माहीत होतं. तशा

खरोखर कितीजणी त्यांच्यासाठी निवडण्यात आलेल्या पुरुषांशी विवाह करायला खरोखर मनापासून तयार होतात? पण अगदी क्वचित, वरच्या वर्गातला एखादा अपवाद सोडला, तर कितीजणींना निवडीचं, होकार-नकाराचं स्वातंत्र्य होतं? चांगला असो, वाईट असो, होता तो जमाना तसा होता, तो स्वीकारावाच लागत होता.

आज ना उद्या बाबांना माझ्या विवाहाचा विचार करावा लागणारच होता. ते काय अशा श्रीमंत लोकांकडे माझी पत्रिका घेऊन येणार होते? ते कुठे जाणार? एखादा शाळामास्तर, एखादा ओव्हरसीयर, एखादा क्लार्क - त्यापलीकडे त्यांची नजर जायचीच नाही- आणि त्यात त्यांचा काय दोष होता? आणि शेवटी त्यांच्यापैकीच एखादं स्थळ मला पसंत करावं लागलं असतं की नाही? आणि अगदी कमीत कमी निदान हजार-बाराशे तरी बाबांना उभे करावे लागले असतेच की नाही? माझ्यासाठी कर्ज काढणार? आणि शेवटपर्यंत फेडत राहणार? आणि एवढं करूनही गरिबाघरची म्हणून सासरच्यांकडून सतत उणंदुणं ऐकून घ्यायची वेळ येणारच नाही कशावरून?

समजा, बाबाच मला या होनपांच्या घरी 'मुलगी दाखवायला' म्हणून घेऊन आले असते तर? अशक्य कोटीतली गोष्ट; पण योगायोगाने ती घडली होती ना? मग तसंच समजून चालायला हवं. मी आता प्रथमच या दिनकररावांकडे मान वर करून पाहिले. तेही माझ्याकडेच पाहत होते. त्यावेळी आमच्या दोघांत झालेली प्रश्नोत्तरं आजही आठवणीत अगदी ताजी आहेत.

"अं, श्यामला, नाही का? बाबांच्या बोलण्यावरून माझ्या लक्षात आलं आहे तुम्हाला दोघांना याची काहीही कल्पना नसणार, हो की नाही?" ते जरासे हसत म्हणाले. "बाबा आईशी आणि माझ्याशी यावर दोन-तीनदा बोललेले आहेत. आज तुम्ही येणार हेही त्यांनी आम्हाला सांगितलं होतं; पण तुम्हाला ही भेट अगदी सर्वस्वी अनपेक्षित असणार, हो की नाही?"

"आज अनपेक्षित आहे खरी." मी म्हणाले. "पण आपल्या समाजात मुलींना याच प्रसंगाला आयुष्यात सामोरं जावं लागतंच की नाही? इथे येण्याआधी मला कल्पना नव्हती हे खरं; पण अगदी एखाद्या ठिकाणी अगदी ठरवूनही जरी बाबा मला 'दाखवण्यासाठी' घेऊन गेले असते तरी त्यांच्या नावाखेरीज मला इतर काय माहिती असणार होती? तेव्हा शेवटी फरक काय पडतो?"

"छान. किती व्यवहारी नजरेने तू या अनपेक्षित प्रसंगाचा स्वीकार केला आहेस! छान! इतकी स्पष्टपणे बोलतेच आहेस तर मनातली पसंती नापसंती, होकार-नकार हेही स्पष्टपणे सांगून टाक!"

"खरोखर पाचदहा मिनिटांच्या गाठीभेटीत एवढा महत्त्वाचा- आयुष्यातला सर्वांत महत्त्वाचा- निर्णय घेतला जातो. स्पष्ट बोल म्हणालात म्हणूनच मनातले खरे विचार मांडते. अशा या पाचदहा मिनिटांच्या भेटीत स्वभावाची, आवडीनिवडीची आयुष्याबद्दलच्या भावी अपेक्षांची काही कल्पना येणं शक्य आहे का?

"तुला म्हणायचं तरी काय आहे?"

"शेवटी हा एक जुगारच आहे आणि आजच्या घटकेस तरी समाजातल्या आपल्या वर्गातला प्रत्येक तरुण, प्रत्येक तरुणी हा जुगार खेळत असतात. मग मी तरी त्याला अपवाद का ठरावं? मीही या जुगाराला तयार आहे- म्हणजे तुमची तयारी असली तर." ते काही बोलायच्या आधीच मी पुढे म्हणाले, "माझी आर्थिक आणि कौटुंबिक परिस्थिती तुम्हाला माहीतच आहे; पण म्हणून लाचार होऊन मी माझा होकार देत नाही आहे. आम्हाला इथे मानाने बोलावण्यात आलं आहे, निवडीचं स्वातंत्र्य देण्यात आलं आहे. आपल्या समाजात मुलीचे वडील 'स्थळां'कडे जातात तेव्हा सुरुवातीपासूनच उपेक्षेची, कमीपणाची वागणूक मिळणार, ही अपेक्षा मनात ठेवूनच जात असतात- आणि स्थळाचा होकार आला तर तो मोठा उपकार समजून स्वतःला कृतकृत्य समजतात. त्यापेक्षा इथली परिस्थिती किती वेगळी आहे! मी खऱ्या अर्थाने स्वतंत्रपणे विचार केला आहे आणि माझं मत तुम्हाला सांगितलं आहे."

काही वेळ थांबून मग दिनकरराव म्हणाले, "पाचदहा मिनिटात माणसाची परीक्षा होत नाही, हे तुझं म्हणणं मला पटतं. तरीही तुझं वागणं आणि विचार मला पसंत पडले आहेत. बाबा म्हणालेच आहेत- आर्थिक व्यवहाराचा प्रश्न येणारच नाही. तुझ्यात काय कमी आहे? मी बाबांना माझा होकार देणार आहे."

मामंजी, सासूबाई (अजून ती नाती जोडली गेली नव्हती; पण जोडली जाणारच होती, म्हणून त्यांचा असा उल्लेख करते आहे) आणि बाबा परत खोलीत आले. आल्या आल्या सासूबाई म्हणाल्या, "चल गं, माझ्याबरोबर आत. बोलू देत त्यांना."

आतल्या खोलीतून मधल्या खोलीत दार निघत होतं आणि समोरच स्वयंपाकघराचं दार होतं. आम्ही स्वयंपाकघरात गेलो. एका भिंतीला लागून ओटा होता. त्या दिवसात जरा नवलाचीच गोष्ट. मोठमोठ्या घरातूनही स्वयंपाक खालीच होत असे. ओट्यावर दोन शेगड्या होत्या, स्टोव्ह होता. समोरच्या भिंतीला उघडं फडताळ होतं. त्यात पितळी डबे, कपबश्या- ग्लास- चमचे- डाव- गाळणी मांडली होती. ओट्याच्या डाव्या बाजूला पाण्याचा माठ होता. पितळयाचं मोठ पिंप होतं.

ओट्याला पाठ लावून सासूबाई उभ्या राहिल्या. माझ्याकडून काहीतरी समजण्याची त्या अपेक्षा करीत होत्या, हे उघड होतं.

आमच्यात - आमच्या दोघांच्यांत- बरीच मोकळी चर्चा झाली. मी म्हणाले, "आपल्याकडच्यांची पसंती असली तर मी या लग्नाला तयार आहे, असं मी त्यांना सागितलं आहे."

"अगं छानच झालं की!" त्यांना अगदी खरा आनंद झालेला दिसला. "मी मनाशी देवाची प्रार्थना करीत होते- खरंच, ही श्यामला आमच्या घरी सून म्हणून यावी- माझं मागणं ऐकलं बघ देवाने. छानच झालं हो. मी तुला माझा शब्द देते- या घरात तुला काही काही कमी पडणार नाही- तू खरंच अगदी सुखी होशील- आणि दिनकरलाही सुखी करशील- फारच छान झालं!"

त्या नको नको म्हणत असतानाही मीच पुढे झाले आणि सर्वांसाठी चहा बनवला. फळीवरच्या डब्यातून त्यांनी खोबऱ्याच्या बर्फीच्या वड्या काढल्या, आणि आम्ही दोघी बाहेरच्या खोलीत आलो. मी बाबांकडे एक नजर टाकली. मानेनेच त्यांनी सर्वकाही ठीक असल्याची खूण केली.

सासूबाईंनी वड्यांचा ट्रे मधल्या गोल टेबलावर ठेवला आणि मी एकेक करीत सगळयांना चहा दिला. "मनोरमा, श्यामला," मामंजी म्हणाले, "तुम्हीही इथेच बसा. आमच्याबरोबरच चहा घ्या." सासूबाईंच्या खुणेसरशी मी स्वयंपाकघरात जाऊन आमच्या दोघींचा चहा आणला. चारचौघांत, एखाद्या दिवाणखान्यासारख्या खोलीत, खुर्चीवर बसून चहा घेण्याची ही माझ्या आयुष्यातली पहिलीच वेळ!

"श्यामला, तू विवाहाला होकार दिला आहेस ना?" मामंजीनी विचारलं.

मी मानेनेच 'हो'ची खूण केली.

"छान. दिनकरचीही संमती आहे. पत्रिका वगैरे पाहण्याच्या भानगडीत पडू नये असं घारे गुरुजींचंही मत आहे. तेव्हा असा शक्य तितक्या लवकरातला आणि चांगला मुहूर्त पहायचा - ते मी माझ्या उपाध्यायांवर सोपवतो."

सगळयांचा चहा घेऊन होताच कपबश्या ट्रेमध्ये ठेवून मी त्या घेऊन स्वयंपाकघरात गेले. ओट्याच्या शेवटालाच लहानशी मोरी आणि नळ होता. कपबश्या धुऊन पालथ्या घालून ठेवल्या आणि मी बाहेर आले.

"मनोरमा, तूच श्यामलाचं तोंड गोड कर." मामंजी म्हणाले, सासूबाईंनी माझ्या हातावर बर्फीची वडी ठेवली. आधी मामंजींना आणि मग सासूबाईंना मी वाकून नमस्कार केला. आमची निघायची वेळ आली होती. खुर्चीवरून उठून राहत बाबा म्हणाले, "अनंतराव, खरं तर मला काय बोलावं तेच सुचत नाही-"

"मग काहीच बोलू नका." मामंजी हसत म्हणाले. "जरा थांबा. मी येतोच." ते आतल्या खोलीत गेले. ते बाहेर आले तेव्हा त्यांच्या हातात एक पाकीट होतं. "घारे गुरुजी, पाकिटात माझा पत्ता घातलेली तीनचार कार्डं आहेत. काही अडचण-शंका- प्रश्न निघाला तर मला अवश्य कार्ड टाका. इकडे काय ठरलं ते मी तुम्हाला कळवीनच. तुमचा पत्ता माझ्यापाशी आहेच."

त्यांचा निरोप घेऊन आम्ही बंगल्याबाहेर पडलो.

खरं तर सर्वसामान्य माणसांच्या आयुष्यात असे नाट्यमय प्रसंग क्वचितच येतात. असं क्वचितच घडतं की एकदोन घटिकांमध्ये त्याच्या साऱ्या आयुष्याचं रंगरूपच बदलून जातं. दोनअडीच तासांपूर्वी मी एका गरिबाघरची मुलगी होते- जशी मिळतील तशी हलकी, स्वयंपाकिणीची, वाढपिणीची घरगुती कामं करीत होते आणि आता? नाटकात ट्रान्स्फर सीन व्हावा तसं झालं होतं. मी एका श्रीमंत, घरंदाज कुटुंबाची सून होणार होते. आताच मागे गेलेल्या आलिशान बंगल्याची मालकीण होणार होते. काही काही बदल स्वीकारायला खरोखरच मोठे कठीण असतात.

"बाबा! मला तर हे सगळं एखाद्या स्वप्नासारखंच वाटत!" मी म्हणाले.

"तू नशीब काढलंस पोरी!" बाबांचा आवाज जरासा सद्‌गदित झाला होता. "नाहीतर तुझा बाप तुझ्यासाठी काय करू शकला असता? एखाद्या कारकुनाच्या गळयात तुला माळ घालावी लागली असती- जरा चैनीचं आयुष्यच हवं असेल तर मग आहेच एखादा बीजवर- " जरा वेळ बाबा गप्प राहून चालत राहिले.

मग माझ्याकडे पाहत म्हणाले, "श्यामला, माझ्या मनात राहून राहून एक शंका येते आहे- या होनपांना त्यांच्या तोलामोलाच्या अशा एखाद्या घराण्यात देखणी सून मिळाली नसती का? या श्रीमंत पैसेवाल्या माणसांचा आपल्याला काही अनुभव नाही- आपल्याला पैशांची ददात आहे ही गोष्ट खरी आहे- कदाचित त्याचाच फायदा म्हणून या होनपांनी असा काही बनाव रचलेला नाही ना?"

मामंजी, सासूबाई आणि दिनकरराव- सर्वांची वागणी बोलणी मी आठवत होते. मला तरी कोणाच्या वागण्यात काही कृत्रिमपणा जाणवला नव्हता. अर्थात पैशांचा गैरवापर सगळीकडेच होतो. आपल्या कोकणातल्या कितीतरी गरीब घरांतल्या मुली केवळ पैशापायी त्यांच्या आईवडलांनी मोठ्या घरी दिल्या होत्या. कोणास ठाऊक त्यांना घरात मान, प्रेम, आपुलकी मिळत होती की नाही ते! मला स्वतःला या होनप मंडळींचा संशय येत नव्हता. काही गैरप्रकार असता तर तो असा खुलाखुला झाला नसता. एखाद्या मध्यस्थामार्फत झाला असता; पण मला तरी जगाचा काय अनुभव होता? अचानक संपत्ती समोर आली की, नजर दिपते आणि साध्या साध्या गोष्टी दिसत नाहीत. बाबांना शंका आली असली तर त्यात त्यांची काही चूक नव्हती; पण मनाशी ठरवलं होतं, आमच्या गरिबीचा जर कोणी असा गैरफायदा घेण्याचा प्रयत्न केला तर त्याचेच हात पोळल्याखेरीज राहायचे नाहीत, त्याच्यावरच जन्मभर पश्चात्ताप करीत बसण्याची वेळ येईल.

घरी पोहोचेपर्यंत आमच्यात जास्त काही बोलणंच झालं नाही. तोपर्यंत अंधार पडला होता. घराचं दार उघडून बाबांनी आतला दिवा लावला. घर कसलं? एका खणाची पडवी. मोठ्या मेटाकुटीने मिळवलेली. मध्यभागी तारेला लटकणारा चाळीस वॅटचा उघडा दिवा. एक भिंतीपाशी स्टोव्ह आणि स्वयंपाकाची चार भांडी. वरच्या दांडीवर वाळत घातलेले कपडे आणि दुसऱ्या भिंतीपाशी दोन गाद्यांच्या वळकट्या. तासाभरापूर्वीच पाहिलेल्या आलिशान घराचं चित्र नजरेसमोर आल्याखेरीज कसं राहील? हा गळका, तुटका- फाटका संसार सोडून मी होनपांच्या बंगल्यावर जाणार होते; पण बाबा? त्यांचं काय? ते मागे एकटे राहणार- त्यांच्या जेवण्याखाण्याची काय व्यवस्था? त्यांच्या प्रकृतीची काळजी घ्यायला कोण होतं? ते इथे असे खोपटात खितपत दिवस काढत असताना श्रीमंत सासरचा सुग्रास मला गोड लागणार होता का? त्या घरचं ऐश्वर्य पाहून मी किती भुलले होते! या माझ्या विचारांमध्ये माझं बाबांकडं लक्षच नव्हतं. त्यांची हाक आली तेव्हा कोठे मी भानावर आले.

"श्यामला! अगं हे बघ काय आहे!" ते म्हणत होते.

दिव्याखाली उभं राहून त्यांनी मामंजींनी दिलेलं पाकीट उघडलं होतं.

"हे बघ!" त्यांनी पाकीट माझ्याकडं केलं. मी पाकिटात पाहिलं. दोनतीन पोस्टकार्डं होती, एक कागद होता; पण त्यांच्यामागे नोटांच्या घड्या होत्या. मी नोटा बाहेर काढल्या. शंभरा-शंभराच्या दहा नोटा! त्यावेळी शंभराची नोट मोठ्या आकाराची, तडतडत्या कागदाची असायची. दहा नोटा! एक हजार रुपये!

पाकिटातलं पत्र काढून मी बाबांच्या हातात दिलं. बाबांनी पत्र एकदा वाचलं, दोनदा वाचलं आणि मग मान हलवत पत्र माझ्या हाती दिलं.

"तूच वाच, श्यामला." ते म्हणाले.

काळ्या शाईत, सुवाच्य अक्षरात पत्र लिहिलं होतंः

श्री घारे गुरुजी यांस

स. न. वि. वि.

आपल्याकडून व चि. श्यामलाकडून या भावी विवाहास होकार आला नसता तर अर्थात हे पत्र तुमच्या हाती पडलचं नसतं.

विवाहाचा मुहूर्त निश्चित झाल्यावर मी आपल्याला सविस्तर पत्र लिहीनच. विवाहात आपल्याला एका पैचीही आर्थिक तोशीस पडणार नाही हे मी सांगितलचं आहे, त्याचाच पुनरुच्चार करतो.

तरीही तुम्हाला काही काही अपरिहार्य खर्च करावाच लागेल. म्हणजे चि. श्यामलासाठी एखादी साडी, मंगळसूत्राच्या दोन वाट्या, मणी इत्यादी. त्यासाठी सोबत थोडीशी रक्कम पाठवली आहे तिचा कृपया स्वीकार करा. चि. श्यामला आमच्या घरची सून होणार आहे तेव्हा विवाह विधीसाठी ती योग्य इतमामाने हजर व्हावी अशी माझी इच्छा आहे. याबाबतीत अवघड वाटून घेण्याचं तुम्हाला काहीही कारण नाही, तेव्हा कृपया, कोणताही गैरसमज करून घेऊ नये.

कळावे,

आपला

अ. म. होनप

पत्र वाचताच आधी एका गोष्टीचा जरासा राग आला. त्यांनी आमचा होकार गृहीतच धरला होता; पण ते अपेक्षितच नव्हतं का? समोर चालून आलेली सुवर्णसंधी दवडण्याइतका आमचा मानापमान महत्त्वाचा होता का? शेवटी हा व्यवहार होता आणि व्यवहार म्हटलं की तडजोड ही आलीच.

"तुला काय वाटतं?" बाबांनी विचारलं.

"काय वाटणार?" मी जराशी हसत म्हणाले. "आहे या परिस्थितीत तुम्ही हे पैसे काही त्यांना परत करू शकत नाही आणि त्यांच्या शब्दांत अगदीच अर्थ नाही असं कसं म्हणता येईल? बाबा, मला तुमची खरी परिस्थिती माहीत आहे. या रकमेने तुमच्या खांद्यावरचा भार खासच हलका होणार आहे, नाही का?"

होनपांच्याकडचं पत्र आलं. तीस दिवसांनंतरचा मुहूर्त त्यांनी काढला होता. कार्य त्यांच्याच बंगल्यात होणार होते. त्यावेळी शहरात दोन-तीनच कार्यालयं होती- बहुतेक विवाह वाड्यातच होत. अंगणातच माडव टाकला जायचा. मदतीला नातेवाईक आणि शेजारी. रिसेप्शन वगैरे प्रकार नव्हता. जवळची मंडळी जेवणासाठी थांबत. बाकी विवाहासाठी उपस्थित राहिलेल्या सर्वांना पानसुपारी आणि नारळ देण्याची प्रथा होती.

होनपांच्याकडे मी पसंत पडले आहे ही बातमी बाबांच्या व्यवसायातल्या मंडळींपर्यंत पोहोचायला उशीर लागला नाही. भिडेकाका आणि काकू त्यातल्या त्यात जवळचे, जरा आपुलकीने वागणारे. काकूनीच सर्व जबाबदारी अंगावर घेतली. सोनं काहीतरी शाऐंशी- सत्त्याऐंशी रुपये तोळा होतं. एक तोळ्याची अंगठी, चार तोळ्यांच्या बांगड्या बनवून घेतल्या. दोन चांगल्या साड्या आणल्या. बाबांनाही नवी धोतरं, उपरणी, अंगरखे घ्यायला लावले.

होनपांच्याकडून पत्रं येतच होती. मुहूर्ताची वेळ, तारीख त्यामागोमाग पंचवीस विवाहपत्रिका. आदल्या दिवशी सकाळी होनप पति-पत्नी साखरपुड्याच्या विधीसाठी आमच्या घरी येणार होते. संध्याकाळी त्यांच्या बंगल्याला सीमांतपूजनाचा कार्यक्रम होता आणि त्याच्या दुसऱ्या सकाळी विवाह.

भिडेकाकू नसत्या तर मी आणि बाबांनी काय केलं असतं? पण त्या होत्या. होनप आणि त्यांच्या पत्नी आल्या तेव्हा आमच्या एकखणी घरात त्यांचं चांगलं स्वागत झालं. त्यांनी माझ्या हातात पेढ्यांचा पुडा ठेवला, एक साडी दिली.

आम्हाला त्यांना निदान चहा आणि बशीत काहीतरी गोडधोड देता आलं. सीमंतपूजनासाठी आमच्याकडची निदान वीस तरी मंडळी होती- तेही भिडेकाकांच्यामुळेच. प्रत्यक्ष विवाहाच्या दिवशीसुद्धा भिडेकाकूनीच मला तयार केली. मी कशी दिसत होते? मला काय माहीत? आमच्या घरी फक्त वीतभर लांबीचा लहान आरसा होता; पण नवी साडी नेसल्यावर, अंबाड्यात वेणी घातल्यावर, अंगठी- बांगड्या- गळेसर घातल्यावर मला समोर उभी करून माझ्या खांद्यावर हात ठेवत भिडेकाकू म्हणाल्या, "श्यामला, तू अगदी खरोखर नक्षत्रासारखी सुंदर दिसतेस बघ!"

नऊ वाजून अकरा मिनिटांनी मी कुमारी श्यामला घारेची सौ. श्यामला दिनकर होनप झाले. आपल्या समाजात तरी स्त्री काय किंवा पुरुष काय- तो दिवस दोघांच्याहीसाठी अनन्यसाधारणच असतो. त्या दिवशीच्या चोवीस तासांत घडलेल्या एकूण एक घटना माझ्या मेंदूवर जणू एखाद्या पोलादी लेखणीनेच कोरून ठेवल्या आहेत. विवाह करून एकदम परक्या घरी झालेल्या मुलीच्या आयुष्यातला तो केवढा विलक्षण दिवस! मी तर किती गांगरून गेले होते! होनपांकडे विवाहासाठी आणि नंतरच्या जेवणावळीसाठी अक्षरशः शेकड्यांनी माणसं आली होती. प्रत्येक विधीचा फोटो घेणारा फोटोग्राफर होता; पण एक गोष्ट माझ्या ध्यानात आली- होनपांकडचे (किंवा त्यांच्या पलीकडचेही) कोणीही नातेवाईक नव्हते. खरं तर त्या दिवसात अगदी आते- मामेभावंडंही लग्नासाठी दोन-दोन दिवस लग्नघरी मुक्कामास असत- जवळच्यांचा तर प्रश्नच नाही. कारण अनेक घरची कार्यं (मी मदतीलाच गेलेली असल्याने) मी अगदी जवळून पाहिली होती. तेव्हा ती गोष्ट जराशी खटकलीच.

होनपांनी दिवसभरासाठी दाराशी टॅक्सी ठेवली होती. कोणाकोणाची ने-आण करण्यासाठी- इतरही कामासाठी. देवकाचे वगैरे धार्मिक विधा उरकल्यानंतर मी, हे स्वतः आणि मामंजी असं तिघे गाडीतून देवीच्या आणि गणपतीच्या दर्शनासाठी जाऊन आलो. संध्याकाळीच लक्ष्मीपूजनाचा कार्यक्रम झाला. (यांनी माझं नाव तेच ठेवलं.) आणि मग बाबा जायला निघाले. माझी खात्री होती या क्षणी त्यांच्या मनात संमिश्र भावना असणार. माझी कायमची ताटातूट होणार याचं दुःख तर असणारच; पण माझं जन्माचं कल्याण झालं आहे याचं सुख-

समाधानही असणार. माझेही डोळे चुरचुरत होते- पण बाबांच्या खांद्यावर मान टाकून अश्रू ढाळणं असला नाटकी प्रकार करण्याचा विचारही मनाला शिवला नाही- आई असती तर कदाचित गोष्ट वेगळी झाली असती; पण आई नव्हती. नमस्कारासाठी आतापर्यंत जेव्हा जेव्हा मी बाबांसमोर वाकले होते तेव्हा त्यांनी आशीर्वाद देण्यासाठी माझ्या मस्तकावर हात ठेवला होता. तेवढाच काय तो गेल्या कितीतरी वर्षांतला मला झालेला त्यांचा हस्तस्पर्श. क्षण अवघड होता, मामंजी स्वतःच पुढे आले.

"घारे गुरुजी," बाबांच्या खांद्यावर हात ठेवून ते म्हणाले, "श्यामलाची तुम्ही अजिबात काळजी करू नका- ती आता आमची झाली आहे; पण म्हणजे काही तुम्हाला परकी झालेली नाही- आपण एका शहरात राहतो आहोत. तुम्ही तिला भेटण्यासाठी केव्हाही येऊ शकता. तीही त्या बाजूला गेली, तर तुमची भेट घेऊन अवश्य तुमची विचारपूस करील."

मामंजींना नमस्कार करीत बाबा म्हणाले, "अनंतराव, खरं तर आमची बाजू अगदी लंगडी होती. तुम्हीच मोठ्या मनाने सगळं काही सांभाळून घेतलंत म्हणून कार्य व्यवस्थित पार पडलं- नाहीतर माझ्या हातून काय झालं असतं हो!"

"गुरुजी, त्या गोष्टी आता विसरा. त्या इतिहासजमा झाल्या आहेत. आता पुढचा विचार करा. श्यामला इथे अगदी सुखात असणार आहे. मी पुन्हा एकदा माझा शब्द देतो. काही म्हणजे काही काळजी करू नका."

मामंजी बाबांना गाडीपर्यंत पोहोचवायला गेले तेव्हा बाबा उपरण्याने डोळे टिपत होते.

साडेनऊच्या सुमारास घरात आम्ही फक्त चौघंच उरलो. मामंजी- सासूबाई, हे आणि मी. मधुचंद्रासाठी बाहेरगावी, एखाद्या लोणावळा, महाबळेश्वर, माथेरान अशा ठिकाणी नवविवाहितांनी तीनचार दिवसाकरिता जाण्याची प्रथा तेव्हा तितकीशी रूढ झाली नव्हती. तेव्हा तो प्रश्नच नव्हता.

इतक्या लोकांच्या वर्दळीनंतर घर अगदी सुनं सुनं वाटत होतं. सगळीकडे दिवे जळत होते. खोल्यांतून गालिचे - सतरंज्या पसरल्या होत्या. त्यांच्यावर फुलं, अक्षता, पेढ्यांच्या पुड्यांचे कागद, इत्यादींचा पसारा पसरला होता.

"आता कोणतीही आवराआवर नको." मामंजी म्हणाले, "मनोरमा, चांगला फक्कड चहा कर आणि तुमचा दोघींचाही इथेच घेऊन ये."

सासूबाईंनी खूण करताच मी त्यांच्या मागोमाग गेले. मधल्या खोलीतून आम्ही उजवीकडच्या खोलीत आलो. "ही तुमची खोली!" सासूबाई म्हणाल्या. आमची खोली म्हणजे मी आणि हे. मनात काय काय विचार आले ते अजून चांगले ध्यानात आहेत; पण इतक्या वर्षांनंतरही ते कागदावर उतरवणं मला शक्य नाही. खोलीतला मोठा पलंग, भिंतीतलं आरशाच्या दाराचं मोठं कपाट, टेबल-खुर्ची एवढ्यावरून माझी ओझरती नजर गेली- मग मी सासूबाईमागोमाग स्वयंपाकघरात गेले.

"मी करू का चहा?" मी पुढे होऊन विचारलं.

"नको- तू जरा बस. दमली असशील. आता नुसती पाहा." त्या म्हणाल्या.

त्यांनी कप भरताच मी ते ओट्यावरच्या ट्रेमध्ये ठेवून ट्रे घेऊन बाहेरच्या खोलीत आले. आधी मामंजींना, मग ह्यांना, मग सासूबाईंना चहा दिला. ट्रेमध्ये एक कप उरला.

"श्यामला," मामंजी म्हणाले, "तूही घे. इथेच घे. खुर्चीवर बसून घे. आता तू या घरची सून झाली आहेस- हक्काने वावरायला शीक."

त्यांनी कितीही आश्वासन दिले तरी माझी अवस्था अवघडल्यासारखीच झाली होती. जन्मभराच्या सवयी अशा एका दिवसात लगोलग थोड्याच बदलतात?

"हे पाहा," मामंजी म्हणाले, "सध्या दिनकर समोरची खोली वापरतो आहे; पण पूर्वी तो एकटा होता तेव्हा ते ठीक होतं. इकडच्या तीन खोल्या माझ्या वापरासाठी आहेत- त्यात काही बदल शक्य नाही; पण आपल्याला आणखी जागा लागणार आहे- वर्षा-दोन वर्षात कदाचित नातवंडं येतील- हे मी मनाशी मागेच ठरवलं होतं- आणि त्याची तयारीसही सुरुवात केली होती- माझ्या एका बिल्डर मित्राला वरच्या मजल्याचा प्लॅन काढायला सांगितला आहे- खालच्यासारख्याच सहा खोल्या वर बांधू- म्हणजे जागेची अडचण कधीच यायची नाही. प्लॅन पास झाला की, महिन्याभरात बांधकामाला सुरुवात होईल- सहा महिन्यात बांधकाम पुरंही होईल- म्हणजे मग दिनकर आणि श्यामला यांना वरचा मजला वापरता येईल. आपल्याकडे पाहुणे येतच नाहीत; पण समजा, कोणी आलंच तर त्यांच्यासाठीही वर खोल्या असतील."

रूढ अर्थाने आत्मचरित्र लिहिण्यासाठी हा लेखनप्रपंच केलेला नाही. माझं आयुष्य समाजातल्या इतर हजारो स्त्रियांसारखं सर्वसामान्य असतं, तर मग हे काही लिहावंच लागलं नसतं; पण ते तसं नाही आहे- म्हणून हा प्रपंच.

तेव्हा माझ्या वैवाहिक खाजगी आयुष्याबद्दल मी काहीच लिहिणार नाही. काही अतिशय सुखाचे तर काही अतिशय क्लेश, मनस्ताप देणारे क्षण प्रत्येकाच्याच आयुष्यात येत असतात- तेव्हा माझाही त्याला अपवाद नव्हता एवढं लिहिलं की, पुरे.

तेव्हा आमचं चौघांचं कुटुंब.

मामंजी, सासूबाईंच्या सांगण्यावरून समजलं की, कोर्टातला त्यांचा हुद्दा वरंवर अगदी सामान्य वाटला तरी ती एक फार मोठ्या अधिकाराची जागा होती. मुख्य म्हणजे खूपसे निर्णय घेण्याची त्यांना स्वतंत्रता होती- सरकारी नोकरीत हे क्वचितच असतं. तेव्हा त्यांच्या वागण्यात एक अधिकारीपणा- कोणी त्याला अहंमन्यताही म्हणेल- आला होता. त्यांच्या कलाने घेण्याची सासूबाईंनी सवयच लावून घेतली होती. हा कमकुवतपणा नव्हता, तर समजूतदारपणा होता; कारण रोजच्या घरच्या व्यवहारात सासूबाईंना अगदी संपूर्ण स्वातंत्र्य होतं. तेव्हा मामंजींच्या सकाळच्या चहाच्या, जेवणाच्या, संध्याकाळच्या खाण्याच्या वेळा पाळल्या गेल्या, बाहेरचे कपडे परीटघडीचे असले आणि त्यांच्याकडे कामानिमित्त येणारांचं व्यवस्थित स्वागत झालं की, त्यांच्या इतर कोणत्याही मागण्या नसत आणि ते नोकरीत असताना घरात खूपच मंडळींचा राबता होता. दररोज संध्याकाळी एक-दोन जण तरी भेटीसाठी येतच. या भेटीगाठी कशासाठी या संबंधात सासूबाईंनी सुरुवातीला मला काहीही सांगितलं नाही; पण पुढे ते बदलले. मामंजी निवृत्त झाल्यावर पहिले काही महिने त्यांना (आणि म्हणून सासूबाईंनाही) फार जड गेले. शेवटी मान- मरातब-सत्ता होती ती खुर्चीची होती. खुर्ची जाताना ते सर्वकाही बरोबर घेऊन गेली. बंगल्याकडे चिटपाखरू फिरकेनासं झालं; पण शेवटी त्याचीही मामंजींना सवय करून घ्यावीच लागली. मग ते एका क्लबमध्ये जायला लागले ते जवळजवळ शेवटपर्यंत जातच होते.

सासूबाई, लग्नानंतर काही दिवसातच त्यांच्या आई-वडिलांचं निधन झालं होतं आणि त्यांना दुसरं कोणीही नातेवाईक नव्हतं- तेव्हा माहेरपणा या शब्दाला

काही अर्थच राहिला नाही. बावीस-तेवीस साली केव्हातरी त्यांचा विवाह झाला त्यावेळी त्या अठरा वर्षांच्या होत्या. मराठी सात यत्तांपर्यंत शिक्षण झालेलं. मराठी वर्तमानपत्र वाचता यायचं. नंतर नंतर त्यांनी खूप वाचन केलं- घरात पुस्तकांनी कपाटं भरलेली होती. आयुष्याला काहीतरी घाट द्यावाच लागतो- नाहीतर ते अगदीच दिशाहीन होईल. त्यांना माहेरपणाची माया- सुख नव्हतं- तसा सासुरवासाचा जाचही नव्हता. त्यांचं आयुष्य जगायला त्या स्वतंत्र होत्या- आणि त्यांनी आयुष्याला स्वतःला सोयिस्कर असा घाट दिला होता; पण मामंजी आणि हे- या दोन पुरुषांच्या जगात त्या अगदी एकट्या पडल्या असल्या पाहिजेत. त्या घरात मी आणि त्यांना एक सहचरी, कलेची उणीव भरून काढणारी कोणीतरी आल्याचं समाधान लाभलं. मलाही मातृप्रेमाचा अनुभव नव्हता- आमच्या दोघींत खरोखरीच मायलेकींचंच नातं स्थापन झालं. आमच्या विवाहानंतर जवळजवळ तेरा वर्षं, १९६७ मध्ये त्यांचं निधन होण्यापर्यंतची त्यांची वर्षं खरोखर सुखाची केली.

हे स्वतः त्यांच्याबरोबर मी पंचेचाळीस वर्षं संसार केला. सुरुवातीस संपूर्ण अनोळखी असणाऱ्याच्या स्वभावातले कंगोरे, गुणदोष इत्यादी समजायला काही वेळ जावाच लागतो. काही काही अनपेक्षित प्रसंगांच्या वेळी स्वभावातला एखादा छुपा पैलू नजरेसमोर येतो. एखाद्याच्या सहवासात इतका दीर्घकाळ काढल्यानंतर त्याची पूर्ण ओळख पटली असेल ही माझी कल्पनाही त्यांनी शेवटी खोटी ठरवली; पण तो भाग त्यांच्या निधनानंतरचा आहे- त्याचा उल्लेख आता नको- मी एवढंच म्हणेन की, त्यांच्या संपूर्ण विश्वासास मी पात्र नाही असाच त्यांचा ग्रह झालेला असणार- नाहीतर अशी महत्त्वाची गोष्ट त्यांनी माझ्यापासून मागे ठेवलीच नसती- पण त्याबद्दल मागाहून. रिटायर होईपर्यंत त्यांनी रेव्हेन्यूमधली आपली नोकरी इमानेइतबारे केली. आपल्याकडे रेव्हेन्यू खातं सर्वांत बदनाम झालेलं आहे - पण मला नाही वाटत यांनी काही 'अवांतर' कमाई केली असावी- एकतर त्यांचा तसा जरासा धाडशी कलंदर स्वभाव नव्हता आणि घरी इतकं गडगंज होतं की, त्यांना कधी तशी गरजही भासली नसावी. बदल्या आल्या त्या त्यांनी नाकारल्या. त्यामुळे ज्या काही बढत्या मिळायला हव्या होत्या त्या मिळाल्या नाहीत आणि शेवटपर्यंत ते त्याच कनिष्ठ लेखनिकाच्या जागेवरच काम करीत राहिले. बदलीची ऑर्डर मिळाली की, घरात त्यावर चर्चा व्हायचीच.

मामंजी त्याच्याविरुद्ध असायचे. "कशासाठी पाठीवर संसार घेऊन हिंडतोस? इथे चांगला आरामात दिवस काढतो आहेस तेच बरं नाही का?" ते म्हणायचे. ह्यांनी एकदाच मला विचारलं होतं- "श्यामला, तुझं काय मत आहे?" मी तत्काळ म्हणाले होते, "मीही इथे अगदी सुखात आहे; पण बदली नाकारण्यामुळे तुमच्या नोकरीवर काही संक्रांत येणार असेल तर बदली अवश्य घ्या. तुमच्याबरोबर कोठेही यायला मी तयार आहे." मामंजीनी वरचा मजला बांधण्याची कल्पना लगोलग अमलात आणली होती. बांधकामाचा (जराशी धूळ-माती-बिगाऱ्यांचा गोंगाट वगळता) आम्हाला काहीच त्रास झाला नाही. अगदी खालच्यासारख्याच वरच्याही मजल्यावर सहा खोल्या बांधल्या- सीलिंग खालच्यासारखंच केलं; पण त्याच्यावर टेरेस केला नाही, तर मंगलोरी कौलांचं उतरतं छप्पर बांधलं. मध्ये उंच आणि दोन्ही बाजूंना भिंतीना टेकणारा, चौकोनी खांबांच्या रांगा असलेला माळा तयार झाला. भिंतीना प्लॅस्टर झालं, रंगकाम झालं, आमच्या वापरासाठी खाटा, कपाटं, सोफासेट, टेबलं-खुर्च्या अशी सगळी खरेदी झाली. नव्या वास्तूची शांत घरगुती कार्यक्रमानेच झाली. खालच्यापेक्षा वरचा मजला किती वेगळा होता! खालच्या मजल्यावर अंगणातल्या झाडांमुळे प्रकाश जरासा कमी येत असे. वर असा काही लख्ख प्रकाश असायचा! शिवाय खालची जमीन म्हणजे पूर्वीची मोझेकची रंगीत नक्षीकामाचीच होती- प्रत्येक खोलीत पाना- फुलांचं रंगीत डिझाइन! सगळंच इतकं वेगळं वाटायचं.

वर सहा खोल्या होत्या- आम्ही वर वावरणारे फक्त दोघं- मनात आणलं असतं तरी इतक्या खोल्यांचा वापर शक्य नव्हता- तेव्हा उजव्या हाताच्या तीनही खोल्या जवळ जवळ पहिल्या दिवसापासून ज्या बंद राहिल्या त्या कायमच्याच. त्याला दोन कारणं झाली- पहिलं म्हणजे केवळ रात्रीचा झोपण्याचा वेळ सोडला तर आम्हा दोघांचा जवळजवळ सर्व दिवस खालीच जायचा. सकाळच्या नास्त्यानंतर मामंजी बाहेर जात. काही काम असो वा नसो- बाहेर जायचा नियम ठरलेला- ते बारा वाजता परत येत आणि जेवणं झाली की त्यांचं काही काही वाचन, मग वामकुक्षी- मग चारच्या सुमारास चहा- आणि मग रात्री साडेसात- आठपर्यंत त्यांचा क्लब. हे दहाला जेवून ऑफिसात जात ते सहाच्या सुमारास परत येत- म्हणजे सारा दिवस मी आणि सासूबाईच फक्त घरात. सततच्या सहवासाने त्यांच्या माझ्याशी वागण्यात फरक पडत चालला. एक मोकळेपणा यायला

लागला. इतरही कारणं असतील. एक म्हणजे मला हलक्या आणि जड, सर्व कामांची सवय होती- आणि हे घर आपलंच आहे म्हटल्यानंतर घरातलं कोणतंच काम करण्यात कमीपणा वाटेनासा झाला. घरातला स्वयंपाक आणि बाजारहाट- सर्वच मी माझ्याकडे घेतलं. गेली कितीतरी वर्षं सासूबाई सकाळ-संध्याकाळ तेच ते काम करून कंटाळल्या असल्या पाहिजेत. त्यांनी अगदी आनंदाने सर्व जबाबदारी माझ्यावर सोपवली. लग्नसमारंभातून स्वयंपाकिणींच्या हाताखाली काम केलं होतं-स्वयंपाकातल्या अनेक लहानसहान युक्त्या मला माहीत झाल्या होत्या- नवल नाही, घरातल्यांना माझ्या हातचा स्वयंपाक मनापासून आवडायला लागला- चवीत बदल आणि नव्या नव्या पदार्थांची भर.

मामंजींना गाण्याची आवड होती. खूप मागे केव्हातरी त्यांनी फोनोग्राफ आणला होता- हल्ली आता तो म्यूझियममध्येच दिसेल. प्रत्येक रेकॉर्डच्या वेळी त्या मोठ्या हँडलने किल्ली द्यायची आणि त्या वरच्या यंत्रातली पीन बदलून मग तो फिरता हात रेकॉर्डच्या कडेवर ठेवायचा. प्रत्येक खेपेस हे सर्व करायला लागायचं; पण मामंजी न कंटाळता हा सारा खटाटोप करायचे. भिंतीतल्या कपाटात त्यांची रेकॉर्डची जाडजाड पुठ्ठ्यांची खोकी होती. एकदा मी सहज कुतूहलाने खोकी उघडून पाहिली होती- काही खूप मोठ्या, काही मध्यम, काही अगदी लहान रेकॉर्ड. काहींच्या वरचीच गाणी माझ्या माहितीची होती. बाकीची फैयाझखाँ, बडे गुलामअलीखाँ, विलायतखां, पलुसकर-मला कशाचीच काही माहिती नव्हती. सासूबाई दुपारच्या जरा पडल्या की, मी कधी कधी घरभर हिंडायची- मनात विचार आल्याखेरीज राहायचा नाही- मागच्या जन्मी आपण कोणतं मोठं सत्कार्य केलं होतं की, या जन्मी नशिबात इतकं सुख यावं? हे ऋण मी कसं फेडणार? सासूबाईंना कामाच्या जाचातून मोकळं केलं होतं; पण मामंजींसाठीही काहीतरी करावं असं सारख वाटे- आमच्या विवाहानंतर दोन वर्षांनीच त्यांना साठावं वर्षं लागत होतं- त्यानिमित्त काहीतरी देण्यासाठी मी बाजारात हिंडत होते. रेडिओ आणि रेकॉर्डच्या त्या मोठ्या दुकानात मी शिरले- आणि मला तिथे ते यंत्र दिसलं- दुकानदार कोणाला तरी त्या यंत्राचं प्रात्यक्षिक दाखवत होता. एकाच वेळी त्याने मोठ्या, मध्यम आणि लहान अशा आठ रेकॉर्ड मधल्या दांडीवर ठेवल्या आणि बटण दाबलं. शेजारचा एक हात हवेत आला, रेकॉर्डची रुंदी मोजून गेला, खट्‌ आवाज होऊन रेकॉर्ड खालच्या फिरत्या

टेबलावर पडली, हात पुढे येऊन बरोबर रेकॉर्डच्या कडेवर टेकला. रेडिओमधून रेकॉर्डचा आवाज यायला लागला. यंत्रातलं एक बटण दाबताच हात उचलला गेला, त्याने परत रेकॉर्डची रुंदी तपासली, दुसरी रेकॉर्ड खाली पडली- एका वेळी आठ रेकॉर्ड! "आणि ही पीन डायमंडची आहे- किमान हजार रेकॉर्ड तरी अगदी उत्तम वाजवील." विक्रेता सांगत होता. मी दुकानातून त्या यंत्राची पुस्तिका आणली. मला इंग्रजी समजत नव्हतं; पण एक विचारून घेतलं- किंमत दोनशे साठ रुपये.

हे घरी आल्यावर त्यांना ते पुस्तक दाखवलं- मामंजींना त्यांच्या साठीनिमित्त अशी एखादी भेटवस्तू देण्याची कल्पना त्यांच्या डोक्यात आलीच नव्हती; पण शेवटी मी त्यांचं मन वळवलं. खरं तर माझी कृतज्ञताच कोणत्या ना कोणत्या मार्गाने व्यक्त करण्याचीच माझी धडपड होती. आम्ही आदल्या संध्याकाळी पैसे भरले आणि दुसऱ्या दिवशी सकाळी साडेनऊला दुकानचा माणूस ते घेऊन आला. मामंजींना मी मुद्दाम घरी थांबवून घेतलं होतं. त्या माणसाने एक वायर भिंतीतल्या प्लगला जोडली, दुसरी वायर रेडिओमागच्या कोणत्याशा भागाला जोडली. मामंजी पुन्हा पुन्हा विचारत होते, "दिनकर! श्यामला! हा काय प्रकार आहे? हे काय चाललं आहे?" मी त्यांना हातानेच जरा वाट पाहण्याची खूण केली. त्यांच्या कपाटातून दोन मोठ्या, दोन मध्यम आणि दोन लहान रेकॉर्ड काढल्या आणि त्यांची चढण मधल्या दांड्यावर ठेवली आणि यंत्राचं बटण दाबलं. एक मोठी रेकॉर्ड टप्‌दिशी खालच्या फिरत्या तबकडीवर पडली, तो हात पुढे येऊन रेकॉर्डवर टेकला आणि रेडिओतून गाण्याचे सूर यायला लागले. मामंजी नवलाने आणि अविश्वासाने त्या यंत्राकडे आणि रेडिओकडे पाहतच राहिले.

"बाबा," हे शेवटी म्हणाले, "तुमच्या साठीनिमित्त आमच्याकडून तुम्हाला ही भेट."

"कमाल आहे! खरोखर कमाल आहे!" मामंजी पुन्हा पुन्हा म्हणत होते.

"आणि बाबा, हे सारं श्यामलाचंच डोकं बरं का! तिनेच या यंत्राची- याला रेकॉर्ड चेंजर म्हणतात- माहिती आणली. तुम्हाला आता चावी द्यायची आणि पिना बदलण्याची खटपट नको- एकाच वेळी आठ रेकॉर्ड ठेवायच्या आणि आरामात ऐकत बसायचं. जे काय श्रेय असेल ते सर्व श्यामलाचंच आहे."

"छान! छान! खरंच छान!" मामंजी म्हणाले. "आज आता बाहेर कोठे जातच नाही. बसतो ऐकत गाणी इथेच." माझ्याकडे पाहून ते हसले. तेवढं मला पुरेसं होतं.

आमच्या विवाहाला दोन वर्षं झाल्यावर मग सासूबाईंनी आडून आडून चौकशी सुरू केली- अर्थात नातवंडाची. त्यांची अपेक्षा गैर थोडीच होती? मग त्यांना कटू सत्य सांगावंच लागलं. पाचसहा महिन्यांपूर्वीच आम्ही दोघांनी वैद्यकीय तपासणी करून घेतली होती. तपासणीचा निष्कर्ष हा होता, आम्हाला संतती होणार नव्हती. जवळ जवळ पन्नास वर्षांपूर्वीचा तो काळ. वंध्यत्वावरचे आजकालचे इलाज तेव्हा थोडेच उपलब्ध होते? आयुष्यात येईल त्याचा दैव म्हणून स्वीकार करायचा हीच त्यावेळची मानसिकता. सासूबाई-मामंजी, दोघांनाही अतिशय खेद झाला. मामंजी एकदाच वैतागाने बोलून गेले, "उगाच वरचा एवढा डोलारा उभारला- घरात आपण इनमीन चारच तर असणार!" अर्थात कोणावर दोषारोप करण्याचा किंवा एखाद्या माणसाला अपशकुनी ठरवण्याचा त्यांचा स्वभावच नव्हता. दत्तक वगैरे घेण्याचा विचारही आमच्यापैकी कोणाच्याही मनात आला नाही- आणि त्या प्रकरणावर कायमचा पडदा पडला.

दिवाणखान्यात मामंजी आणि सासूबाईंचे फोटो होते. फोटोमध्ये सासूबाईंनी गळ्यात, कानात, हातांत खूप दागिने घातले होते. त्या काळी आजच्यासारखी असुरक्षितता नव्हती. पाटल्या - बांगड्या, अंगठ्या, गळ्यात दोन-तीन पदरांचे हार, स्त्रिया (जवळ असले तर) अगदी दररोज अंगावर मिरवीत असत. सासूबाई फक्त हातात दोन पातळ बांगड्याखेरीज अंगावर कधीही काहीही घालत नसत. त्यावेळी श्रीमंतांच्या घरांतून रोजच्या वापरातही नारायणपेठी, इरकली, इंदोरी साड्या वापरात असायच्या; पण सासूबाईंच्या साड्या अगदी साध्या. हक्काच्या ऐश्वर्याचा उपभोग घ्यायला काय हरकत होती? पण मी गरिबाघरची- दागदागिन्यांची चौकशी माझ्या तोंडी अयोग्य ठरली असती- त्यांना नाना शंका आल्या असत्या- तेव्हा मी त्यावर कधीही शब्दानेही काही बोलले नाही; पण एकदा तो विषय आपोआपच निघाला.

यांच्या ऑफिसमधल्या एकाचं लग्न होतं आणि आम्हा दोघांना लग्नाला जेवायला जायचं होतं. दहासाडेदहाला सासूबाईंनी मला त्यांच्या खोलीत बोलावलं. मी जाते तर काय- पलंगावर त्यांनी दागिन्यांचा हा पसारा मांडलेला! पत्र्याच्या पेट्यांतून जांभळ्या व्हॅल्व्हेटच्या कप्प्यात लखलखते दागिने मांडलेले. बांगड्या, गोट-तोडे. जाळीच्या आणि साध्या पाटल्या. चंद्रहार, तनमणी, अंगठ्या, कानातल्या हिऱ्याच्या, माणकाच्या, सोन्याच्या कुड्या, आणखीही काही काही.

"काय, सासूबाई?" मी त्यांना विचारलं.

"अगं, लग्नाला जाते आहेस- यातलं घाल ना काही काही-" त्या म्हणाल्या.

आमच्या दोघींत आणखी जवळीक निर्माण झाली होती याचाच हा पुरावा होता. मी त्यांच्याशेजारी बसले आणि म्हणाले, "सासूबाई, गेली दोनतीन वर्षं मी पाहते आहे- यातला एकही दागिना तुम्ही कधी वापरत नाही."

"माझं राहू दे. तुझं दागिन्यांचं वय आहे आणि तुला शोभूनही दिसेल. घे तुला काय हवं ते आणि श्यामला, नाहीतरी माझ्यामागे हे सारे तुझ्याच मालकीचे होणार आहे की नाही?"

संभाषणाला ही एक अनपेक्षित आणि अगदी नावडती कलाटणी होती.

"सासूबाई!" मी रागाने म्हणाले, "नसतं काही काही बोलू नका- आणि या दागिन्यांचं म्हणता- लग्नाला अंगावर लंगरखंगर घालून नटून जायला मी काही त्या घरची कुणी नाहीये- यांच्या मित्राचं लग्न म्हणून जाते आहे एवढंच."

त्यांचा अगदी आग्रहच पडला म्हणून मी साध्या पाटल्यांची एक जोडी घेतली. दागिने कोणत्या स्त्रीला आवडत नाहीत? पण मला काही दागिन्यांचा सोस नव्हता- दुसऱ्या कोणाचे घालण्याइतका तर मुळीच नव्हता; पण आमच्यातल्या बदलत्या नातेसबंधांची एक खूण होती आणि मी विचारलेला प्रश्न त्यांना मनातून सलत असावा. पाचसहा दिवसांनी आमचा चहा होऊन मामंजी बाहेर गेल्यावर त्यांनी मला बाहेरच्या दिवाणखान्यात बोलावून घेतलं.

"बस." त्या म्हणाल्या. "तुला काही सांगायचं आहे. आजवर याबद्दल मी कोणाशीही चकार शब्दसुद्धा बोललेली नाहीये- कशी बोलणार? कारण ती गोष्टच तशी आहे. आता तू घरातली झाली आहेस- त्यापेक्षाही महत्त्वाचं, तू घरातल्यासारखी वागतेस- म्हणून ठरवलं की, तुला सांगायचं. इतके दिवस एकटीने वाहत आणलेलं ओझं जरा तरी कमी होईल."

त्या काही वेळ गप्प बसल्या. मग बोलल्या तेव्हा त्यांनी डोळे मिटून घेतले होते.

"श्यामला, विचारत होतीस ना- दागिने का घालत नाही? चांगल्या चांगल्या साड्या का नेसत नाही? सांगते. श्यामला, आमच्याकडे गडगंज पैसा आलेला आहे; पण तो विटाळलेला आहे, डागाळलेला आहे गं!"

"सासूबाई! काय बोलता?"

"खरं तेच सांगते. अगं, कोर्टातल्या साध्या नोकरीच्या पगारात का यांना हा एवढा बंगला, हे सोन्या-मोत्या-हिऱ्याचे दागिने, ही मोठी लफ्फेदार वस्त्रं हे सगळं शक्य होतं? अगं, ही सगळी वरकमाई आहे."

त्यांचे सर्व शब्दच अनपेक्षित होते. गौरीगणपती समोर एखादा छानसा देखावा मांडलेला असावा- आणि एखाद्याने त्याखालचं खसदिशी ओढून घ्यावं- की, त्या देखाव्याची कशी उलथापालथ होईल, वाताहत होईल- मला अगदी तसंच वाटत होतं. हे काय ऐकत होते मी!

"श्यामला, आता विषयाला हात घातलाच आहे तर तुला सगळं काही, एकूण एक सांगणार आहे- काही काही मागे ठेवणार नाही. यांची पन्नाशी झाली तेव्हा मग यांच्या बरोबरीच्या कोणाकोणाच्या मुलांचे, मुलींचे विवाह व्हायला लागले आणि अर्थात मीही यांच्याबरोबर लग्नसमारंभाला जायची. यांनी एवढ्या हौसेने घडवून घेतलेले दागिने घालून जायची. आपोआपच बायका एकीकडे, पुरुष एकीकडे असं व्हायचं. मग माझ्या लक्षात आलं- मी बायकांच्या घोळक्यात आले की त्यांची आपापसात काहीतरी कुजबुज सुरू व्हायची. वास्तविक माझं कोणाशीही काही भांडण-तंटाबखेडा असं नव्हतं- मी त्यांच्यात मिसळायला गेले तर आधी कोणी बोलायच्याच नाहीत. अगदी हक्काने बोलायला गेले तर कुत्सित बोलणी आणि हसणी ऐकून घ्यायला लागायची. नवा केला वाटतं हार? तीन पदरीचा का केला? पाच पदरी नाही केला वाटतं? गाडी नाही आली दाराशी अजून? असे घालून पाडून विचारलेले प्रश्न आणि त्या मागोमाग ती हसणी- हे खरं, त्यांच्या मानाने माझे कपडे आणि दागिने सगळंच फार उंची असायचं; पण माझ्या यजमानांनी आपल्या कष्टाने मिळवलं होतं ना सारं? वाटायचं, यांना हेवा वाटत असेल; पण मग जेव्हा दोनचारदा हा प्रकार झाला तेव्हा मी त्यांच्यात मिसळायचंच बंद करून टाकलं.

“पण ही वेडीवाकडी बोलणी आठवणींतून काही जाईनात. मी अशिक्षित असले तरी काही अडाणी नव्हते. यांच्याशी बोलता बोलता सहज ज्यांच्या ज्यांच्याकडे आम्ही काही काही कार्यासाठी गेलो होतो अशांचे विषय काढले. जराशा बेफिकिरीने (आणि खरं तर जरा तुच्छतेनेच) हे म्हणाले- ‘त्यांचं काय? राहताहेत जुन्या वाड्यातून नाहीतर जुन्या चाळीतून!’ श्यामला, तेव्हा हे स्वतःचा फ्लॅट. अपार्टमेंट असं काहीच नसायचं. आता आताशी कोठे कोठे हे प्रकार दिसायला लागले आहेत. मग एकदा मी अगदी मोठा धीर करून यांना विचारलं- ‘मग आपला हा बंगला?’ हे जरा रागावून म्हणाले, ‘आज तुला झालं आहे तरी काय? कसल्या नाही नाही त्या चौकश्या चालवल्या आहेस?’ शेवटी न राहवून मी म्हणाले, आपण कोठे कोठे कार्याला गेलो ना की जमलेल्या बायका आपल्याबद्दल नाही नाही ते बोलत असतात. कपड्यांवरून, दागिन्यांवरून, बंगल्यावरून कुजक्या शब्दांत टोमणे मारत असतात- मी घोळक्यात गेले की, आपापसात कानी लागून कुजबुज करायला लागतात- असा काही संताप होतो- म्हणून शेवटी विचारलं. यांचा संताप असा काही अनावर झाला! ‘अगं, नालायक नवऱ्यांच्या नतद्रष्ट बायका या! दुसऱ्याचं चांगलं यांना कसं पाहवणार? आणि टिंगलटवाळीशिवाय यांना दुसरा उद्योगच काय असणार?’ श्यामला, तुला खरं खरं सांगते- यांनी एवढा गहजब केला; पण माझं काही समाधान झालं नाही बघ; पण शेवटी आपली जागा चार भिंतींच्या आतच. तिथंपर्यंत जे काही पोहोचेल ते पहायचं, ऐकायचं.”

पण मग त्यावर विचार करायला मला वेळच मिळाला नाही. बाबांची आठवड्याकाठी एक भेट तरी व्हायचीच. कधी ते आमच्याकडे यायचे, कधी मी त्यांच्या भेटीला जायची. होनपांची सोयरीक झाल्याने असेल; पण त्यांना सध्या चांगले दिवस आलेले दिसले. दोन मोठ्या मंदिरांमध्ये त्यांना ब्रह्मवृंदात नेमण्यात आलं होतं- त्यामुळे अभिषेक, पूजा इत्यादींची खूप कामं असायची. (मला मागाहून कळलं, मामंजींनीच गाजावाजा न करता बाबांच्यासाठी हे केलं होतं.) पण एकसष्टमध्ये पुराचा प्रलय झाला आणि बाबांची जागा, त्यांची सारी मालमत्ता, सर्वकाही पुराच्या पाण्यात वाहून गेलं. सुदैवाने ते वाचले.

आमची जागा नदीलगतच होती. अठ्ठावन्नच्या पुरातसुद्धा घराच्या अंगणात पाणी झालं होतं. एकसष्टच्या प्रलयात घर वाचणं अशक्यच होतं. सकाळी अकरा वाजल्यापासूनच पुराच्या बातम्या येत होत्या- खरं तर त्याच दिवशी पानशेत आणि खडकवासला एकामागोमाग एक अशी फुटली होती. सगळे पूल पाण्याखाली गेले होते. संध्याकाळी सहानंतर नवा पूल ओलांडता आला. मी आणि हे बाबांच्या जुन्या जागेवर पोहोचलो- तिथे काय होतं? नुसत्या पडक्या भिंती आणि चिखल. आसपास चौकशी केली तेव्हा समजलं एका म्युनिसिपल शाळेत पूरग्रस्तांची तात्पुरती सोय करण्यात आली होती. आम्ही तिथे पोहोचलो तर तिथे हा हलकल्लोळ! मुलं रडत होती, कोणाच्या घरची माणसं बेपत्ता झाली होती. त्याचा आक्रोश चालला होता. चार-चार, पाच-पाचांच्या गटागटांनी लोक वर्गाच्या खोल्यांतून, व्हरांड्यात बसले होते. आता पुढे काय? सर्वांच्याच मनासमोर भीषण प्रश्न असणार.

व्हरांड्यात एका कोपऱ्यात बाबा बसले होते. अंगावर बंडी आणि धोतर होतं. बहुधा त्याच कपड्यांनिशी घाईघाईने घर सोडावं लागलं असेल. आम्ही जवळ पोहोचलो तरी त्यांना पत्ता नव्हता. ते भिंतीला पाठ लावून डोळे मिटून बसले होते.

"बाबा!" मी हाक मारली. दचकून त्यांनी डोळे उघडले.

मला वाटतं साऱ्या आयुष्यात ह्यांनी प्रथमच योग्य आणि तात्काळ कृती केली.

"गुरुजी, हे म्हणाले, "तुम्ही आमच्याबरोबर चला बघू."

"तुमच्याबरोबर? कुठे?"

"अहो घरी! दुसरीकडे कुठे?"

"पण- पण- दिनकरराव-"

"गुरुजी, ही काय पण-परंतुची वेळ आहे का? चला बरं! उठा!"

खरं तर माझ्याही मनात ते होतं; पण मी सासुरवाशीण- मी कसं बोलणार? शेवटी बाबा उठले आणि आम्ही घराकडे निघालो. पूरग्रस्त भागातला तो प्रवास फारच विलक्षण होता. रस्त्याच्या एका बाजूला दोनमजली, तीनमजली घरं, दिव्यांचा लखलखाट, रेडिओवरची गाणी- तर दुसऱ्या बाजूस अंधार, चिखल, कोसळलेली घरं- वाडे- चाळी.

हमरस्ता लागला तेव्हा रिक्षा मिळाली. बंगल्यावर मामंजी- सासूबाई आमची वाटच पाहत होते. बाबांना पाहताच मामंजी पुढे होऊन म्हणाले, "आलात, गुरुजी? या" पण माझ्याकडे वळून ते म्हणाले, "श्यामला, गरमगरम चहा आणि त्याच्याबरोबर काहीतरी घेऊन ये- आम्ही बाहेरच्या खोलीतच आहोत."

दहा-पंधरा मिनिटांत मी चहा आणि खाण्याच्या बश्या घेऊन बाहेर आले.

"गुरुजी म्हणताहेत फक्त चहाच घेतो. जेवायला काही फार वेळ नाही." मामंजी म्हणाले. "आणि श्यामला, वरच्या मजल्यावरची एक खोली गुरुजींसाठी तयार कर. सध्यातरी ते आपल्याकडेच राहणार आहेत. पुढचं पुढं."

मामंजी आणि बाबा यांच्यात काय बोलणं झालं मला माहीत नाही. तसे बाबा जुन्या वळणाचे. मामंजी म्हणाले असणार, गुरुजी, नातवंडं झाल्याखेरीज मुलीच्या सासरी अन्न घ्यायचं नाही असा काही विचार असेल तर तुम्हाला सारा जन्म इथे येता यायचंच नाही; कारण तुम्हाला आणि मला नातवंडं होणारच नाही आहे. आणखीही म्हणाले असतील, आम्ही तुमचे व्याही इथे असताना एखाद्या निर्वासित केंद्रात तुम्ही राहणं योग्य आहे का? आणखीही काही काही; पण आमच्याकडे राहायला बाबा राजी झाले ही गोष्ट मात्र खरी.

लग्न होऊन होनपांच्या घरी मी आले त्याला सातच्यावर वर्षं उलटून गेली होती. तशा बाबांच्या आठवड्याकाठी भेटी होतच आल्या होत्या; पण आता जेवणासाठी ते जेव्हा मामंजींच्या शेजारी बसले तेव्हा माझ्या ध्यानात आलं- ते खूपच थकले आहेत. तसं त्यांचं वय साठीच्या आसपासच असेल; पण सारा जन्म काबाडकष्टात, हातातोंडाची मिळवणी करण्यात गेलेला. गेल्या तीनचार वर्षांतच त्यांनी परिस्थिती सुधारली होती. जगण्याचा ताण असतो तोवर माणूस इतर कशाचाही विचार करीत नाही- आवश्यक ते कष्ट उपसत राहतो; पण दिवस जरा सुधारले की एकेकाळी ताबडलेलं शरीर कुरकुरायला लागतं. तो थकवा बाबांच्यात दिसत होता. एकट्या एकट्यानेच इतकी वर्षं राहत होते. खाण्यापिण्याचं कसं होत असेल? काही दुखणं खुपणं निघालं तर कोण होतं मदतीला? मामंजीच्या परवानगीने आमच्या डॉक्टरांच्याकडून मी साध्या साध्या विकारांवरची- म्हणजे पोट दुखणं, पोट बिघडणं, डोकेदुखी, थंडी-ताप-सर्दी, चक्कर येणं, झोप न येणं अशासारख्या- औषधं त्यांच्याकडे नेऊन ठेवली होती. शिवाय भेटीला जाताना सासूबाईंच्या परवानगीने लाडू, चिवडा, वड्या, असं

काही काही नेत असे; पण यापेक्षा मला जास्त काय शक्य होतं? आता वाटलं, खरंच, बाबा आपल्याकडे राहिले तर त्यांना आणि मला, दोघांनाही सोयीचं होईल.

मी आणि सासूबाई मागून जेवायला बसलो. जेवता जेवता सासूबाई म्हणाल्या, "श्यामला, तुझ्या वडलांसाठी यांनी काही कपडे काढून ठेवले आहेत. अंगरखा आहे, धोतरजोडी आहे, पंचे आहेत- सगळं नवीन आहे. रात्री वर जाशील तेव्हा बरोबर घेऊन जा."

वरच्या मजल्यावरच्या आमच्या समोरच्या तीनही खोल्या रिकाम्याच होत्या. त्यापैकी पुढच्या खोलीत मी बाबांची सोय केली होती. कॉट उघडली होती, गादी, चादर, शाल, उशी सर्वकाही ठेवलं होतं. आमची जेवणं होईपर्यंत मामंजी आणि बाबा बाहेरच्या खोलीतच होते. मी बाहेरच्या खोलीत येताच मामंजी म्हणाले, "श्यामला, जा. गुरुजींना त्यांची खोली दाखव. ते थकले असतील."

मी बाबांना घेऊन वर आले. वरची मोरी वगैरे दाखवलं. दिव्यांची बटणं कोठे कोठे आहेत ते दाखवलं. मग त्यांना त्यांच्या खोलीत नेलं. ते कॉटवर बसताच त्यांच्या शेजारी कपड्यांच्या घड्या ठेवल्या. कपड्यांवरून हात फिरवत बाबा म्हणाले, "श्यामला, अनंतराव सारखा आग्रह करताहेत की, मी इथेच राहावं. तसे अनंतराव फार चांगले आहेत; पण एखाद्याच्या चांगुलपणाचा किती फायदा घ्यायचा यालाही शेवटी काहीतरी मर्यादा आहेच की नाही? तुझ्या सासूबाईंना काय वाटत? दिनकररावाचं काय मत आहे?"

"बाबा, तुम्हाला माहीत आहे- या बाबतीत मी त्यांच्याशी काहीही बोलू शकणार नाही. काहीही सुचवू शकणार नाही. ते योग्यही होणार नाही. तुम्ही इथे राहिलात तर मला खरंच आवडेल; पण तुम्हालाही मी काहीही सुचवणार नाही. शेवटी तुम्हाला योग्य वाटेल तसं तुम्ही करा."

पण बाबा त्या संध्याकाळी आमच्याकडे आले ते आमच्याकडेच राहिले.

दुसऱ्या दिवशी सकाळी मामंजी त्यांच्याबरोबर बाबांचं खातं होतं त्या बँकेत गेले. त्यांना नवीन पासबुक मिळवून दिलं. हातात पैसे आल्यावर बाबांनी त्यांच्या व्यवसायाला आवश्यक ती सर्व खरेदी केली. मोठी कॅनव्हासची पिशवी, बसण्याची आसनं, दर्भ, समिधा, चंदनाचं खोड, ताम्हन- पळी- पंचपात्रं, सगळ्या पूजा- आरत्या- कथांच्या पोथ्या, इतरही सर्वकाही.

बाबांनी पूरग्रस्त म्हणून नोंदही केली नाही, आणि सरकारतर्फे दिल्या गेलेल्या मदतीतला पैसाही घेतला नाही.

मामंजींना त्यांनी एकच अट घातली.

घरातल्या देवांची पूजाअर्चा स्वतःकडे घेतली.

त्यासाठी रोज पहाटे पाचला उठत! स्नान वगैरे झाल्यावर खाली जाऊन देवांची यथासांग पूजा करीत आणि मग त्यांच्या दिनक्रमाला सुरुवात होई. आठवड्यातून चार-पाच दिवस तरी ते वेगवेगळया कार्यानिमित्त जेवायला बाहेरच असत- तेव्हा संध्याकाळीही त्यांचं जेवण म्हणजे थोडासा ताक- भात.

मामंजी आणि बाबा. दोघं अगदी भिन्नभिन्न व्यवसायातली माणसं.

सुरुवातीस तर माझ्या मनात जराशी धाकधूकच होती; कारण मामंजींचा स्वभाव जरा अधिकार गाजवण्याचा- आणि बाबांची स्वकष्टाची व्यवस्थित कमाई असली तरी त्यातला पैसाही ते कधी घरखर्चासाठी वापरत नसत- एक तर तो मामंजींचा अपमान झाला असता आणि मामंजींनी नकार दिला असता तर बाबांची अवस्था मोठी कठीण झाली असती; पण लवकरच माझ्या लक्षात आलं- दोघांनीही आपल्या वागण्यावर एक लक्ष्मणरेषा घालून घेतली होती. बाबा दुपारचे घरी जेवायला असले तर जेवणानंतर पंधरावीस मिनिटं मामंजीबरोबर बाहेरच्या खोलीत बसत. फक्त रात्रीच जेवणासाठी असले तरीही तेच. जेवणानंतर पाच-सात मिनिटांच्या साधारण गप्पा. बाकी बहुतेक सर्व वेळ ते त्यांच्या वरच्या खोलीतच असत आणि मामंजी प्रत्यक्ष त्यांच्याशी बोलताना अगर त्यांच्यामागे त्यांचा उल्लेख 'गुरुजी' असाच करीत आणि बाबांच्या शारीरिक- आर्थिक- कौटुंबिक गरजा इतक्या कमी होत्या की, कोणत्याही कारणाने त्यांचा घरात जास्त संपर्क येतच नसे.

मीच दुपारची, संध्याकाळची त्यांच्या खोलीत जाऊन त्यांची विचारपूस करीत असे. खोलीत कॉटवर नाहीतर खिडकीपाशी ओढलेल्या खुर्चीत बसून ते काही काही वाचत बसलेले असत. त्यांचं वाचन त्यांच्या व्यवसायाशीच निगडित होतं. वेगवेगळया शाखा-पोटशाखातील विधी- मंत्र- उपचार, वेगवेगळया धार्मिक कार्यक्रमांसाठीचे विधी- साहित्य- मंत्र इत्यादी इत्यादी.

बरेच दिवस मनात घोळत असलेला प्रश्न एकदा मी त्यांना विचारला.

"बाबा, तुमचा देवावर विश्वास आहे का हो?"

“का नसावा?” त्यांनी प्रतिप्रश्न केला.

“का नसावा? मला सांगा- आतापर्यंत तुम्ही हजारो वेळा गणपतीच्या, इतर देवादिकांच्या पूजा-अर्चा- प्रार्थना- आरत्या करीत आला आहात. कधी इतरांसाठी, कधी स्वतःसाठी. ते देव तुमच्यावर प्रसन्न झाले? त्यांनी तुम्हाला काही वरदान दिलं? तुमच्या आयुष्याची अशी परवड त्यांना दिसत नाही का? एकदा तुमचा सारा संसार आगीत जळून खाक झाला. दुसऱ्यांदा प्रलयाच्या पाण्याबरोबर वाहून गेला. इतक्या वर्षांच्या भक्तीची हीच का फलश्रुती?”

“श्यामला, कोणत्याही घटनेकडे दोन बाजूंनी पाहता येतं. पाण्याचा ग्लास अर्धा रिकामा आहे म्हणू शकता, अर्धा भरलेला आहे असेही म्हणू शकता. अठ्ठेचाळीसच्या त्या दंगल- जाळपोळीत काहीकाहींना आपले प्राणही गमवावे लागले- मी वाचलो ना? या पुरात घरदार वाहून गेलं; पण मी वाचलो ना? आणि आता तुझ्याबद्दलच बोलायचे तर- प्रत्येक पित्याची मनोमन इच्छा असते आपली कन्या सुखी व्हावी. माझी परिस्थिती काय होती? माझ्या अपेक्षा काय असणार? अशा एखाद्या सधन कुटुंबात तुझा लाडकी सून म्हणून स्वीकार होईल असं स्वप्नातसुद्धा आलं नसतं; पण ती अविश्वसनीय गोष्ट झालीच ना? वेदशास्त्रातलं तत्त्वज्ञान मला समजत नाही. द्वैत-अद्वैत, पुरुष-प्रकृती, ज्ञानाचं स्वरूप, ज्ञानाची क्रिया, आत्मज्ञान, बाह्मसृष्टी सत्य का भास, का मिथ्या का स्वप्न, मला यातलं काहीही कळत नाही. मला फक्त आपले आचार, उपचार आपल्या रूढी हे समजतं आणि त्याप्रमाणे मी वागतो आणि आजवर मला त्याचा कधीही पश्चात्ताप झालेला नाही उलट एक विलक्षण मानसिक समाधान मिळत आलेलं आहे. श्यामला, ज्यांनी आपल्यासाठी हे आगम घालून दिले ते आपले पूर्वज महान द्रष्टे होते. रोजच्या आचरणातून सामाजिक, मानसिक, बौद्धिक, आर्थिक समतोल कसा राहील याचा त्यांनी विचार केला होता. आपल्या क्रियांचे सर्वच परिणाम दृश्य असतात असंही नाही. या मंत्रोच्चारांचा, या आविर्भावांचा आणखी एखाद्या अदृश्य पातळीवरही परिणाम होत असेल- ते कदाचित आपल्याला जाणवणारही नाही- श्यामला, शेवटी माणसाने ज्यात मनाला समाधान लाभतं ते करावं.”

बऱ्याच कालावधीनंतर मला बाबांच्या या शब्दांची संगती लाभणार होती.

बाबांच्या आमच्याकडे राहण्याने यांच्या दिवसाच्या कार्यक्रमात काहीच फरक पडला नाही. त्यांना कोणतीच शारीरिक, आर्थिक, तोशीस पडली नाही. तेव्हा त्यांची काहीच तक्रार नव्हती. महत्त्वाचं म्हणजे या घरात मामंजींचा शब्दच पुरेसा होता.

राहता राहिल्या सासूबाई. आपल्या घरात एकदम असा एखादा गृहस्थ, (जरा अवघड नात्यातला) कायमचा राहायला येणार हे त्यांना मानवलं होतं का? रुचलं होतं का? त्यांना प्रत्यक्ष काहीच अधिकार नसला तरी माझ्या दृष्टीने त्यांची प्रतिक्रिया खूपच महत्त्वाची होती; कारण दिवस मला काढायचे होते.

एकदोन दिवसानंतर दुपारच्या आम्ही खाली एकड्याच होतो तेव्हा त्या म्हणाल्या, "श्यामला, फार छान झालं तुझे बाबा इथे राहायला आले ते."

"सासूबाई, खरं तर हे लोकव्यवहाराला धरून नाही. मला तर भीती वाटत होती. तुम्ही जरा नाराजच व्हाल अशी."

"तर मग ऐक, श्यामला. मी मुळीच नाराज झालेली नाही. उलट मला फार आनंद झाला आहे. अगदी मनची गोष्ट तुला सांगते बघ. यांच्याबद्दल काही काही कानांवर आलं होतं ते सांगितलं ना? तेव्हापासनं अगदी घुसमटल्यासारखं झालं होतं बघ. काय होतं आहे विचारलं असतं तर सांगता आलं नसतं; पण आपलं आपल्याला समजतंच की नाही? कधी एकदम छाती भरून यायची- कधी एकदम साऱ्या अंगावर काटा यायचा, कधी एकदम घामाने निथळून जायची- हजार गोष्टी- काय काय सांगत बसायचं?"

काही वेळ थांबून मग त्या म्हणाल्या, "पण श्यामला, एक सांगते. तुझ्या बाबांना ह्यांनी ऐनवेळी मदत केली, त्याचं मला फार फार समाधान झालं बघ. त्यांचं इतर काहीही असो, एक तरी सत्कृत्य त्यांच्या हातून झालं! आता तुझ्या बाबांना आल्याला पंधरवडा होत आला असेल, नाही का? एक क्षणही मला त्यात काही गैर वाटलं नाही. तसे त्यांचे ते इतके स्वावलंबी आहेत की इतरांना त्यांची काडीही उचलावी लागत नाही; पण केवळ एवढंच नाही. काय असेल ते असो- ते आल्यापासून मला एक वेगळंच समाधान मिळत आहे, ही गोष्ट खरी. मी नाही नाही ते बोलते असं वाटेल तुला; पण खरं खरं काय वाटतं ते सांगते- एखादी खोली धुराने, दुर्गंधीने भरलेली असावी आणि एकाएकी ते सर्व जाऊन खोलीतली हवा ताजी, सुगंधी व्हावी की कसं वाटेल? अगदी तसं वाटतंय बघ मला."

सासूबाईंच्या या शब्दांचा अन्वयार्थही मला खूप नंतर लागायचा होता.

सर्वसामान्यांच्या आयुष्यात चढउतार येतातच- पण ते अगदी साधे असतात. आमचं कुटुंबही त्याला अपवाद नव्हतं आणि ही काही रोजनिशी लिहीत नाही. तेव्हा त्यांची नोंदही आवश्यक नाही. पासष्टचं भारत-पाकिस्तान युद्ध झालं. पासष्टचाच हिंदू-मुसलमानांचा दंगा झाला. सदुसष्टचा कोयनेचा भूकंप झाला; पण या उसळत्या प्रवाहाच्या काठावर उभे राहून पाहणारे आम्ही- आमच्या आयुष्यात काही फारसा बदल झाला नाही.

म्हणून धक्का आला तो अत्यंत अनपेक्षित होता.

सकाळी देवपूजा करून बाबा वर गेले. साडेसहाच्या सुमारास मी त्यांचा चहा घेऊन त्यांच्या खोलीत गेले. यावेळी बाहेर जायचं असलं तर ते सामानाची आवराआवर करीत असायचे- नाहीतर खुर्चीत बसलेले असायचे.

पण आता ते कॉटवरच जरा अस्ताव्यस्त पडले होते. चहाचा कप टेबलावर ठेवून मी घाईघाईने त्यांच्याजवळ गेले. शरीर घामाने ओलंचिंब झालं होतं आणि गारेगार पडलं होतं. दहापंधरा मिनिटांपूर्वीच मला त्यांची वर आल्याची चाहूल लागली होती. गेल्या पाचदहा मिनिटांतच हे झालं होतं. बाबा अचानक गेले होते.

सेकंदभरच तिथे थांबले आणि मग काहीतरी ओरडत खाली गेले.

मग सगळ्यांचीच धावपळ सुरू झाली.

सर्वकाही उरकून परत यायला मामंजींना आणि ह्यांना दोन वाजले.

बाबांच्या एका स्नेह्यांच्या पत्नीने भातपिठलं करून आणून दिलं होतं.

त्या दोघांची स्नानं झाली. चार घास खाऊन घेतले. ते दोघे कोठेतरी बाहेर गेल्यावर मी आणि सासूबाईच तेवढ्या बाहेरच्या खोलीत बसलो होतो. मला तर त्या एकदम खचल्यासारख्याच वाटत होत्या. बाबांच्या जाण्याचं मलाही खूप दुःख झालं होतं. आपलं माणूस जावं असं कधीच वाटत नाही; पण शेवटी हा निसर्गक्रमच होता. तो होता तसा स्वीकारणं एवढंच आपल्या हाती असतं. मृत्यू क्षणार्धात आला, रोगाने जर्जर, परावलंबी होऊन खितपत पडावं लागलं नाही यातच शेवटी समाधान मानून घ्यावं लागतं. शेवटी रोजच्या जगरहाटीला लागावंच लागतं. सासूबाई माझ्यापेक्षा किती तरी मोठ्या, जास्त अनुभवी-खरं तर त्यांनीच माझं सांत्वन करायला हवं होतं; पण त्यांचीच अवस्था मोठी विलक्षण दिसत होती. तसे बाबा सहवासाने त्यांच्या निकट आले होते; पण शेवटी ते परकेच,

नाही का? त्यांच्या जाण्याचा एवढा धक्का? पण त्या काही कृत्रिम, नाटकी वागणारांपैकी नव्हत्या. खरा प्रकार होता तरी काय?

"सासूबाई," मी विचारलं, "तुम्हाला ठीक वाटतंय ना?"

त्यांनी माझ्याकडे पाहिलं. कशी बावरलेली, गोंधळलेली, भेदरलेली नजर!

"श्यामला, फार वाईट झालं गं तुझे बाबा गेले ते!" त्या म्हणाल्या. काहीतरी बोलायचं म्हणून उच्चारलेले शब्द. "किती आधार होता गं मला त्यांचा-" बाबांचा कसला आधार? त्यांनी घरातली फक्त देवपूजा सांभाळली होती. मग मला वाटायला लागलं की सासूबाई तिरकस मार्गाने (जे कदाचित स्पष्ट शब्दांत मांडता येत नसेल) मला काहीतरी सांगायचा, सुचवायचा प्रयत्न करीत होत्या. मग मला आठवलं, बाबा राहायला आल्यानंतर त्यांनी एकदा मला सांगितलं होतं- त्यांना घुसमटल्यासारखं, दमछाक झाल्यासारखं वाटायचं ते बाबा आल्यापासून पार थांबलं होतं.

आता बाबा अचानक गेले होते. सासूबाईंना त्याबरोबर लागलीच पुन्हा तसलाच त्रास सुरू झाला की काय? माणसाच्या मनाचं मोठ विचित्र असतं. तो मनोमन अनेक तोडगे करीत म्हणतो, त्यावर विश्वास ठेवत असतो. आपण असं असं केलं की आपला फायदा होईल, आपल्यावरचं संकट टळेल, आपल्याला समाधान मिळेल अशी त्याची भावना असते- कधी कधी ती इतकी प्रखर होते की, ती ठरावीक वृत्ती हातून झाली नाही तर त्याचा धीर खरोखरच खचतो. काहीतरी अनिष्ट होणार अशी त्याला भीती वाटायला लागते. बाबा आमच्याकडे राहायला आले आणि सासूबाईंचा त्रास थांबला- खरं तर हा एक योगायोगच; पण त्यांनी मनोमन समजूत करून घेतलेली दिसली की, बाबांच्या येण्यानेच त्यांचा त्रास दूर झाला आणि आता ते असे अचानक जाताच त्यांना परत तो त्रास जाणवायला लागला की काय? प्रत्यक्षात काही होत होतं, का केवळ कल्पनेनेच त्यांची अशी अवस्था झाली होती? मी काय तज्ज्ञ थोडीच होते? शिवाय त्यांच्या मानाने वयाने लहान, अनुभवही कमीच- तेव्हा मी त्यांचं काय सांत्वन करणार?

"सासूबाई," शेवटी मी म्हणाले, "अशी आपत्ती अचानक आली की धक्का बसायचाच- आपल्या सगळ्यांचीच तीच अवस्था झाली आहे-जरा दोनचार दिवस गेले की त्यातून सावरायला होईल, माझी खात्री आहे."

दोनचार सेकंद त्या माझ्याकडे पाहत राहिल्या आणि मग मला हलवीत म्हणाल्या, "तुला खरंच असं वाटतं, श्यामला?" मी मानेनेच होची खूण करताच त्या म्हणाल्या, "मग तू मोठीच भाग्यवान म्हणायची- मला तर कशाचाच भरवसा राहिलेला नाही- कशाचाच नाही-"

एक मोठा सुस्कारा सोडून त्या उठल्या, "मी पडते जरा वेळ-" म्हणत त्या खोलीतून निघून गेल्या.

पण त्यांच्यात खरी सुधारणा अशी झालीच नाही. घरातल्या सर्व कामाची जबाबदारी मीच स्वतःवर गेली कितीतरी वर्षं घेतली होती- घरात त्या एकट्याच असत्या तर सर्वच कारभार पार थंडावला असता. माझं त्यांच्यावर अगदी बारीक लक्ष होतं म्हणून ती गोष्ट माझ्या ध्यानात आली- हातात काही काम असो वा नसो- त्या सतत कसला तरी वेध घेत असल्यासारख्या वागायच्या. त्यातल्या त्यात त्या माझ्याशीच खूप मोकळेपणाने वागत बोलत असत. एका दुपारी त्या एकदम म्हणाल्या, "श्यामला, तू वरच्या माळ्यावर एवढ्यात गेली होतीस का?" मी मनाशी आठवलं- "हो, बाबांची ट्रंक वर ठेवायला गेले होते." मी म्हणाले, "का बरं?" जरा थांबून त्यांनी विचारलं, "वर सगळं व्यवस्थित आहे ना?"

"म्हणजे काय?" मी नवलाने विचारलं.

"म्हणजे माळ्यावर काही उंदीर-घुशी असं नाही ना? खिडक्यांतून काही पारवे-पाखरं आत आली नाहीत ना?" किती चमत्कारिक प्रश्न!

"अहो सासूबाई, माळ्याच्या दोन्ही बाजूंच्या खिडक्या जाड जाड तारांच्या जाळ्यांनी बंद केलेल्या आहेत- वर काहीही नाही; पण असं का विचारता?"

"सांगतेच. एकदा संध्याकाळी घरी एकटीच होते- तुला दोनतीन हाका मारल्या- तुझी काही ओ आली नाही- म्हटलं वर वाचतबिचत असशील- आपणच वर जावं- तेवढाच वेळ जाईल बोलण्यात- म्हणून जिन्याने वरच्या मजल्यावर गेले. सगळ्या खोल्यांची दारं कडीबंद. मग आठवलं- काहीतरी खरेदीसाठी तू मला सांगूनच बाहेर गेली होतीस. खाली यायला वळले- आणि माळ्यावरून कसला तरी आवाज आला बघ- खुडबुडल्यासारखा- एखादं बोचकं ओढल्यासारखा- मी किनई जागच्याजागीच गोठले बघ- काय करावं तेच सुचेना.

वर जाऊन पहायचा तर विचारसुद्धा मनाला शिवला नाही; पण सारखी भीती वाटत होती हे जे काही वर आहे तेच जिन्यावरून लडथडत खाली आले तर? दोन मिनिटं छातीत अशी काही धडधड झाली की काय सांगू? पण मग परत वरून कसलाही आवाज आला नाही- तशी पावलापावलाने अगदी आवाज न करता खाली आले- आणि अंगणातल्या पारावर जाऊन बसले बघ. दिनकर जेव्हा ऑफिसमधून परत आला तेव्हाच त्याच्याबरोबर घरात आले. त्याला चहा करून दिला, मीही घेतला; पण त्याच्याशी काही बोलले नाही- यांच्यापाशीही एका शब्दाने बोलले नाही- माझं काहीबाही सांगणं ऐकून घेणारी तूच एकटी आहेस बघ या घरात, श्यामला."

खरं तर मलाही त्यांच्या शब्दांनी धक्काच बसला होता. सारखा सारखा त्या कशाचा तरी वेध घेत असल्यासारख्या का थांबायच्या याचा जरासा तरी उलगडा झाला होता; पण हे स्पष्टीकरण तर मनाला आणखीच अस्वस्थ करणारं होतं. माझी खात्री होती त्यांना हे भासच होत असणार; पण ही लक्षणं मुळीच चांगली नव्हती. क्रियाकर्म, आन्हिक करणाऱ्या उपाध्यायाच्या घरात लहानाची मोठी झालेली मी- माझा शुभ-अशुभ, पवित्र-अपवित्र यांच्यावर ठाम विश्वास होता. सासूबाईंना धीर देण्यासाठी म्हणून मी म्हणाले, "सासूबाई, या आपल्या घरात देवपूजा, अर्चा सातत्याने होत आली आहे. अशा या पवित्र वास्तूत काही अभद्र असण्याची शंकासुद्धा तुम्ही मनात आणू नका."

किती चमत्कारिक नजरेने त्या माझ्याकडे पाहत होत्या!

"तुला काय सांगायचं, श्यामला?" त्यांचा आवाज अगदी हताश येत होता. "आजवर तुला सांगितलं नाही; पण आता तू काय परकी राहिली आहेस का? घरचीच झाली आहेस, आज ना उद्या इथली मालकीण होणार आहेस- तुझ्यापासून कशासाठी लपवायचं?"

त्यांच्या शब्दांचा अर्थच मला लागत नव्हता.

"या वास्तूला पवित्र म्हणतेस ना? अगं, दीनदुबळया, अनाथ, अज्ञानी, अश्राप अशांची फसवणूक करून ह्यांनी हा सगळा पैसा कमावला आहे गं! सुरुवाती सुरुवातीस मला वाटायचं. बरोबरीच्या बायका हेवादावा, मत्सर म्हणून असं वेडंवाकडं बोलत असतील- पण त्या खोटं बोलत नव्हत्या गं! हे नोकरीत असताना कितीतरी जण इथे येऊन गेले आहेत- शिव्याशाप देऊन गेले आहेत;

पण यांनी सगळं कायद्याच्या चौकटीत राहून केलं होतं ना! फारच बभ्रा झाला तेव्हा दोन वर्षं आधीच रिटायर झाले. एकदा धीर करून मी त्यांना विचारलंसुद्धा- अहो! हा प्रकार आहे तरी काय? खरंच का तुम्ही या बायाबापड्यांना, अडाणी लोकांना फसवलं आहात? माझ्यावर खेकसून म्हणाले, तुला बंगला, दागदागिने, पैसाअडका सगळं आहे ना? त्याचा उपभोग सुखाने घे! नाही त्या गोष्टींची काळजी तुला कशाला? बघ श्यामला, त्यांनी माझ्या प्रश्नाचं सरळ उत्तर काही दिलं नाही; पण त्यातूनच काय समजायचं ते मी समजले. तेव्हापासून बघ, मला या दागदागिन्यांत, जरीच्या आणि रेशमी उंची उंची कपड्यांत काही म्हणजे काही गोडी राहिली नाही बघ. सारखं वाटायचं, ही पापाची मिळकत काही यांना पचायची नाही. देवाच्या दरबारी अन्यायाचं माप केव्हातरी फेडावंच लागतं."

"सासूबाई, मला तुमच्याशी वाद घालायचा नाही- घटकाभर समजा, तुम्ही म्हणता ते सर्व तसं आहे; पण तुमच्याकडे त्यात काय दोष आहे?"

"असं कसं म्हणतेस? गेली वर्षानुवर्षं मी या संपत्तीचा उपभोग घेतेच आहे की नाही? आलिशान बंगल्यात राहते आहे, गोडधोड खाते आहे, कष्टाचा घाम कधी गाळला नाही, कशाची विवंचना करावी लागली नाही- हे सारं कोठून आलं? त्याच संपत्तीतून ना? संपत्तीचा उपभोग घेतला, मग पापाचा वाटा नको का घ्यायला?"

हे अजब तर्कशास्त्र माझ्या समजापलीकडचं होतं.

"सासूबाई, लहान तोंडी मोठा घास घेणं चूक आहे; पण राहवत नाही म्हणून सांगते. काही काही वेळा मनाने एखादी गोष्ट घेतली की, जगाला एक वेगळाच रंग येतो. सगळंच बसलेलं दिसायला लागतं. जणू काही आपण आणि बाहेरचं जग यांच्यामध्ये एक रंगीत काचच उभी असते. जरा या वेगळ्या दृष्टीने विचार करून पाहा ना-"

"श्यामला, यातलं काहीही खोटं नाही, मनाच्या समजुती वगैरे काही नाही." त्या एक प्रकारच्या खात्रीने, विश्वासाने बोलत होत्या. "मला याचं अगदी चांगलं प्रत्यंतर आलेलं आहे. तुझे बाबा इथे राहायला यायच्याआधी एकदा मी तुला सांगितलं होतं- मला घुसमटल्यासारखं होतं, दमछाक होते, एखाद्या धुराने, दुर्गंधीने भरलेल्या खोलीत कोंडल्यासारखं वाटतं- आठवतं?"

"हो, आठवतं."

"तुझे बाबा आले, त्यांची देवपूजा, मंगल मंत्रोच्चार सुरू झाले आणि या घरावरची सावली गेली बघ. तुला मी सांगितलंही- मला किती छान, किती मोकळं किती हलकं वाटतं- आठवतं?"

"हो. तेही आठवतं."

"आणि आता पाहा." त्यांचा आवाज एकाएकी खाली आला. "तुझे बाबा असे अचानक गेले- आणि घराभोवती परत एकदा त्या सावल्या, ते सावट जमून आलं आहे. आता त्यांना अडवायला कोणती पवित्र शक्ती इथे आहे? आता काही त्यांच्यापासून सुटका नाही-"

त्या किती हताश झाल्या होत्या! प्रत्येक गोष्टीचं त्यांनी स्वतःसाठी किती सोयिस्कर स्पष्टीकरण तयार केलं होतं! अशा या तिरक्या तर्कशास्त्राचा प्रतिवाद कसा करणार? ते काम तर माझ्या पार आवाक्याबाहेरचं होतं.

मी फक्त मनाशी एवढीच आशा करू शकत होते- हे प्रकरण त्यांना अधूनमधून होणाऱ्या भासापुरतंच मर्यादित राहील-

पण ती चूक होती. एक फार फार मोठी चूक होती.

पण मी काय करू शकले असते? आणि त्याचा काही उपयोग झाला असता का?

एका सकाळी सासूबाई घरातून अचानक गायब झाल्या.

पहाटे पाचला उठायची सवय लहानपणापासूनच होती. प्रत्यक्ष उठले नाही तरी जाग ही आलेलीच असायची. बाबा असताना त्यांच्या हालचालींची चाहूल लागत असायचीच. ते स्नान-पूजा वगैरे आटोपून वर आले की, मी खाली जात असे. मग ते गेल्यावर मी पाच साडेपाचला खाली जायला सुरुवात केली. स्वयंपाकघर अगदी अलग होतं. माझ्यापुरता कपभर चहा करून घ्यायची. भाजी निवडण्या- चिरण्याचं काम असलं तर ते करायची. कधी भिजत घातलेल्या मटक्या, नाहीतर वाल उपसून टाकायचे असत. कधी दह्याचं लोणी काढायचं असे. जाग आली असली तर एखादेवेळी सासूबाई स्वयंपाकघरात येत- आमचा दोघींचा चहा व्हायचा.

त्या सकाळीही डावीकडचं दार उघडलं. मला वाटलं सासूबाईच आल्या असतील.

पण त्या नव्हत्या. मामंजी होते. दारातच उभे राहून आत पाहत होते.

"अरे! मनोरमा नाही वाटतं इथे?" ते म्हणाले.

"नाही. सासूबाई आत नव्हत्या आल्या."

"मग गेली तरी कुठे?" त्यांच्या आवाजात जराशी काळजी होती.

कपातला चहा घाईघाईने संपवून मी कप ओट्यावर ठेवला. खोलीभर एक नजर टाकून मामंजी बाहेर गेले होते. मीही बाहेर आले. खालच्या मजल्यावरच्या सर्व खोल्यांतले दिवे लागलेले होते. सगळ्या खोल्यांतून चक्कर मारून मामंजी परत मधल्या खोलीत आले. ते स्वतःशीच मान हलवत होते.

"खाली कुठे दिसत नाही ही, श्यामला. एक कर- वरच्या खोल्यांतून पाहून येतेस का? तोवर मी अंगणात चक्कर मारता-" ते म्हणाले.

त्यांच्या काळजीची मलाही लागण झाली होती. "हो, पाहते." म्हणत मी जिन्याने वर निघाले. वरच्या मजल्यावर त्या कधी येतच नसत. (काही दिवसांपूर्वीच त्यांनी मला त्याचं कारण सांगितलं होतं!) वर जाता जाता आणि प्रत्येक खोलीतला दिवा लावून आत पाहता पाहता सासूबाईंचे शब्द सारखे आठवत होते. त्यांना कशाची तरी विलक्षण भीती वाटत होती. ती गोष्ट मी फारशी गंभीरपणे घेतली नव्हती; पण त्यांच्या मनावर त्या भीतीचा अपेक्षेपेक्षाही जास्त पगडा बसला असला तर? आणि तो ताप त्यांना सहन झाला नसला तर?

वरच्या सर्व खोल्या पाहून झाल्या होत्या. राहिला होता तो फक्त माळा.

मी माळ्याकडे जाणाऱ्या जिन्याच्या पायथ्याशीच उभी होते. वर अंधारात पायऱ्या गडप होत होत्या. माळ्याच्या दाराशीच दिव्याचं बटण होतं. माळ्यावर मध्यभागी एक चाळीसचा दिवा होता; पण त्या अंधाऱ्या जिन्याने वर जायचीच हिंमत होत नव्हती आणि मी तरी संध्याकाळनंतर कधीच वर गेले नव्हते. वरचा दिवा अजून आहे का नाही, बल्ब चालू आहे का गेला आहे- काहीच माहीत नव्हतं. माळ्याच्या दारापर्यंत पोहोचले आणि बटण दाबलं- दिवा लागलाच नाही तर? असले विचार करून वेळ दवडणं आता योग्य नाही- सर्वकाही समजत होतं.

शेवटी देवाचं नाव घेत त्या अंधाऱ्या जिन्याने पायरी पायरी करीत वर गेले. दाराच्या चौकटीवर हात फिरवला तेव्हा दिव्याचं बटण हाताला लागलं. ते दाबलं. वर माळ्यावर दिवा लागला. खैर! जिना सरळ माळ्याच्या जमिनीतच

निघत होता. दोनतीन पायऱ्या खालीच उभी राहून मी माळ्यावरून नजर फिरवली. सर्व माळा रिकामा होता. श्वास जोराने बाहेर आला तेव्हा समजलं आपण श्वास रोखून धरला होता आणि काही दिसेल अशी अपेक्षाही नव्हती. त्याच पावली मागे वळले, खाली आले, येता येता दिवा बंद केला. एक असंबद्ध विचार मनात येऊन गेला- या चौकटीत दार बसवून घ्यायला हवं- म्हणजे बाहेरून बंद करून टाकता येईल.

खालच्या मजल्यावर मामंजी आणि हे, दोघं होते. मामंजींची नजर माझ्याकडे वळताच मी मानेनेच 'नाही'ची खूण केली. हातावर हात चोळत मामंजी म्हणाले, "बाहेर अंगणातही कुठे नाही- काही समजतच नाही."

मला वाटलं, बोलायची हीच वेळ आहे. मी म्हणाले,

"मामंजी, तुम्हाला एक विचारू का?"

"काय?"

"सासूबाई तुमच्यापाशी एवढ्यात काही बोलल्या का?"

"कशाबद्दल?"

"स्पष्टच बोलते- त्यांना कसली तरी भीती वाटत होती."

मामंजींच्या गप्प बसण्यावरूनच लक्षात आलं की, त्या दोघांच्यात यावर काही ना काही बोलणं झालं आहे.

"मामंजी, तुमच्यापाशी सरळ सरळ बोलायला त्या धजल्या नसतील; पण मला त्यांनी सांगितलं होतं- त्यांना कसलीतरी फार फार भीती वाटत होती."

"गेल्या एक-दोन महिन्यात मागे लागली होती- हा बंगला सोडून आपण आणखी कोठेतरी राहायला जाऊ या- श्यामला, असल्या बोलण्याला काही अर्थ आहे का? इतकी वर्षं तिने इथे ऐशआरामात काढली आणि आता हे भलतंच खूळ!"

मी काय बोलणार? शेवटची काही वर्षंतरी (बाबांच्या इथे राहण्याचा अपवाद सोडला तर-) सासूबाईंना या वास्तूत अजिबात समाधान लाभलेलं नव्हतं; पण हा केवळ त्यांचा शब्द! विश्वास नाही तो म्हणणार- काहीतरी भास होत असतील, मनानेच काहीतरी घेतलं असेल. मनात आणखीही एक विचार आला- केवळ ही जागा सोडल्याने त्यांच्या मागे जे अरिष्ट लागलं होतं (निदान सासूबाईंच्या

मते) ते दूर होणार होतं का? नाहीच होणार. कारण दोष वास्तूचा नव्हता- दोष मामंजींच्या पूर्वायुष्याचा होता; पण अर्थात मला यातला एक शब्दही कधीकधी बोलता येणार नव्हता.

पुढचा महिनाभर घरात ही धावपळ चालली होती

पोलिसांच्याकडे 'हरवलेली व्यक्ती' म्हणून तक्रार नोंदवणं ओघानेच आलं. मग (मामंजींच्या ओळखींमुळे) इन्स्पेक्टर घरी आले. त्यांची ती चौकशी. त्यांना काही असाध्य रोग झाला होता का? घरात कोणाशी मतभेद होऊन ते विकोपाला गेले होते का? त्यांचा मानसिक तोल गेला नव्हता ना? त्यांना कोणी धमक्या वगैरे दिल्या होत्या का? (जीवघेणा हल्ला, आत्महत्या- पोलीस तपासाची ती नेहमीचीच सूत्रं असतात.) त्यांनी पाणबुड्याही आणला- अंगणातल्या विहिरीत त्याला उतरवला. माझी अवस्था कशी झाली काय सांगू? सासूबाई आणि - हे? विचारच सहन होत नव्हता; पण पोलीस सर्व शक्यता पडताळून पाहत होते.

पुढच्या आठवड्यात सर्व वर्तमानपत्रांत फोटो आणि त्याखाली मजकूर आला. "वरच्या फोटोतील सौ. मनोरमाबाई होनप घरातून निघून गेल्या आहेत. त्यांचा शोध लावणारास अथवा ठावठिकाणा सांगणारास योग्य ते इनाम दिले जाईल." आणि त्यापुढे आपला नाव- पत्ता.

कशातूनही काहीही निष्पन्न झालं नाही.

मामंजींना भेटायला अनेक येऊन गेले. काही चांगल्या हेतूने, सांत्वनासाठी आले होते. काही कुतूहलाने. काही थोडेसे कुत्सितपणाने. मग तीही वर्दळ थांबली.

साऱ्या घरावरच एक अवकळा आली होती. चहा, दोन घास खाणं हे केवळ उपचार होते- अत्यावश्यकच होते; पण घरातल्या इंचाइंचात सासूबाईंची आठवण होती- तो विचार मनातून दूर कसा ठेवणार? आणि मामंजी- ते तर सहा महिन्यांत दहा वर्षांनी थकल्यासारखे दिसायला लागले. त्यांच्या आयुष्याचा आधारच एकाएकी गेला होता. इतके दिवस ते पत्नीला गृहीत धरूनच वागत आले होते. ती कधीकाळी असणार नाही ही कल्पनाही त्यांच्या मनाला शिवली नसेल- सासूबाई त्यांचं एकूण एक पाहत असत. आता एकाएकी ते लंगडे पांगळे झाल्यासारखे वाटले. सासूबाईंना तेवढं ते एकच काम असायचं; पण

त्यामुळे त्यांनी मामंजींना पार परावलंबी करून ठेवलं होतं. मी शक्य तेवढी मदत करतच होते; पण त्यांची सतत चिडचिड व्हायची. खरं सांगायचं तर त्यांच्या आयुष्याला काही दिशाच राहिली नव्हती, काही अर्थच राहिला नव्हता. प्रत्येकाच्याच आयुष्यात अशी एक वेळ येते की, त्यांची कोणासही गरज भासत नाही- तो असण्या-नसण्याचीही कोणाला फिकीर राहत नाही- कदाचित या विफलतेतूनच मामंजींचा जगावरचा राग जन्माला आला असावा. हळूहळू त्यांची पूर्वीची आलिशान, ऐटबाज राहणी गेली. त्यांचे क्लब आणि पार्ट्या बंद झाल्या. सारा दिवसभर ते घरातच राहायला लागले आणि आतापर्यंत केवळ उपचारापुरते देवासमोर हात जोडणारे मामंजी- आता सदानूकदा देवभक्तीच्या मागे लागले; पण तासतास पूजा करीत बसणं, सारखी स्तोत्रं- आरत्या- भजनं यांचं पारायण करणं हे सर्व उपचार होते, रूढी होत्या. एखाद्याला खरोखरच मानसिक स्वास्थ्य, मानसिक वैराग्य, चिंतामुक्त जीवन, जीवनप्रवाहापासून अलिप्तता, राग- लोभादी विकारांपासून मुक्ती हवी असेल, तर ते अशा बाह्य, कृत्रिम, रूढिबद्ध आचाराने मिळणार आहे का? मला त्याची शंकाच वाटते. मामंजीना तरी काही फायदा झालेला दिसला नाही. त्यांची व्यग्रता वाढत चालली, दिवसादिवसागणिक ते खंगतच चालले- माझ्याशी सासूबाई जरा तरी मोकळेपणाने बोलल्या होत्या. मामंजींचे संबंध इतके जिव्हाळ्याचे कधीच झाले नाहीत. माझ्याशी तर राहोच, ह्यांच्याशीही ते कधी मोकळेपणाने बोलले नाहीत- मनात काही दुःख, खंत, विषाद, वैफल्य असेल तर ते त्यांनी आतल्या आतच ठेवलं. साऱ्या आयुष्याच्या सवयी अशा एका रात्रीत थोड्याच बदलता येतात? मामंजींचं मानसिक संतुलन दिवसादिवसागणिक बिघडत आहे हे आम्हाला दिसत होतं; पण जर एकमेकांत संभाषणच नाही तर समस्यांचा उलगडा होणार तरी कसा?

तरीही घटनांचं पर्यवसान झालं हे संपूर्ण अनपेक्षित होतं.

एका सकाळी मामंजी घरातून बेपत्ता झाले.

सासूबाईंच्या नाहीसं होण्याला दोन वर्षंसुद्धा उलटली नव्हती- तोच परत एकदा तशीच दुर्घटना घडली होती.

हे सातच्या आधी कधीच उठत नसत. मीच नेहमीच्या सवयीने पाचलाच जाग आली की खाली जायची, माझा चहा करून घ्यायची- जागे असले तर

मामंजीही कपभर चहासाठी स्वयंपाकघरात यायचे. हे साडेनऊलाच जेवायला बसत असत- तेव्हा पोळ्यांची कणीक भिजवणं, भाजीची तयारी करणं ही कामं सुरू होत. त्या सकाळी हे खाली आले तरी मामंजींचा पत्ता नव्हता. म्हणून यांना सांगितलं, "जा हो- मामंजींना चहासाठी हाक द्या-" ते तिकडे गेले आणि मिनिटभरातच परत आले.

"अगं श्यामला! बाबा तिकडे कुठेच नाहीत-"

"नाहीत म्हणजे काय?"

"अगं, सगळ्या खोल्या पाहिल्या- कुठेच दिसले नाहीत!"

"असं कसं होईल? चला बरं- मीच येते-"

खरं तर त्यांच्या झोपायच्या खोलीत जायला मधल्या जिन्याच्या खोलीतून दार होतं; पण ते आतून बंद होतं. बाहेरच्या खोलीतून आम्ही त्या खोलीत गेलो. पलंगावर शाल अस्ताव्यस्त पडली होती; पण अर्थात खोली रिकामी होती. केवळ तीच नाही, खालच्या मजल्यावरच्या सर्वच खोल्या रिकाम्या होत्या. मग मामंजी गेले तरी कुठे? "तू वरच्या खोल्या बघ- मी अंगणात कुठे का पाहून येतो-" हे म्हणाले. मधल्या जिन्याने मी वर आले. मामंजी कधीही वर येत नसत, हे मला पक्कं माहीत होतं-तरीही सगळ्या खोल्यांतून डोकावून पाहिलं- सगळ्या रिकाम्या. राहता राहिला माळा. माळ्याच्या जिन्यापाशी पोहोचताच दोन वर्षांपूर्वी सासूबाईंच्या शोधासाठी असीच वर गेल्याची आठवण अगदी स्पष्टपणे मनासमोर आली- अर्थात आता अंधार नव्हता- तरीही चौकटीतलं बटण दाबून मी वरचा दिवा लावला आणि पायरी पायरी करीत वर गेले. पूर्वेकडच्या खिडकीतून लख्ख सूर्यप्रकाश आत आला होता- माळा रिकामा आहे, हे एका नजरेतच समजत होते. त्याच पावली मी खाली तळमजल्यावर आले. हे बाहेरच्याच खोलीत होते.

"सगळ्या अंगणात चक्कर मारली- काही पत्ता नाही त्यांचा-" हे म्हणाले.

त्यांचा चेहरा असा काही झाला होता की बस! आतापर्यंतच्या आयुष्यात त्यांनी कोणतीही जबाबदारी उचलली नव्हती. सारं आयुष्यच एक प्रकारच्या सावलीत गेलं होतं. आता काय करायचं तेच त्यांना सुचत नव्हतं.

"तुम्ही असं करा- जरा इथे शांतपणे बसा- मी तुमच्यासाठी कपभर चहा करते. जरा बसा आधी."

ते तिथेच एका खुर्चीत मटकन बसले. त्याच क्षणी मला समजलं, जे काही करायचं असेल ते मलाच करायला हवं. चहा करता करता मी मनाशी विचार करीत होते- मामंजी शेवटी शेवटी अगदी एकाकी पडले होते. सासूबाईंनी त्यांच्या मनातली खदखद निदान माझ्याशी बोलून तरी दाखवली होती- मामंजींना असं विश्वासाने बोलण्यासारखं कोण होतं? कोणीही नाही. आमच्यात वयाची (आणि नात्याचीही) जी दरी होती ती कधीच ओलांडता येण्यासारखी नव्हती. आणखीही एक विचार मनात आला- तरुणपणी शरीरात रग असते, काहीही करायला मन कचरत नाही; पण वय वाढत जातं तसं शरीर थकतं, मनाची उभारी कमी होते- बाहेरच्या जगाचा परीघ कमी होतो- मन अंतर्मुख होतं, आणि मामंजींच्याबद्दल सासूबाईने सांगितलेल्या काही काही गोष्टी- लुटल्या गेलेल्या, निष्कांचन झालेल्या अश्राप जीवांचे शिव्याशाप- मामंजींच्या काय कानावर आले नसतील? आणि आता, आयुष्य उतरणीला लागल्यावर, आसपासचे आधार गेल्यावर हे शिव्याशाप, हे तळतळाट तर त्यांच्या अंतर्मनात सतत घुमत नसतील? तो सर्व प्रदेशच माझ्यासाठी वर्ज्य होता आणि ह्यांच्याशी तर मी या बाबतीत एका अवाक्षरानेही बोलू शकत नव्हते.

सासूबाईंच्या नाहीसं होण्याच्या वेळच्या सर्व प्रसंगांची पुनरावृत्ती झाली. तो पोलिसांत रिपोर्ट. त्या पोलीस चौकश्या. त्या फोटोसह वर्तमानपत्रातल्या जाहिराती. ती सर्व घराची, आसमंताची (आणि विहिरीचीही!) शोधाशोध. दोन आठवडे उलटून गेल्यावर एक गोष्ट स्पष्ट झाली- मामंजी पुन्हा दिसणे नाही.

या बाबतीत ह्यांच्याशी बोलण्याचा मी दोनतीनदा तरी प्रयत्न केला; पण त्यांची प्रतिक्रिया अगदी थंड होती. आई-वडिलांच्या मृत्यूनंतर त्यांच्या निर्जीव शरीराला मिठी मारून धाय मोकलून रडणारे मुलगे सिनेमा-नाटकांतून दिसतात. मला नाही वाटत प्रत्यक्षात आपल्या शोकाचा असा नाटकी देखावा कोणी मांडेल. तरीही यांची प्रतिक्रिया जरा विचित्रच होती. आणखी एकदा विषय काढला तेव्हा ते वैतागून म्हणाले. "श्यामला, बाबा हयात असताना तरी माझ्याशी कधी एक शब्द तरी बोलत असत का? मी घरात असून नसून त्यांना सारखाच होतो- माझी त्यांनी कधी दखलच घेतली नाही. कधी सल्ला विचारला नाही. कधी कोणतीही जबाबदारी माझ्यावर सोपवली नाही. मला सांग, त्यांच्या नसण्याने माझ्या आयुष्यात काही फरक पडणार आहे का? आणखी ऐकायचंय? ऐक! या

खालच्या मजल्यावर त्यांचं जे काही सामान सर्वत्र पसरलेलं आहे ना- तेसुद्धा मला डोळ्यांसमोर नको आहे!"

"अहो! बोलता तरी काय?"

"काही भलतंसलतं बोलत नाही आहे आणि व्यवहाराला धरूनही आहे. एवीतेवी विषय निघालाच आहे तर सांगतो. मी ठरवलं आहे की, यापुढे आपण खालच्या मजल्यावरच यायचं. नाहीतरी चहा-जेवणखाण यासाठी खाली आणि बाकीचा दिवस वर- हे आपल्यालाही गैरसोयीचं नाही का? मी हे खालचं सर्व सामान वरच्या मजल्यावर हलवणार आहे आणि आपल्यासाठी सगळं नवं, आधुनिक सामान, फर्निचर बनवून घेणार आहे."

"पण खर्चाचे- पैशांचं काय?" मी भीतभीत विचारलं.

"पैसे? मला त्याची काय कमतरता आहे? बावन्नपासून नोकरी करतो आहे. बाबांनी घरखर्चासाठी माझ्याकडून दमडीसुद्धा घेतली नाही. मी जिवंत आहे तोवर मला कुणाची कवडीची मदत नको! मला त्यांनी बजावलं होतं. माझा खर्च असा काय असणार? कपडे, एखादा सिनेमा, एखादी शनिवार, रविवारची सहल, बस! सगळे पैसे खात्यात जमा होत राहिले आहेत." ते घाईघाईने निघून गेले. शेवटी शेवटी त्यांचा आवाज एकदम गहिवरला होता.

खाली राहायला यायला हवं, हे त्यांचं म्हणणं (त्यामागचं कारण काहीही असलं तरी) व्यवहाराला धरूनच होतं. महिना-दीडमहिना ती हलवाहलव चाललीच होती. खालच्या मजल्यावरचं सर्व फर्निचर- खाटा, जुन्या वेताच्या आरामखुर्च्या, कोट-टोपी-टायसाठीचे लाकडी स्टँड, घडवंच्या, पाट, सर्वकाही वर गेलं. एवढंच नाही, दारा -खिडक्यांना लावलेले रंगीत नळ्या- मण्यांचे काचेचे पडदे, वर भिंतीवर लावलेली रविवर्म्याची, देवाची आणि पौराणिक चित्रं, सर्वकाही. सगळ्या खोल्या अशा बोडक्या बोडक्या दिसायला लागल्या की, मला तर भडभडूनच आलं. सामान हलल्यानंतर भिंतीतल्या कपाटांची पाळी आली. मामंजींच्या खोलीतलं कपाट पुस्तकांनी भरलेलं होतं. सुरस ग्रंथमालेची पुस्तकं, ह.ना. आपट्यांच्या ऐतिहासिक- सामाजिक कादंबऱ्या, नाथमाधव, वि.वा. हडप यांच्या कादंबऱ्या, य.गो. जोशी, फडके-खांडेकर-माडखोलकर यांच्या कादंबऱ्या, इतरही अनेक पुस्तके. प्रत्यक्षात मामंजींनी किती पुस्तकं वाचली होती हा प्रश्नच होता. अर्थात आता हे सर्व वाङ्मय कालबाह्य झालं होतं. रस्त्यावरून, फुटपाथवरून जुन्या

पुस्तकांचे विक्रेते पुस्तकं मांडून बसलेले असतात-त्यांच्यापैकी एखाद्याला ही पुस्तकं सहज विकता आली असती- पण तो काय, रद्दीच्या भावाने घेणार- आणि इतके दिवस इतमामाने सांभाळलेली, हौसेने घेतलेली ही पुस्तकं रस्त्यावर मांडली जाणार! मला ती कल्पनाच असह्य झाली. त्या पुस्तकांना आमच्या घरात हवी तेवढी जागा होती की!

आणि शेवटी मामंजींची झोपण्याची खोली. शेवटची जवळजवळ दोन वर्षं त्यांनी या खोलीत काढली होती. सासूबाई जाताच घर असूनही ते त्यांना अरण्यासारखं झालं होतं. मी आजवर अगदी क्वचितच सासूबाईंबरोबर या खोलीत आले होते- तेव्हा खोलीतल्या सामानात काही बदल झाला का हे मला कसं कळणार? मामंजी जो पलंग वापरत होते त्याच्याशेजारीच एका चौरंगावर काही काही पुस्तकं होती. दासबोध, गीतारहस्य, ज्ञानेश्वरीचा सुगम परिचय. इतरही धार्मिक आणि तत्त्वज्ञान, अध्यात्म यांवरची पुस्तकं होती. अशा पुस्तकांच्या वाचनाने खरोखरच मनस्वास्थ्य, मनःशांती मिळते का? विचार आणि विकार यांच्यातलं द्वैत अशा कोरड्या शब्दांनी मिटत असेल का? मला अनुभव नाही; पण मनात शंका मात्र आहे.

भिंतीत दोन कपाटं होती. एका कपाटात सासूबाईंची पातळं, साड्या, लुगडी, खण, रुमाल, शाली, स्वेटर, मफलर, सर्वकाही व्यवस्थित घड्या घालून ठेवलं होतं. खालच्या कप्प्यात दागिन्यांच्या पेट्या होत्या. बांगड्या, पाटल्या, बिलवर, तोडे, अंगठ्या, कर्णफुले, गळ्यातले दोनपदरी, तीनपदरी हार, मोत्याचे तनमणी, मोत्यांच्या नथी, हिऱ्यांच्या कुड्या... देवाला साक्ष ठेवून सांगते, आता हे सर्व दागिने माझ्या मालकीचे होणार आहेत, असा विचारसुद्धा माझ्या मनाला शिवला नाही. मी त्या पेट्या बंद केल्या, परत जागच्या जागी ठेवल्या, कपाटाचं दार बंद केलं.

दुसऱ्या कपाटात मामंजींचे कपडे होते. कोट, उपरणी, फेटे, रुमाल, धोतरं, शर्ट, बाराबंद्या, पंचे, स्वेटर, शाली, सगळे भारी कपडे. आयुष्यात त्यांनी खूप शौक केला होता, हे उघड होतं. मध्ये दोन ड्रॉवर होते. एक ड्रॉवर ओढला- त्यात अत्तरं, सेंट इत्यादी होतं. दुसरा ड्रॉवर ओढला- वर तीनचार रुमाल होते; पण रुमाल दूर केले- आणि मला धक्काच बसला.

ड्रॉवर शंभरशंभरच्या नोटांच्या गड्ड्यानी खच्चून भरला होता!

अशा रकमा मी कधी ऐकल्याही नव्हत्या- मग प्रत्यक्ष डोळ्यांनी पाहणं तर दूरच! त्या नोटांवर रुमाल पसरले, ड्रॉवर आत सारला, कपाटाचं दार बंद केलं, आणि बाहेरच्या खोलीत येऊन एका खुर्चीत बसून राहिले.

हे कामावरून परत येईपर्यंत मला काही म्हणजे काही सुचत नव्हतं. एकदाचे हे आले. वर जाऊन कपडे बदलून आले तरी मी आपली तशीच बसलेली.

"चहाचं बघतेस ना?" त्यांनी विचारलं.

"हो- बघते ना- पण त्याआधी तुम्हाला एक दाखवायचं आहे-"

"आता काय दाखवणार? आणि चेहरा असा का झाला आहे?"

"आधी या आणि पाहा-"

माझ्या मागोमाग ते खोलीत येईपर्यंत मी कपाट उघडलं होतं, ड्रॉवर पुढे ओढला होता. ते जवळ येताच वरचे रुमाल उचलले आणि म्हणाले, "पाहा!"

काही सेकंद ते काहीच बोलले नाहीत- आणि मग अगदी दबलेल्या आवाजात म्हणाले, "बाप रे! बाप रे!" एकवार माझ्याकडे पाहून त्यांनी नोटांवर रुमाल टाकून ड्रॉवर बंद केला, आणि ते म्हणाले, "चल- स्वयंपाकघरात जाऊ- चहा घेता घेता यावर बोलू या-"

चहा घेता घेता ते म्हणाले, "श्यामला, मी घरात काहीही बोलत नव्हतो, याचा अर्थ असा नव्हता की मला काही समजत नव्हतं. मला सारंकाही समजत होतं. बाबांची नोकरी कोणती होती आणि त्यांना पगार काय मिळत होता, याची मला पूर्ण कल्पना होती. आमचे पूर्वज काही सरदार- दरकदार- इनामदार नव्हते की घराण्यात अशी गडगंज संपत्ती चालत यावी, मला उघड दिसत होतं- बाबांच्या केवळ पगारावर घरसंसार सांभाळून असा आलिशान बंगला बांधणं केवळ अशक्य होतं."

म्हणजे त्यांनाही मामंजींबद्दल शंका आली होती तर! पण काहीही न बोलता मी त्यांचंच बोलणं ऐकत राहिले.

"शासनातल्या काही काही नेमणुका अशा असतात की, तिथे अवांतर कमाईला भरपूर वाव असतो. आमच्या रेव्हेन्यू खात्यातही हीच परिस्थिती आहे. आणि बाबांची नेमणूक नाझर म्हणून झाली होती. दर तीन वर्षांनी बदल्या वगैरे नियम अलीकडचे आहेत. बाबांनी त्याच जागेवर अगदी शेवटपर्यंत काम केलं- त्यासाठीही त्यांना काहीकाही करावं लागलं असेल- ते काहीही असो- काय

झालं याचा पुरावा आपल्यासमोरच आहे- आणि जी सत्यस्थिती आहे ती स्वीकारलीच पाहिजे."

"पण या एवढ्या पैशांचं करायचं तरी काय?" मी हलकेच विचारलं.

"काय करायचं?" ते कडवट आवाजात म्हणाले, "खर्च करायचे! वेळ आली की वापरायचे! आपण काही ते एखाद्या संस्थेला दान तर देणार नाही आहोत- खरं तर त्या पैशांचा हिशेबच आपल्याला देता यायचा नाही; पण नवीन फर्निचर, घराचं रंगकाम, इत्यादींच्या खर्चाबद्दल विचारत होतीस ना? मग तो प्रश्न आपोआपच सुटला की नाही?"

कधी कधी वाटतं, ते पैसे वापरले नसते तर काही वेगळं घडलं असतं का? पुढे जे काही रामायण घडलं ते टळलं असतं का? पण केवळ त्या पैशांनी काय झालं? माझ्या विवाहापासून आतापर्यंतची अठरा-एकोणीस वर्षं आम्ही या बंगल्यात ऐशआरामात राहत आलो होतोच ना? ते पैसे आणि ही रोकड रक्कम-यांचा उगम एकाच स्रोतातून झाला नव्हता का? त्याची जाणीव होताच आम्ही घर सोडलं असतं, अशा कुमार्गाने कमावलेल्या संपत्तीचा स्पर्श टाळला असता तर आम्हाला काही नैतिक अधिष्ठान लाभलं असतं; पण तो अधिकार आम्ही केव्हाच गमावला होता, हे कटू सत्य होतं.

मामंजींचे आणि सासूबाईंचे सर्व कपडे एका स्वयंसेवी संस्थेकडे पाठवून दिले. खालच्या सर्व खोल्यांना नवा रंग आला. सर्व खोल्यांतून ट्यूबा, पंखे, लिनोलियम आलं. टीव्ही आला. रेफ्रिजरेटर आला. डायनिंग टेबल आणि खुर्च्या आल्या. स्वयंपाकघरात मिक्सर- फूड प्रोसेसर आला. बाथरूममध्ये गीझर आला. सोफासेट आले. नवीन फर्निचर आले.

फक्त एका बाबतीतच आमचा दोघांचा वाद झाला.

मी म्हणत होते, बाहेरच्या खोलीत मामंजी आणि सासूबाई यांचे मोठे फोटो भिंतीवर लावावेत- यांचा सुरुवातीस खूप विरोध होता; पण शेवटी मी ते त्यांना मान्य करायला लावलं.

आधीच लिहून ठेवलं आहे- ही काही रोजनिशी नाही. काही विशेष घडलं तरच त्याची नोंद या वहीत होणार. माझा अनपेक्षित विवाह, पानशेतच्या प्रलयानंतर बाबांचं आमच्याकडे राहायला येणं, सासूबाईंचं अचानक नाहीसं होणं, त्या मागोमाग मामंजींचीही तीच गत- या घटना नाट्यमय, मनाला चक्रावून सोडणाऱ्या होत्या; पण पूर, वादळ अशा घटना काही नेहमी नेहमी घडत नाहीत. रोजचं आयुष्य सर्वसामान्यच असतं आणि आमचं तर खासच. आम्हाला मुलं नव्हती. नाहीतर आपला तारुण्याचा बहर ओसरल्यावर पुढच्या पिढीला महत्त्व येतं. मुलांच्या मुंजी असतात, त्यांची शिक्षणं असतात, वाढदिवस असतात, त्यांच्या मित्रमैत्रिणींचा घरात धांगडधिंगा असतो, त्यांच्या शाळा- क्लास- जिम हे चालू असतं, त्यांच्यामागे त्यांनी घातलेल्या पसाऱ्याची आवराआवर असते, त्यांच्या बऱ्यावाईट वागणुकीवरून त्यांच्याशी किंवा आमच्यात वादावादी होण्याच्या वेळा येतात; पण आमच्या बाबतीत हे काहीच होणार नव्हतं. सुरुवातीपासून ते शेवटपर्यंत आम्ही दोघंच्या दोघं राहणार होतो आणि आम्ही आमची आयुष्यं या परिस्थितीला जुळवून घेतली होती.

मला तर कोणीच नातेवाईक नव्हते आणि यांच्याकडेही तोच प्रकार होता. तेव्हा नातेवाइकांकडच्या लग्न-मुंजी इत्यादी समारंभास जाण्याची कधी वेळच आली नाही. नाही म्हणायला यांच्या ऑफिसमधल्या काही सहकाऱ्यांच्या घरच्या कार्यांसाठी आमंत्रणं यायची- शक्य तर ते मी टाळतच असे; कारण पुरुषमंडळी एकत्र येणार, रोज भेटणारी असल्याने त्यांच्या गप्पा रंगणार- मी काय करू? माझी घरातल्यांशी ना ओळख ना परिचय- मी येत नाही म्हटल्यावर यांनीही फारसा आग्रह केला नाही.

शेवटी माणूस आपलं आयुष्य आपल्याला सोयीच्या अशा एखाद्या साच्यात बसवतो- आमचं दोघांचंही तसंच झालं होतं. आसपास नव्याने इमारती उभ्या राहत होत्या. नवी माणसं राहायला येत होती. त्यांच्यातल्या काहीकाहींच्या ओळखी झाल्या. आठवड्यातून तीन दिवस आम्ही पत्ते खेळण्यासाठी आमच्या घरी येऊ लागलो. अर्थात आमचं घरच सोयीचं होतं. घरात मी एकटी आणि जागा हवी तेवढी. मग एक पंधरवड्याची भिशीही सुरू झाली. एक वाचनालय सुरू केलं. शेवटी दिवसाचे बारा तास घालवायला काहीतरी साधन हवंच की नाही?

१९८७ मध्ये हे रिटायर झाले- आयुष्याचा साचा एकदम बदलला. यांचे पेन्शन होतं, प्रॉव्हिडंट फंडाची रक्कम आली होती; पण मुख्य म्हणजे आम्हाला पैशाची टंचाई कधीच भासली नाही. यांच्या मित्रांपैकी अनेकांनी यांना सुचवलं- अहो, वरच्या मजल्यावर पाचसहा खोल्या आहेत- विद्यार्थ्यांना द्या- आजकाल दरडोई महिना हजार सहज मिळतील; पण अर्थात आम्ही त्याचा विचारही केला नाही. कारण या शांत आयुष्याची सवयच झाली होती. विद्यार्थ्यांना द्यायचं म्हणजे बाहेरून जिना करावा लागणार- आणि आजकालची पिढी.

आता वाटतं- त्याने काही फरक पडला असता का? एक फरक नक्कीच पडला असता- आतल्या खोलीतून वर जाणारा जिना कायमचा बंद झाला असता. जसं मागे विहिरीकडे जाणारं दार यांनी अचानक बंद केलं. नुसतं बंद केलं नाही, तर दाराची चौकट उखडून काढली, दगडांनी तो भाग बांधून घेतला, आतल्या बाजूला प्लॅस्टर, रंग केला. काम इतकं बेमालूम झालं की, पूर्वी कधी काळी इथे एखादं दार असेल, याची कोणाला कल्पनासुद्धा आली नसती.

मी हजारदा विचारूनही त्यांनी त्यामागचं कारण सांगितलं नाही. फक्त म्हणायचे, आपण घरात दोघंच्या दोघं- सगळीकडे जगजाहीर आहे. आजकालचे दिवस सावध राहण्याचे आहेत- काळजी घेतलेली काय वाईट? घरच्यांची केवढी गैरसोय होत आहे, इकडे त्यांचं लक्ष कोठे होतं? पाचदहा पावलांवर विहीर आणि मागचं अंगण होतं- आता त्यासाठी साऱ्या बंगल्याला वळसा घालावा लागत होता. शिवाय इतके दिवस कामवाली मागच्या दारातनं यायची, तिचं काम उरकून जायची- आता तिची ये-जा प्रत्यक्ष पुढच्या खोल्यांतूनच व्हायला लागली- पण म्हणतात ना, शेवटी माणसाला कशाचीही सवय होते- तेव्हा हेही आपोआप स्वीकारलं गेलं.

यांचा मित्रपरिवार काही फार मोठा नव्हता- फार मोठा काय, नव्हताच. तेव्हा नोकरी संपल्यावर दिवसाचा सारा वेळ कसा घालवायचा हा यांच्यापुढे प्रश्नच होता. आता जेव्हा विचार करते तेव्हा वाटतं- पुढच्या आपत्तीचं मूळ त्यांच्या या निरुद्योगी अवस्थेत तर नव्हतं? माणूस आणि पशू- विचारशीलता हीच माणसाची विशेषता आहे आणि तोच त्या दोघांतला फरक आहे. मानवाखेरीज इतर प्राणिजात (काही अपवाद वगळता) वर्तमानाच्या क्षणात जगत असते. होऊन गेलेल्या प्रसंगांच्या आठवणी, पुढे येणाऱ्या दिवसांबद्दल आशा- अपेक्षा-

शंका इत्यादींचा बोजा त्यांच्या मेंदूवर नसतो. भूतकाळ आणि भविष्यकाळ- माणूस त्यांच्याकडे कधीही दुर्लक्ष करू शकत नाही. मागच्या घटनांवरून तो शिकत असतो, त्या आधारावर भावी आयुष्याचा मार्ग ठरवत असतो. ही विचारशीलता हेच त्याचं वैशिष्ट्य आहे.

मग निवृत्तीनंतर यांनी पुढच्या दिवसांचा- वर्षांचा विचार केला तेव्हा त्यांना जरा उदास करणारं चित्र दिसलं का? मनात विफलता आली का? अर्थात हा विचार ज्याचा त्याने वेळीच करायचा असतो. नोकरीवर असणाऱ्याने हे भान सतत ठेवायला हवं की, एक दिवस आपली नोकरी संपणार आहे- सारा दिवस आपल्यापुढे रिकामा असणार आहे- त्या वेळेत आपण काय करणार आहोत? एखादा छंद, एखादा ग्रूप, काहीतरी आवड- ही योजना आधीपासूनच करून ठेवायला हवी. सगळेच कदाचित एवढा परिपूर्ण विचार करीत नसतील; पण नंतरच्या आयुष्याला एक वेगळा घाट देण्याची क्षमता त्यांच्यात असेल; पण निवृत्त झाल्यानंतर एकदम दिशाहीन झालेले, कोसळलेले लोकच जास्त. यांच्यात ती क्षमता नव्हती, हे उघड दिसत होतं.

मी त्यांना काही मदत करायला हवी होती का? माझ्याकडून त्यांना काही मदत झाली असती का? पण ते चांगले ग्रॅच्युएट- मी चार यत्ता शिकलेली- मी त्यांना काय सांगणार? तसे आजवर ते माझ्याशी तुसडेपणाने किंवा तुच्छतेने कधीच वागले नव्हते. कठीण परिस्थिती आल्याखेरीज माणसाचा कस लागत नाही- आमच्यावर तशी परिस्थिती कधी आलीच नव्हती आणि आताची ही त्यांची अडचण शारीरिक, आर्थिक वा सामाजिक नव्हती- मानसिक होती. त्यावर माझ्यापाशी काय इलाज होता?

खरी गोष्ट अशी आहे, की काहीतरी बिघाड झाला आहे, याची कल्पना आली तरच माणूस तिकडे लक्ष देतो. एखादं दार करकरायला लागलं, जाम व्हायला लागलं तर माणूस त्याला तेलपाणी करील. यंत्र खडखड करायला लागलं तर माणूस तिकडे लक्ष देईल. सर्वकाही सुरळीत चालू असतं, तेव्हा माणूस बेफिकीर राहतो.

पति-पत्नी म्हणून आम्ही आतापर्यंत जवळजवळ पस्तीस वर्षांचा संसार केला होता. फारशी वादावादी, हमरीतुमरी, रुसवेफुगवे झाले नाहीत; पण खरी दिलजमाई झाली होती का? ही माझ्यातली उणीव होती का? आपल्या संस्कारात

पत्नीची जी चार कर्तव्यं म्हणून वर्णनं केली आहेत ती चारही माझ्या हातून पार पडली का? सल्लागार, मदतनीस, मार्गदर्शक अशीही पत्नीची भूमिका असायला हवी- त्यात मी यशस्वी झाले होते का? मला तर वाटतं खऱ्या अर्थाने आम्हा दोघांची मनं एकमेकांना खुली झालीच नव्हती. प्रत्येकाच्या अंतर्मनाचा बराचसा भाग एकमेकांपासून अज्ञातच होता, राहिला. ह्यांच्यात होणारा बदल माझ्या लक्षात आला नाही, ही गोष्ट खरी आहे.

आता मी मागच्या घटनांवर विचार करते, तेव्हा कार्यकारणभावाची दिशा कोणती होती, याचा मला उलगडा होत नाही. कार्य आणि कारण यांच्यात नेमकी निवड करता येत नाही.

यांच्यात हळूहळू होत असलेल्या बदलाने यांना असली संगत लागली? का या अशा संगतीमुळे यांच्यात तो बदल व्हायला लागला?

पण ज्या लोकांची आमच्याकडे वर्दळ सुरू झाली ते लोक मला अजिबात आवडले नाहीत. त्यांचे वेष, भाषा, पेहराव सर्वच अनपेक्षित आणि संशयास्पद होतं. पांढरी कफनी, पांढरा फेटा, पांढरी शाल घेतलेले एकजण येत. चेहऱ्यावर करडी दाढी वाढलेली, शरीराने दणगट, मातट कृष्णवर्णाचे, करड्या चेहऱ्याचे, तांबारलेल्या डोळयांचे, भुवयांमध्ये शेंदराचा टिळा लावलेले, गळयात रुद्राक्षाच्या माळा घातलेले, अंगावर भगवी कफनी घातलेले एक येत. खंगलेल्या चेहऱ्याचा, अगदी फाटक्या शरीराचा, अगदी साध्या वेषातला एक येत असे. आणखीही कोणी कोणी येत.

यांना मी खोदून खोदून विचारत असे- ही माणसं कोण आहेत? यांचं आपल्याकडे येण्याचं कारण काय? माझ्या मनाला दोन काळज्या लागलेल्या असत- एक म्हणजे माझी स्वतःची सुरक्षितता. त्या सुमारास माझं वय त्रेपन्न-चौपन्नाच्या आसपास असावं- इतकं वय होऊनही माझा बांधा सुरुवातीसारखाच सुडौल होता, कांती चांगली होती, रूप तर होतंच. कोणाची कशी नजर जाईल याचा काय भरंवसा देता येतो? आणि घरात आम्ही दोघंच्या दोघंच फक्त.

आणि पैशांची काळजी. घरात लाखाच्यावर रोख रक्कम होती. त्याचा तर कोणाला सुगावा लागला नसेल? हजार- बाराशे रुपड्यांसाठीही लोक जिवावर उठतात- मग ही तर एवढी मोठी रक्कम-

"तुझा त्यात काहीही संबंध नाही." हे म्हणायचे, "माझ्या एका वेगळ्याच कामासाठी हे लोक येत असतात- तुला काळजीचं काहीही कारण नाही."

अशा केवळ कोरड्या शब्दांनी स्वास्थ्य कधी मिळतं का?

"अहो, मी तुमची बायको आहे- मला समजण्याचा काही अधिकार नाही का? तुमचं तसंच माझंही हे घर नाही का?"

"श्यामला, तुला त्यांच्यापासून काहीही धोका नाही- काहीही त्रास व्हायचा नाही- त्यांची बडदास्त ठेवण्याचीही तुझ्यावर वेळ येणार नाही."

हे मात्र खरं होतं. मला कोणासाठी कपभर चहाही करावा लागला नाही की ग्लासभर पाणी द्यावं लागलं नाही.

जे कोणी कोणी येत ते सरळ मागच्या जिन्याने वरच्या मजल्यावर जात.

मन कसं असतं पाहा- कशानेच त्याचं समाधान होत नाही.

एकदा वाटे- बरं झालं की- त्यांचे जे काही कार्यक्रम- उपक्रम असतील, ते वरच्या मजल्यावर, आपल्या नजरेआड होत आहेत.

पण पुन्हा वाटे- त्यांच्यात आपले यजमान आहेत- यांनाच त्यांनी काही काही करायला लावलं तर? काही काही करायला फूस दिली तर? आपल्या घरात या गोष्टी होत आहेत- त्या आपल्या नजरेसमोर न होता, नजरेआड होत आहेत ही गोष्ट चांगली आहे का? धोक्याची नाही का? आपल्या घरात जे काही चालतं त्यावर आपली नजर नको का?

एकदा तर मी जरासं धाडसच केलं.

संध्याकाळी ही पाचसात मंडळी वर गेल्यावर जरा वेळाने मी अगदी अलगद पावलांनी जिन्यापाशी गेले आणि पाचसात पायऱ्या चढून जाऊन वरच्या भागावर नजरसुद्धा टाकली.

वरच्या मजल्यावरच्या सर्व दारं-खिडक्या आम्ही बंद करून टाकल्या होत्या- तेव्हा अगदी दिवसासुद्धा वर जरासा अंधारच असायचा आणि आताची तर संध्याकाळची वेळ- वर सर्वत्र काळोख होता. हे सगळे गेले तरी कोठे? का एखाद्या खोलीत जाऊन त्यांनी आपल्यामागे दार बंद करून घेतलं आहे?

छातीत कशी धडधड होत होती. वाटलं, इथपर्यंत आलोच आहोत- असंच वर जावं. एकेका खोलीचा कानोसा घ्यावा; पण काही केल्या धीरच होईना. हालचालींचा, बोलण्याचा, एवढासाही आवाज येत नव्हता. ही सगळी माणसं

काय तोंड-डोळे बंद करून एखाद्या खोलीत काही ध्यानधारणा करत बसली आहेत? कदाचित दिवाही लावला नसेल- म्हणतात ना, अंधारातच मन खऱ्या अर्थाने एकाग्र होतं?

मला त्या अंधाराची आणि निस्तब्धतेचीच भीती वाटायला लागली.

भराभरा पायऱ्या उतरून खाली आले आणि बाहेरच्या खोलीत येऊन बसले. छाती कशी धडधडत होती!

खोलीचं दार आतून लोटून घेतलं आणि टीव्ही सुरू केला. समोरच्या रंगीत चित्रांना काही अर्थ नव्हता; पण त्या आवाजाने निदान शांतता तरी भंग पावली होती!

काही दिवसांनी या माणसांची वर्दळ कमी होत होत शेवटी थांबली.

यांनी जे काही मनात योजलं होतं ते यशस्वी झालेलं दिसलं नाही.

यांची व्यग्रता आणि अस्वस्थता होती तशीच राहिली- मी तर म्हणेन, त्यात जराशी वाढच झाली होती.

त्यांचं मन रमविण्याचा मी अगदी प्रामाणिक आणि आटोकाट प्रयत्न केला. संध्याकाळचे हिंडायला चला, एखाद्या नाटक-सिनेमाला चला, एखाद्या यात्रा-सहल कंपनीबरोबर दोन-तीन आठवड्यांच्या सहलीवर चला- मी त्यांना नाना परीने सांगून पाहिलं; पण त्यांना कशात स्वारस्यच राहिलं नव्हतं.

पण त्यांना कशाची काळजी लागली होती, हे त्यांनी स्वतःच मला सांगितल्याशिवाय मला समजणार तरी कसं?

आर्थिक विवंचना तर नव्हतीच. शेजारच्याच सोसायटीत राहणारे वाडेकर नावाचे गृहस्थ महिन्यातून एखादा वेळ येत. एखादे वेळी चहासाठीही थांबत. गुंतवणुकीबद्दल यांना काही काही सल्ला देत असत. एकदा हे आत गेले असताना मी या वाडेकरांना सहज विचारलं होतं- यांना पैशाची वगैरे काही अडचण आहे का? वाडेकर हसत म्हणाले होते- अहो वहिनी! अडचण आहे; पण ती योग्य ठिकाणी गुंतवणूक कशी करायची याची आहे!

यांची प्रकृतीही चांगली होती. माझीही प्रकृती ठणठणीत होती.

तेव्हा प्रश्न शारीरिक- आर्थिक- सामाजिक नव्हता.

यांना (किंवा मला) कोणी वडीलधारे नातेवाईक असते, तर निदान त्यांचा सल्ला घेता आला असता; पण आम्ही दोघं खऱ्या अर्थाने निःसंग होतो. सर्व जबाबदारी आपल्यावरच होती आणि वागण्याचे- निर्णयाचे जे काही चांगले वाईट परिणाम होणार होते ते आम्हालाच सोसावे लागणार होते.

दिवस उलटतच होते. चांगले, वाईट, सुखाचे, दुःखाचे, आनंदाचे, कंटाळवाणे- कसे का असेनात- कालगती काही आपल्या हातात नसते. काळ कधी भराभरा जातो आहे असं वाटतं, कधी सरकतच नाही असं वाटतं; पण शेवटी या साऱ्या आपल्याच कल्पना असतात.

सांगायचं तितकं सांगून झाल्यावर, त्याचा काही परिणाम होत नाही हे ध्यानात आल्यावर मी तो प्रयत्न सोडून दिला. माझी चिकाटी कमी पडली का? हा पराभूतपणा होता का? हे जबाबदारी झटकणं होतं का? यांच्या वागण्यात फारसा फरक पडलेला नाही हे पाहून मी तिकडे जरा दुर्लक्षच केलं.

शेवटी ताप, डोकेदुखी, पाठदुखी ही सारी लक्षणं असतात- खरा विकार वेगळाच असतो. लक्षणं सौम्य झाली याचा अर्थ विकार बरा झाला असा होत नाही. तसा अर्थ घेतला तर ती फार मोठी चूक होते- तीच चूक माझ्या हातून झाली.

सात मे एकोणीसशे अठ्ठ्याण्णव रोजी हे घरातून नाहीसे झाले- गायब झाले.

खरोखर एक भयानक, अकल्पनीय आपत्ती; पण तिचं वर्णन अशा आठ दहा शब्दांत होऊ शकतं. सर्व आपत्ती अशाच आठदहा शब्दांत मांडता येतात.

अमक्याच्या मुलाचा अपघातात मृत्यू झाला.

तमक्याच्या सुनेने आत्महत्या करून घेतली.

पण या आपत्ती बारीक छिद्रापासून सुरू होऊन मग पुढे रुंदावत जाणाऱ्या पुंगळीसारख्या असतात. पुढे शोक, विफलता, असहायता, मनाची घुसमट यांचा खूप मोठा पसारा उलगडत गेलेला असतो.

मला नेहमीच लवकर जाग येते. अगदी लहानपणापासूनची ती सवय आहे आणि जाग आल्यावर उगाच गादीवर लोळत पडणं मला आवडत नाही. काही ना काही कामं व्हायचीच असतात.

आणि दिवस उन्हाळ्याचे. एव्हानाच फटफटलेलं. एव्हानाच खोलीत प्रकाश आला होता आणि सहज शेजारच्या खाटेकडे नजर टाकली तर खाट रिकामी दिसली. मला त्याचं विशेष असं काही वाटलं नाही. तसे हे पहाटे हिंडायला जाणाऱ्यापैकी किंवा अंगणात झाडां-वेलीत बसणाऱ्यांपैकी नव्हतेच; पण आता त्यांची सत्तरी ओलांडून गेली होती- कोणत्या वेळी काय शारीरिक गरजा समोर येतात सांगता येत नाही.

पहाटेस जाग आली की आधी माझा चहा होतो. हात-तोंड धुऊन मी स्वयंपाकघरात गेले. वाटलं, खालीच कोठे असतील तर माझी चाहूल लागताच ते मागोमाग स्वयंपाकघरात येतीलच. त्यांची दोन-चार मिनिटं वाटसुद्धा पाहिली; पण घरात हालचालीची चाहूल येईना. मग मीच शेजारचं जेवणघर, त्यापुढची आमची बायकांची खोली, मग तिथून आमची सिटिंग रूम, मग मधली खोली, सगळीकडे नजर टाकली; पण यांचा पत्ताच नाही. म्हटलं, नक्कीच बाहेर गेलेले असणार- तशीच मोठ्या दारातून बाहेर आले.

बाहेरचं दार उघडं होतं का बंद होतं इकडे माझं लक्षच नव्हतं.

त्या साध्या गोष्टीला इतकं महत्त्व असेल याची मला काय कल्पना? पुढे सर्वांनी, अगदी पोलिसांनीही, मला हजारदा छेडून छेडून विचारलं-

बाई! नीट आठवून सांगा! दार आधीच उघडं होतं का तुम्ही उघडलं?

आणि मला आठवतच नव्हतं, तर मी काय सांगणार?

बाहेर चांगला प्रकाश होता. समोरचं फाटक कुलूपबंद होतं.

(एका कोणा पोलीस अधिकाऱ्याने कुत्सित शब्दांत पुढे यावर टिप्पणीही केली होती- तसं चढून जायचंच म्हटलं तर काही अशक्य नाही! सत्तरी उलटून गेली आहे म्हणता- मग हातापायाला जरा खरचटेल, ओरखडे उठतील; पण कठीण खास नाही!)

मी सर्व अंगणातून वाड्याला चक्कर मारून परत बाहेरच्या दारापाशी आले. यांचा कोठेच पत्ता नव्हता. आता काय करायचं? आत येऊन माझ्यामागे दार बंद केलं- कडी मात्र घातली नाही. नेमके हेच यायचे आणि दार धाडधाड करीत बसायचे. आतल्या खोलीत उभी राहिले. यांना म्हणायचं तरी काय? खाली कुठे नाहीत, बाहेरही कुठे नाहीत, मग- मग-

वर? वरच्या मजल्यावर?

नुसता विचार मनात आला आणि अंगावर असा काही सरसरून काटा आला- नुसता काटा नाही- हातावर मोहोरीसारख्या पुटकुळ्या आल्या-

वर जायचं? एकटीने जायचं? वर? जिथे रात्रीचे ते सगळेजण जमत असत तिथे? मला तर घामच फुटला.

नाही. माझ्याने एकटीच्याने ते व्हायचंच नाही.

आणखी कोणीतरी हवं. आणखी कोण? या आताच्या वेळी?

एकाएकी त्या वाडेकरांची आठवण झाली. थोडीबहुत ओळख होती ती फक्त त्यांचीच होती- आणि तसे शेजारीच राहत होते.

फोनशेजारच्या डायरीत त्यांचा नंबर होता- तो फिरवला.

फोनवर ते स्वतःच आले. बोलायच्या आधी मला घसा जरा साफ करावा लागला. 'हे पाहा, मी- मी- श्यामला- श्यामलाबाई होनप बोलते आहे- हे पाहा- तुम्ही जरा आताच्या आता येऊ शकाल का? नाही- यांना काही झालेलं नाही- म्हणजे काय आहे- हेच घरात कोठे दिसत नाहीयेत- जरा येता का प्लीज?'

'बरं.' म्हणून त्यांनी फोन खाली ठेवला.

आणि खरोखरच पाचसात मिनिटात ते हजर झाले.

'खाली कुठे नाहीत म्हणता?'

'हो.'

'बाहेरच्या अंगणातही नाहीत म्हणता?'

'हो.'

'पण वहिनी, वरच्या मजल्यावर पाहिलंत का?'

'मी- मी- वर गेले नाही- खरं सांगू का, मला जरा भीतीच वाटते-'

'मग चला ना- मी येतो- आपण पाहू या-'

ते आणि त्यांच्या मागोमाग मी, असे वर गेलो.

त्यांनी भराभरा वरचे दिवे लावले. एकेका खोलीत डोकावून पाहिलं. सर्व खोल्या रिकाम्या होत्या.

मग त्यांचे लक्ष वर माळ्याकडे जाणाऱ्या जिन्याकडे गेले.

'वर काय आहे?'

'माळा आहे.'

मी वर गेले होते का नाही हे विचारायची जरुरीच नव्हती. ते तसेच वर गेले आणि दोन-तीन मिनिटात खाली आले.

"माळ्यावर कोणी नाही." ते जवळजवळ स्वतःशीच बोलत होते. "पहाटेचे हिंडायला वगैरे जात नाहीत, म्हणता?"

"हो. कधी जायचे नाहीत."

"चला, खाली जाऊ या."

खाली आल्यावर ते म्हणाले, "वहिनी, तुम्ही चहा करणार होतात ना? माझ्यासाठीही कपभर टाका- मी खालच्या खोल्यांतून एक चक्कर मारून येतो- तुम्ही स्वयंपाकघरातच थांबा- मी येतोच."

मागाहून त्यांनी सांगितलं- काही कुठे चिठ्ठी वगैरे ठेवली आहे का हे त्यांना पहायचं होतं. शेवटी ती वाइटातली वाईट शंकाही त्यांनी विचारात घेतली होती.

चहासाठी आम्ही बाहेरच्या डायनिंग टेबलापाशीच बसलो होतो. चहाचा कप टेबलावर ठेवता ठेवता ते म्हणाले, "वहिनी, तुमची कामवाली किती वाजता येते?"

"सात-साडेसातपर्यंत येतेच बहुतेक-"

"मग आता तासाभरात येईलच- आपण असं करू या- आता चांगलं उजाडलं आहे- तुम्ही तिच्यासाठी बाहेरच्या खोलीतच थांबता का? मी असं करतो- घरी जातो- स्नान वगैरे उरकून नऊच्या सुमारास परत इथे येतो- तोपर्यंत दिनकरराव आले नसले तर मग पुढे काय करायचं ते पाहू या- ठीक आहे? आणि तुम्ही धीराने घ्या, वहिनी."

बाई सव्वासातलाच आली. आधल्या दिवसाची भांडी घासणं आणि घर झाडणं, एवढंच तिच्याकडे काम असायचं. आठवड्यातून एकदा ती वरच्या सर्व खोल्या झाडत असे- तेव्हा रोजचं काम तासाभरात उरकायचं. साडेआठच्या सुमारास काम संपवून ती गेलीसुद्धा आणि मी सुन्न मनाने बाहेरच्या खोलीत बसले होते. डोकं बधिरच झाल्यासारखं झालं होतं. पुढचा काही विचारच सुचत नव्हता. वास्तविक एव्हाना रोज आमची दोघांची स्नानं, दुसरा चहा, पेपर वाचन इत्यादी झालेलं असायचं- आता एकाएकी कशालाच काही मार्ग उरला नव्हता. मी अशीच बसलेली असताना ते वाडेकर आले. माझ्याकडे एकदाच

नजर टाकताच त्यांना समजलं हे काही परत आलेले नाहीत. विचारायची गरजच नव्हती.

"वहिनी, आपल्याला पोलिसांत तक्रार नोंदवायला हवी."

"पोलिसात?" मी जरा घाबरून विचारलं. पोलीस? पूर्वीच्या दोन प्रसंगांच्या आठवणी परत जाग्या झाल्या होत्या. सासूबाई आणि मामंजी.

"त्याखेरीज दुसरं काय करणार? दिनकरराव सत्तरीच्या पुढच्या वयाचे होते. आपल्याला खूप वाटतं- प्रकृती ठणठणीत आहे; पण हे उतारवय मोठं धोक्याच असतं. स्मृतिभ्रंशाचा नाहीतर पॅरॅलिसिसचा अटॅक यायला काय, एक सेकंदसुद्धा पुरतो. पुष्कळदा वरून डोलारा ठाकठीक वाटतो; पण आतून पार पोखरलेला असतो- अगदी निमित्ताला टेकलेला असतो. पोलिसांत तक्रार तर द्यायलाच हवी आणि त्यानंतर एकदोन वर्तमानपत्रांतही जाहिरात द्यावी लागेल."

"वर्तमानपत्रात? जाहिरात?"

"हो- ते सगळं सव्यापसव्य आलंच- त्याखेरीज आपण शोध घेणार तरी कसा? आणि कुठे कुठे?"

म्हणजे घरातली ही आपत्ती चारचौघांत, अगदी वेशीवर टांगली जाणार! मला स्वार्थी आपमतलबी म्हणाल- पण त्याक्षणी तरी माझ्या मनात माझा पत्त्याचा ग्रूप, माझा भिशीचा ग्रूप- यांचे विचार आले. क्षणभर यांचा विलक्षण संतापही आला. चांगलं सुरळीत चाललेलं आयुष्य- एका सेकंदात त्याचा पार असा धिंडवडा उडवण्याचा यांना काय अधिकार होता? पण या आरोपास उत्तर द्यायला हे होतेच कुठे हजर?

वाडेकरांच्या सूचनेवरून बरोबर यांचा एक फोटो ठेवला होता ते बरंच झालं. नाहीतर त्यासाठी पुन्हा चकरा माराव्या लागल्या असत्या.

हरवलेल्या व्यक्तीसंबंधात तक्रार करायची आहे असं सांगताच आम्हाला एका खास अधिकाऱ्याकडे पाठवण्यात आलं. वाडेकरांनीच सुरुवातीची सर्व माहिती सांगितली. अधिकाऱ्यांच्या टेबलावर 'दाभाडे' अशी पाटी होती. वाडेकरांचं बोलणं संपताच दाभाड्यांनी हातावरच्या घड्याळात एक नजर टाकली.

"आता फक्त सव्वादहा होताहेत." ते म्हणाले, "हे दिनकरराव होनप आज सकाळपासून दिसत नाहीत म्हणता- म्हणजे जेमतेम चार तासच झालेत, नाही

का? तुम्हाला नाही वाटत तक्रार देण्यात तुम्ही घाई करता आहात? एखादा दिवस, निदान आज संध्याकाळपर्यंत तरी वाट पहायला काय हरकत होती?"

त्यांच्या बोलण्यात अगदीच तथ्य नव्हतं असं नाही. मीच जरा धीटपणाने म्हणाले, "इन्स्पेक्टर साहेब, यांचा स्वभाव आज गेली पस्तीस वर्षे मी ओळखून आहे. असं पहाटे पहाटेस बाहेर जाणं यांच्या स्वभावात बसतच नाही. यांना पहाटेस बाहेर हिंडण्याचा, व्यायामाचा शौक नाही. चारचौघं एकत्र जपून काही गप्पागोष्टी करतील असा यांचा ग्रूपही नाही आणि आता वय सत्तरीच्या पुढे गेलेलं आहे, म्हणून काळजी वाटते."

"ठीक आहे." एक उसासा सोडून दाभाडे म्हणाले. "तुमचाच आग्रह असेल तर मग आमचा नाइलाज आहे- तुमची तक्रार नोंदवून घेतो. फोटो आणला आहेत? छान. सांगा. संपूर्ण नाव- पत्ता."

त्यांनी सर्व तपशील लिहून घेतला. शेवटी कागदावर पेन ठेवून ते म्हणाले,

"तुमची काळजी मला समजू शकते, मिसेस होनप; पण आमचा अनुभव असा आहे की नव्वद टक्के तरी वेळा अशी घरातून गेलेली माणसं आपण होऊन परत येतात. तेव्हा माझा सल्ला आहे की आज संध्याकाळपर्यंत वाट पाहा. उद्या सकाळी मला या नंबरावर फोन करा." एका कागदावर त्यांनी फोन नंबर लिहून दिला. "तोपर्यंत या होनपांची काही खबर लागली नसली तर तसं कळवा- म्हणजे मग आम्हाला आमच्या पद्धतीने तपासास सुरुवात करता येईल. ठीक आहे तर."

मला बंगल्यावर सोडून वाडेकर त्यांच्या घरी गेले. जाताना ते म्हणाले,

"वहिनी, जरा धीराने घ्या. मीही दुपारी, संध्याकाळी तुम्हाला फोन करीनच. काही समजलंच नाही तर उद्या बघू. मी जातो तर."

मी घरात आले. एकदम किती एकटं एकटं वाटायला लागलं!

बाहेरच्या खोलीतच एका खुर्चीत बसले. का कुणास ठाऊक; पण माझी मनोमन खात्री झाली होती- हे मला पुन्हा दिसणार नाहीत. सासूबाई, मामंजी, आणि आता हे- सर्व प्रसंग एकासारखे एकच नव्हते का? सासूबाई अशा नाहीशा झाल्या; पण तेव्हा घरात मामंजी आणि हे होते. मामंजी नाहीसे झाले, तरी घरात हे होते. आता? आता माझ्याशिवाय घरात कोण होतं? मी एकटीच्या एकटी- मला हा बोजा पेलवणार आहे का?

पण एका गोष्टीचं मला त्या क्षणीही नवल वाटलं.

यांच्या वियोगाचा आतडं पिळवटून टाकणारा शोक होत नव्हता. जीव गोळा होऊन येत नव्हता. डोळ्यांना अश्रूंची धार लागली नव्हती. दुःख होतं; पण ते कोरडं होतं. इतकी वर्षं एकत्रितपणे संसार केला- तो असा क्षणभरात चुरमडला होता; पण त्याची आत आच जाणवत नव्हती.

हा काय माझ्यातलाच कमीपणा होता? का आमच्या दोघांतलं नातं काही एका मर्यादेपुढे जास्त निकटचं होऊच शकलं नव्हतं? यांची अशी एकही आठवण नव्हती, की जी येताच भडभडून रडू यावं. हा काय माझ्यातला स्वार्थीपणा होता? अजून तरी माझ्यापाशी या प्रश्नाचं उत्तर नाही.

आता पुढे काय? समोर यक्षप्रश्न उभा होता.

इन्स्पेक्टर दाभाडे म्हणाले होते- बहुधा अशी माणसं परततातच.

त्यांचे शब्द खरे ठरले तर मग काहीच प्रश्न उरणार नव्हता.

पण तसं झालं नाही तर? हे परत आलेच नाहीत तर?

तोही विचार मला आतापासूनच करावा लागणार होता. मामंजी गेल्यानंतर घरातलं सर्वकाही मीच पाहत होते. आपोआपच एक प्रकारचा व्यवहारीपणा आला होता. हा काही स्वार्थीपणा नव्हता. मनाला तसा एक घाटच आला होता. त्याच मार्गावरून विचार चालले होते.

हे परत आले नाहीत.

वाडेकरांचे दुपारी आणि संध्याकाळी, दोन वेळा फोन आले.

"काही खबर नाही." मी फोनवर सांगितलं. दुसरं काय सांगणार?

संध्याकाळी एकटीच घरात बसून होते. असं एकटीने राहण्याची वेळ हल्ला फार क्वचितच येत असे. रोज कोणता ना कोणता तरी ग्रूप असायचाच. मी त्या सगळ्या जणींचाच विचार करीत होते. आज ना उद्या त्यांना ही गोष्ट समजणारच होती, तेव्हा मीच त्यांना आता सांगितलेलंच चांगलं. त्यात मला कमीपणा किंवा अपराधीपणा वाटण्यासारखं काय होतं? तो काय माझा अपराध होता का? आता काहींचे स्वभावच तिरके होते- माझ्याच वागण्याला दोष द्यायलाही त्या कमी करणार नाहीत; पण कोणाच्या मताला किती किंमत द्यायची हे मी ठरवणार होते.

सगळ्यांचे फोन नंबर असलेली डायरी मी पुढे ओढली.

एकामागून एक फोन नंबर फिरवत गेले. काही भेटल्या. काहींची फोनवर गाठ पडली नाही. जवळजवळ त्याच शब्दांत सर्वांना बातमी सांगितली.

"घरी एकदम प्रॉब्लेम आला आहे. यांचा आज सकाळपासून पत्ता नाही."

प्रतिक्रिया वेगवेगळया होत्या. एक रानडे नावाच्या होत्या- फोनवर माझे शब्द ऐकताच त्यांनी फोन खाली ठेवला- "मी येतेच हं-" म्हणून. आणि खरोखरच पंधरा मिनिटांतच त्या हजर झाल्या- जवळजवळ माझ्याच वयाच्या. दहापंधरा मिनिटं बसल्या होत्या; पण त्यांना तरी काय सांगणार? शेवटी आमच्या ज्या ओळखी होत्या त्या वरवरच्या होत्या. एका सामाजिक गरजेपोटी आम्ही एकत्र येत होतो. जिच्यातिच्यामागे तिचा संसार, घर, माणसं, व्याप होते. इतरांच्यात कोणीही स्वतःला जास्त गुंतवून घेत नव्हतं. एकमेकांची जुजबी माहिती होती. परिस्थिती कशी आहे हे कोणाच्याही घरावर एक नजर टाकली की, ध्यानात येत होतं. मुलामुलींचे विषय निघत नसत, ओळखीही करून दिल्या जात नसत. आम्हाला मूलबाळ नाही एवढं सर्वांना माहीत होतं. त्यापेक्षा त्यांना जास्त कुतूहल नव्हतं. योग्य का अयोग्य हा भाग वेगळा- परिस्थिती होती ती अशी होती.

फोनवर बोलताना सर्वांनीच सहानुभूती दाखवली. औपचारिक असेल, कदाचित मनापासूनचीही असेल. शेवटी मी फोन खाली ठेवून दिला.

आता काय?

यांच्या काय किंवा माझ्या काय, जवळच्या तर राहू देच, लांबच्याही नात्यातलं कोणी नव्हतं. असं कोणी असतं तर या कठीण प्रसंगी त्यांना दोन दिवस बोलावून घेता आलं असतं. तेही शक्य नव्हतं.

त्या संध्याकाळीच एक गोष्ट आरशासारखी स्पष्ट झाली होती.

मी एकटी होते आणि ती सत्यता मला स्वीकारावी लागणार होती.

माझ्यावर जी काही आपत्ती गुजरली होती तिला मीच जमेल तसं तोंड द्यायला हवं होतं. ते सोपं असणार नाही याची जाणीव पहिल्या क्षणापासूनच होत होती; पण दुसरा पर्यायच नव्हता.

ती संध्याकाळ आणि ती रात्र- आयुष्यातले सर्वांत वाईट तास.

आयुष्यात प्रथमच एकटं राहण्याची वेळ आली होती.

विवाह होईपर्यंत सोबत बाबा होते आणि गेली जवळजवळ पंचेचाळीस वर्षं घरातही सगळी माणसं होती. आता मी एकटीच्या एकटी होते. ती जाणीव शब्दांत कशी वर्णन करता येणार? खरं तर राग, लोभ, आनंद, तिरस्कार, घृणा, भीती या कोणत्याच जाणिवा शब्दांत वर्णन करता येणार नाहीत. ती माध्यमंच पार वेगळी आहेत. जसा गंध चित्रात रंगाच्या रेषांनी दाखवता येत नाही.

आठचा सुमार होता. बाहेरच्या खोलीतच बसून होते. समोर टीव्हीचा काळा चौकोन होता; पण टीव्ही लावायचा विचारही मनात आला नाही. खरं तर रोज या वेळेस आम्ही टीव्ही पाहत असायचो. चांगल्या, वाईट, तर्कदुष्ट, हास्यास्पद- ज्या काही मालिका दाखवल्या जात त्या पाहत असायचो; कारण मनोरंजनाचा त्याखेरीज दुसरा पर्यायच नव्हता.

शेवटी जो विचार मी सतत मनात दडपून टाकायचा प्रयत्न करीत होते तो विचार समोर आलाच.

ह्यांचं काय झालं असेल? ह्यांची काय अवस्था असेल?

काहीतरी भयानक घडलं होतं ही गोष्ट आता सूर्यप्रकाशासारखी स्पष्ट झाली होती. अपघात, अचानक स्मृतिभ्रंशाचा झटका अशा दुःखद; पण नैसर्गिक स्पष्टीकरणांनी माझं समाधान होत नव्हतं.

सासूबाई, मामंजी आणि आता हे.

याच घरात घडलेली, पुनरावृत्ती वाटावी, अशी ही तिसरी घटना. या तीनही घटनांची मी साक्षीदार होते. या तिन्ही माणसांचा पूर्ण पूर्वेतिहास मला माहीत होता. अशी अनपेक्षित, अकल्पित घटना घडण्यासाठी घरात कोणतंही कारण घडलं नव्हतं हे मला पुरेपूर माहीत होतं. चित्रातली एखादी आकृती पुसली जावी तशा या तीन व्यक्ती आयुष्याच्या पटावरून पुसल्या गेल्या होत्या. मागे राहिल्या होत्या त्या केवळ त्यांच्या आठवणी.

कोणीही म्हणेल, यांना नाहीसं झाल्याला अजून चोवीस ताससुद्धा उलटले नव्हते; पण माझी मनोमन खात्री होती- हे परत येणार नाहीयेत आणि ती वस्तुस्थिती मनाने पहिल्या क्षणापासूनच स्वीकारली होती.

दिवसभर शरीराची वणवण चालली होती. विचारांना विश्रांती नव्हती. विलक्षण थकावट आली होती.

कपभर चहा करून घेतला. चहाबरोबर ॲस्पिरीनची एक आणि काम्पोजची एक अशा गोळ्या घेतल्या. साडेआठलाच सारी दारं-खिडक्या लावून घेतल्या, दिवे मालवले आणि झोपण्यासाठी खोलीत आले. त्या क्षणी मात्र मनाला चटका बसला. यापुढे मी या खोलीत एकटीच असणार होते. हे इथे माझ्याबरोबर असणार नाहीत. प्रथमच डोळे चुरचुरले; पण एव्हानाच गोळीचा अम्मल चढायला लागला होता. मी खाटेवर झोपले. शाल ओढून घेतली.

पहाटेसच जाग आली. एक क्षणच असा गेला की, आदल्या दिवसांतल्या घटनांची आठवण नव्हती; पण लागलीच सर्वकाही डोळ्यांसमोर आलं. चोवीस तास झाले यांना गेल्याला- कोठे असतील, काय परिस्थितीत असतील, पोटात अन्नाचा कणतरी गेला असेल का, रात्रीचा कुठे निवारा मिळाला असेल का? का त्यांना यातली कशाची शुद्धच नव्हती? कशाची कल्पनाच करता येत नव्हती- हे इथे नाहीत एवढी एकच एक सत्यस्थिती समोर होती आणि ती मला स्वीकारावी लागणार होती.

सकाळी साडेसातच्या सुमारास वाडेकरांचा फोन आला.

“वहिनी, मी वाडेकर. काय बातमी आहे?

“काही नाही हो.”

“मला वाटलंच होतं तसं- नाहीतर तुमचा फोन नक्की आला असता.”

“आता काय?”

“आता नऊच्या सुमारास त्या दाभाडे इन्स्पेक्टरांना फोन करा- त्यांचा नंबर आहे ना तुमच्यापाशी?”

“हो.”

“काल तुम्ही लेखी कम्प्लेंट दिलीच आहे- आता पुन्हा प्रत्यक्ष तिथे जाण्याची आवश्यकता नाही- आता त्यांच्या पद्धतीने ते तपास सुरू करतील. मी नऊच्या सुमारास येतो. दिनकररावांचा आणखी एक फोटो काढून ठेवा. वर्तमानपत्रांतून जाहिराती द्याव्या लागतील ना? त्याचा ड्राफ्टही करून आणतो आणि तुम्ही धीराने घ्या. संकट तर कोसळलंच आहे- काही मदत लागली तर मी आहेच पण तुम्ही स्वतः निर्धाराने राहायला हवं- मग काय? ठेवू फोन? ठीक आहे.”

मग हा दुसरा अध्याय सुरू झाला.

फोन मिळाल्यानंतर तासाभराने दाभाडे स्वतःच घराला भेट देऊन गेले. त्याचे ते ठरावीक प्रश्न. दिनकररावांना काही असाध्य विकार नव्हता ना? एकदम काही आर्थिक अडचण आली नव्हती ना? काही वादावादी झाली नव्हती ना? त्यांना काही धमकीचं पत्र किंवा धमकीचा फोन वगैरे आला नव्हता ना? या सर्व प्रश्नांनां अर्थात माझी उत्तरं नाही- नाही- नाही अशीच होती.

माझी परवानगी घेऊन त्यांनी खालच्या मजल्यावरच्या सर्व खोल्या, मग वरच्या मजल्यावरच्या सर्व खोल्या (कदाचित माळाही), मग बाहेरचं अंगण- सर्वकाही नजरेखालून घातलं. बाहेरच्या खोलीत काही वेळ थांबून मग ते म्हणाले,

"ठीक आहे, मिसेस होनप. मी निघतो आता आणि अगदी काहीही आठवलं- कितीही क्षुल्लक गोष्ट वाटली तरी- तरी मला ताबडतोब कळवा. कशाचा कसा उपयोग होईल सांगता येत नाही. काही नवीन घडामोडी झाल्या तर त्याही कळवायला विसरू नका."

"वर्तमानपत्रातून जाहिराती द्याव्यात असं ते- ते- माझ्याबरोबर आलेले गृहस्थ- वाडेकर- सुचवत होते."

'मीही तेच सुचवणार होतो. जाहिरात तर द्यायलाच हवी. टीव्हीकडेही फोटोसह नाव पाठवून द्या. हरवलेल्या व्यक्तीसंबंधात त्यांचेही कार्यक्रम असतात- त्या कार्यक्रमातून माणसांचे पत्ते, नाव- गाव मिळाल्याच्याही घटना घडल्या आहेत- प्रयत्न तर सर्व दिशांनी करायलाच हवा- आणि सतत आशा बाळगून राहायला हवं- ठीक आहे- मी निघतो आता."

वाडेकरांची खूपच मदत झाली. टीव्हीची कल्पना त्यांनाही पसंत पडली. टीव्हीवर यांचा फोटो दाखवला गेलाही असेल- मी त्या कार्यक्रमाची वेळही जाणून घेण्याचा प्रयत्न केला नाही- मला ते पाहवलंच नसतं; पण आमच्या ग्रूपमधल्या देशपांडे म्हणून एक होत्या. त्यांचा फोन आला. फोनवर त्यांना फक्त 'मी येते आहे' एवढंच सांगितलं. या देशपांडे तशा नेहमी येणाऱ्यांपैकी नव्हत्या. इतरांच्या मानाने त्यांच्यामागे घरातल्या जरा जास्तच जबाबदाऱ्या होत्या. शनिवार- रविवारच फक्त त्यांना मोकळा असायचा. तेही प्रत्येक आठवड्याला नाहीच. त्यांची बुटकी, जराशी स्थूल, जराशी सावळया रंगाची आकृती डोळयासमोर आली. प्रत्येक वंशाची काहीकाही वैशिष्ट्ये असतात. वंशपरंपरेने चालत आलेली

असतात. शारीरिक तशी मानसिकही. (अजूनपर्यंत तरी चालत आलेली आहेत. आता देशस्थ-कोकणस्थ-कऱ्हाडे-सारस्वत-सी.के.पी. असे भेद अस्पष्ट होत चालले आहेत. तेव्हा आणखी काही वर्षांनतर हे भेद दिसेनासेही होतील; पण सध्यातरी दिसत होते हे सत्य होते.)

वीसपंचवीस मिनिटांतच देशपांडे आल्या. ज्या खोलीत आमचा पत्त्यांचा ग्रूप जमायचा त्याच खोलीत आम्ही दोघी बसलो.

"होनपबाई, माझ्या कानावर आलं. फार वाईट झालं."

"हं." मी म्हणाले. दुसरं काय बोलणार?

"खरं तर त्या संबंधातच बोलायला आले आहे. एक सुचवणार आहे. राग नाही ना यायचा?"

त्या काय सुचवणार आहेत याची मला कल्पनाच नव्हती- तर मला राग येण्याचा प्रश्नच कुठे आला?

"नाही- सुचवा ना."

"तुमचे यजमान गेल्याला आता पाचसहा दिवस झाले, नाही का?"

"हं."

"शोधाचे सगळे प्रयत्न केलेत, नाही का?"

"हं"

"एक सुचवते, राग मानू नका. माझ्या माहितीचे एक गृहस्थ आहेत- त्यांना विचारून का नाही पाहत?"

मला खरोखरच त्यांच्या शब्दांचा अर्थच समजला नाही.

"कोण गृहस्थ? काय विचारायचं?"

"म्हणजे काय आहे- काही अडचण निघाली की, लोक त्यांच्याकडे जातात- त्यांना विचारतात- ते काहीतरी इलाज सांगतात-"

"मला काय झालं आहे? मला काय इलाज सांगणार?"

देशपांडेबाईंना खरोखरच कसं सांगायचं याचा प्रश्न पडलेला दिसला.

"हे साधे गृहस्थ नाहीत, होनपबाई. दत्ताचे भक्त आहेत. त्यांना काही काही समजतं. मी इथे काही सांगत बसत नाही. माझ्याबरोबर एकदा येता का? तुम्हीच आपल्या डोळ्यांनी पाहा, कानांनी ऐका - मग ठरवा काय ते-"

"पण हे गृहस्थ कोण आहेत. काय करतात, काहीच सांगत नाही आहात-"

"ते मला सांगता यायचं नाही- आणि शब्दांनी गैरसमज मात्र व्हायचा- एक संध्याकाळ माझ्याबरोबर चला, पाहा, एवढंच सांगते- काहीही करू नका- मग तुमचं तुम्ही ठरवा, एवढंच सांगते."

"केव्हा?" शेवटी मी विचारलं.

"तयारी असली तर आजच- आता सात वाजता- येता का?"

त्यांच्या प्रांजळपणाबद्दल शंकाच नव्हती. माझ्या मदतीसाठी त्या आपल्या परीने मार्ग दाखवत होत्या. ते काय आहे ते समजण्याआधीच त्यांना नकार देणं योग्य होतं का? आणि नाहीतरी माझ्यामागे काय असा मोठा व्याप होता?"

"ठीक आहे." मी म्हणाले. साडेसहापर्यंत आम्ही माझ्या खोलीतच थांबलो. मग नंतर मी त्यांना एका शब्दानेही जास्त काही विचारलं नाही. पावणेसातच्या सुमारास त्या म्हणाल्या, "चला. निघू या."

चौकातली मोठी चारमजली इमारत होती. तिथे त्यांनी रिक्षा थांबवली. एक जिना चढून आम्ही वर आलो. उजवीकडे वळलो. रस्त्यावर गॅलरी होती. गॅलरीतून हॉलमध्ये तीन दारं उघडत होती. प्रत्येक दाराबाहेर बूट-चपला-सँडल दिसत होत्या. शेवटच्या दारातून आम्ही आत गेलो. खूप मोठा हॉल. सगळीकडे दिवे लागलेले. दोन बाजूंना दोन सतरंज्या होत्या. एकीवर पुरुष, एकीवर स्त्रिया, असे उभे होतो. बरोबर सात वाजता एका घंटेचा किणकिण आवाज आला आणि मग सगळेच आरती म्हणायला लागले. दत्ताची आरती. नेहमीच्या ऐकण्यातली.

जय देव जय देव श्री गुरुदत्ता?

आरती ओवाळितो तूज विश्वंभरिता, जय देव जय देव।।

कोणाचाही आवाज चढला नव्हता. ध्रुपदावर आल्यावर टाळ्या देत होते, त्याही हलक्या आवाजात. जास्त अभिनिवेश नव्हता. आरती संपल्यावर सर्वजण खाली सतरंजीवर बसले. त्यात आम्ही दोघीही. मग समोर पाहता आलं. समोरच्या भिंतीत श्रीदत्ताची मोठी तसबीर होती. तसबिरीला मोठा हार घातला होता. त्रिमूर्ती. उजव्या हातात त्रिशूळ. शेजारच्या गाईवर डावा हात ठेवलेला. डाव्या हातात कमंडलू पायाशी एक काळं कुत्रं. तसबिरीपाशी हातात आरतीचं तबक घेऊन एक बरेचसे उंच गृहस्थ उभे होते. वय असेल साठीच्या आसपास. अंगात

पांढरे कपडे. केस मागे वळवलेले. गौर वर्ण. कपाळावर कुंकवाचं बोट ओढलेलं, डोळ्यांना सोनेरी तारांचा चश्मा. चेहरा जरासा गंभीर. नजर समोरच्या जमलेल्या लोकांवरून फिरणारी.

त्यांनी तबक एकाच्या हातात दिलं. तबक घेऊन तो सर्वांच्या रांगांतून हिंडला. मधूनमधून कर्पूरपात्रात कापराची वडी टाकत होता. सर्वांनी ज्वालेवरून हात फिरवून तो तोंडावरून फिरवला, नमस्कार केला. काहीकाहींनी काहीकाही पैसेही टाकले. तबक सर्वत्र फिरल्यानंतर मग ते परत श्री दत्ताच्या तसबिरीखाली ठेवलं आणि त्या पांढऱ्या वेषातले गृहस्थ तसबिरीशेजारच्या गादीवर बसले.

माझी नजर जमलेल्या लोकांवरून फिरत होती. समुदायात सर्व वर्गांचे लोक होते. श्रीमंत, मध्यमवर्गीय, गरीब. तरुण, मध्यमवयीन, वृद्ध, काही अगदी उच्च सुशिक्षित वाटणारे. काही अगदी अशिक्षित.

त्या गृहस्थासमोर बसलेल्या एका स्त्रीने त्यांना नमस्कार केला.

"महाराज, मागच्या आठवड्यात मी आले होते तेव्हा आपण मला थोडासा प्रसाद दिला होतात- मुलीला रोज सकाळ-संध्याकाळ द्यायला सांगितलं होतं-"

त्या गृहस्थांनी मान जराशी हलवली.

"महाराज, मुलीत खूपच सुधारणा झाली आहे-"

"श्री दत्तप्रभूंची कृपा. जाताना आणखी एक पुडी घेऊन जा."

त्या स्त्रीने पुन्हा एकदा नमस्कार केला.

तेव्हा कोठे माझ्या डोक्यात प्रकाश पडला. हे कोणी मांत्रिक- साधक होते आणि लोक त्यांच्यासमोर आपल्या अडचणी सांगत होते. अगदी खाजगीतल्या खाजगी अडचणी; पण कोणालाही नावपत्ता विचारण्यात येत नव्हता. सांगणारा खऱ्या अर्थाने अनामिक राहत होता. एवढ्या गर्दीतही!

आणि ज्यांना लोक 'महाराज' म्हणत होते ते एकएक जणाचं सांगणं संपल्यावर काही वेळ डोळे मिटून शांत बसत होते आणि मग त्यांच्या अगदी साध्या आवाजात काही काही उपाय सांगत होते. एव्हाना त्यांनी विचारलं,

"तुमच्या घरात दक्षिणेकडे उघडणाऱ्या खिडक्या आहेत का?"

"हो, आहेत."

"त्या काही दिवसांसाठी कायमच्या बंद करून ठेवा."

"बस. एवढंच."

दुसऱ्याला त्यांनी विचारलं, "तुमच्या रोजच्या जायच्या- यायच्या वाटेवर एखादं पिंपळाचं झाड आहे का? साधं? पारावर बांधलेलं?"

"हो, आहे."

"त्या रस्त्याने जाऊ नका. जरा वळसा पडला तरी चालेल; पण तो रस्ता वापरू नका."

असेच साधे उपाय. संध्याकाळी नारळ आणा, देवासमोर ठेवा, दुसऱ्या सकाळी तो फोडा- मात्र त्यातलं खोबरं घरातल्या कोणीही खायचं नाही आणि इतरही कोणाला द्यायचं नाही. जमलं तर फोडलेला नारळ नदीत टाका.

आणखी एकाला सांगितलं- रोज पश्चिमेकडच्या खिडकीत निरांजन लावा.

जवळजवळ तासभर मी तिथे थांबले. मग देशपांडेबाईंना खूण केली- आपण निघू या. रिक्षाने त्यांच्या घरापाशी त्यांना सोडून मी वाड्यावर परत आले. आमच्यात अगदी जुजबी बोलणं झालं.

मी बाहेरच्याच खोलीत बसले होते आणि विचार करीत होते.

लहानपणापासून माझ्यावर आन्हिकांचे, प्राचीन धर्म-रूढी-विचार, इत्यादींच्या पालनाचे संस्कार झालेले. बाबांचे आचार मी लहानपणापासून पाहत होते; पण त्यांच्यामागचा अर्थ मला कधी कळला होता का? नाही. फार नंतर माझ्या ध्यानात ती गोष्ट आली होती. बाबांचा व्यवसायच भिक्षुकीचा होता म्हणून त्यांना ती सर्व मंत्र-स्तोत्र-विधी माहीत असायलाच हवे होते. समजा, ते एखादे वकील, डॉक्टर, इजिनिअर, अकाउंटंट असे एखादे व्यावसायिक असते तर? त्यांचा दिनक्रम कसा राहिला असता? आमच्या लहानशा घरात जी प्राचीन परंपरा होती, जी एक (जाणवणारी) शुचिता होती, ती राहिली असती का? त्या दिनक्रमाचा काही ना काही प्रभाव आसपास पडतच होता. आता मला सासूबाईंचे शब्द आठवले-

"श्यामला, तुझे बाबा इथे राहायला आले- आणि त्या दिवसापासून मला अगदी हलकं, अगदी मोकळं वाटतेय बघ."

मग आठवण आणखी पुढे सरकली. बाबांचा हृदयविकाराने मृत्यू होताच सासूबाईंच्या वागण्यात फरक पडला होता. त्यांच्या आयुष्यावर परत एकदा ती छाया आली होती. माझ्या डोळ्यासमोर, प्रत्यक्ष घडलेली ही घटना होती. त्यामागे काय कारण होतं? आपल्या घरात आता नित्य नेमाने देवपूजा, होमहवन

होत आहे, आता आपल्याला काहीही इडा-पीडा होणार नाही- असा एक विश्वास हेच केवळ सासूबाईंच्या सुधारणेमागचं कारण होतं का? का बाबांच्या त्या दैनंदिन पूजा-अर्चा-मंत्रपठण यांच्यात खरोखरच आसमंतात काही बदल घडवून आणण्याची शक्ती होती? बाबांनी सासूबाईंना काहीही सांगितलं नव्हतं, काहीही तीर्थ-प्रसाद दिला नव्हता. मनात कल्पना आली ती एखाद्या उमलणाऱ्या सुगंधी फुलाची होती- ते फूल उमलताच सुगंध आपोआपच आसपास दरवळतो. आसपासची हवा आपोआपच शुद्ध होते-

ज्यांच्याकडे आज आम्ही गेलो होतो, हे जे कोणी महाराज होते- ज्यांच्या साध्या साध्या सूचनांनी लोकांच्या आयुष्यातल्या सावल्या दूर होत होत्या- हा काय केवळ लोकांच्या महाराजांवरच्या विश्वासाचाच प्रभाव होता? का त्या सुगंधी पुष्पाच्या सुगंधासारखा प्रत्यक्षात आसमंतात किंवा त्या व्यक्तीच्या आयुष्यावर काही ना काही परिणाम होत होता?

हे उघड होतं - एका विचाराभोवती मन घिरट्या घालत होतं; पण त्या विचारापासून मागे सरत होतं- प्रत्यक्ष तो विचार करायचं धार्ष्ट्य नव्हतं.

मी या महाराजांना माझी परिस्थिती सांगावी का? त्यांची मला खरोखर मदत होऊ शकेल यावर माझा विश्वास होता का? असा विश्वास असणं आवश्यक होतं का? का माझ्या विश्वास-अविश्वासाला इथे काहीही महत्त्व नव्हतं? मी एक लहानसा धक्का देताच घटना अपरिहार्यपणे घडणार होत्या? खरं तर मलाच माझ्या मनातला गुंता समजत नव्हता. खरं तर मनात जराशी भीती होती, शंकाही होती. येथे रोजच्या व्यवहारातले नियम कार्य करीत नव्हते.

शेवटी तो विचार मनासमोर सत्य आणि कठोर स्वरूपात आला.

हे नाहीसे झाले आहेत आणि पुन्हा दिसणार नाहीत अशी माझ्या मनाची एक ठाम धारणा झाली होती. त्या घटनेवर आधारित अशी मी माझ्या आयुष्याची नवी मांडणी करीत होते. आता या महाराजांकडे जायचं म्हणजे मनात पुन्हा आशा-निराशांची वावटळ उठवण्यासारखं होतं आणि यातून काय निष्पन्न होणार होतं? खरं तर हा प्रदेश नवखा, अंधारा, अज्ञात, जरा भीतिदायकच होता. रोजच्या व्यवहाराच्या पलीकडचा होता; पण मनाची घडण कशी असते पाहा- मी जर आता काही केलं नाही, समोर (खरी वा काल्पनिक) संधी आली होती तिचा फायदा घेतला नाही, तर तो कृतघ्नपणा ठरेल अशी एक जाणीव सतत

मनाला होत होती. प्रत्येकाचाच जगाकडे पाहण्याचा दृष्टिकोन वेगवेगळा असतो. काय योग्य, काय अयोग्य याचे प्रत्येकाचे निकष वेगवेगळे असतात- त्यामागे त्याचे अनुभव, त्याचं ज्ञान, त्याचे विश्वास हे सर्व असतं. मनाचा गोंधळ कितीतरी वेळ चाललाच होता. शेवटी एक निर्णय घेतला- या महाराजांची उद्या गाठ घ्यायची- मग पाहू पुढे काय होतं ते.

एकदा हे ठरवल्यावर मनाला जरा शांतता मिळाली.

देशपांडेबाईंना कळवायचं नाही असं मी ठरवलं होतं. त्या बरोबर नसतील तर मग त्या हॉलमध्ये मला ओळखणारं कोणीही असणार नाही आणि या अनामिकतेतच माझी भीड चेपली जाईल आणि मला मोकळेपणाने बोलता येईल अशी माझी समजूत होती.

मी जरा लवकरच त्या पत्त्यावर गेले. पाच-सात जणच हॉलमध्ये बसले होते. समोरच्या भिंतीत श्री दत्तगुरूंची तसबीर होती. तसबिरीसमोर उभी राहून मी हात जोडले, डोळे मिटले, मनोमन श्रीदत्ताची प्रार्थना केली. डोळे उघडले तेव्हा दिसलं की कोणी एकजण तसबीर आधी ओल्या, मग सुक्या कापडाने साफ करीत होता. तसबिरीवर चढवण्यासाठी त्याने बरोबर मोठा हारही आणला होता. जरा पुढे होऊन मी त्यांना म्हणाले,

"आपल्याला एक विचारू का?"

"विचारा ना, बाई." तो माझ्याकडे वळत म्हणाला.

"मला आज महाराजांना काही काही विचारायचं आहे- त्यासाठी आधी काही करावं लागतं का?"

"काहीही नाही." तो हसत म्हणाला. "लवकर आलात हे चांगलं केलंत. पुढच्याच रांगेत बसा. मी इथेच तसबिरीपाशी उभा असतो. मी हाताने खूण केली की, तुम्ही महाराजांना काय विचारायचं ते विचारा."

तो त्याच्या कामात दंग झाला आणि मी सतरंजीवर पुढेच बसले.

पंधरावीस मिनिटातच हॉल जवळजवळ भरून गेला.

तसबिरीजवळ भिंतीतच एक दार होतं ते आता उघडलं आणि लोक ज्यांना 'महाराज' म्हणत असत ते गृहस्थ त्या दारातून आत आले. ते येताच हॉलमधील सर्वजण उठून उभे राहिले. एक-दोन मिनिटातच दत्ताची आरती सुरू झाली.

आरती संपताच आरतीचं तबक सर्व हॉलमधून फिरलं आणि मग सर्वजण खाली बसले. आज मी त्या गृहस्थांना अगदी जवळून नीट पाहू शकत होते. त्यांचं वय पन्नाशीच्या आसपासचं असावं. नक्की अंदाज येत नव्हता. तसबिरीशेजारच्या लालसर मखमली कुशनच्या खुर्चीत ते शांतपणे बसले होते. आज त्यांच्यावर आणि माझ्या प्रश्नावरच माझं लक्ष इतकं एकाग्र झालं होतं की, त्यांना कोण काय सांगतं आहे, ते काय सुचवत आहेत इकडे माझं लक्षच नव्हतं. तसबिरीशेजारी उभ्या असलेल्या माणसाने उजवा हात हलवून मला बोलण्याची खूण केली. काय आणि कसं सांगायचं हे ठरवायला मला बराच वेळ मिळाला होता. मी महाराजांना नमस्कार केला; पण तोंडून प्रत्यक्ष शब्द बाहेर पडायच्या आधी मला एकदोनदा आवंढा गिळावा लागला.

"महाराज, सातआठ दिवस झाले- माझे यजमान घरातून बेपत्ता झाले आहेत. पोलिसांत तक्रार नोंदवली, वर्तमानपत्रात, टीव्हीवर जाहिराती देऊन झाल्या; पण कशाचाच काही उपयोग झालेला नाही." जरा दम घेऊन मी म्हणाले, "महाराज, आपली काही मदत होईल या आशेने मी आपल्याकडे आले आहे."

एव्हाना माझी सर्व भीड चेपली होती. मी त्यांच्याकडे एकटक पाहत होते. त्यांची नजर माझ्यावरच होती. माझे शेवटचे शब्द ऐकताच त्यांचे डोळे जरासे विस्फारले. त्यांनी डोळे मिटून घेतले; पण त्यांच्या कपाळावर आठ्या आल्या होत्या. स्वतःशीच मान हलवत त्यांनी डोळे उघडले. ते बोलले तेव्हा त्यांचा आवाज खालचा होता, जेमतेम माझ्यापर्यंत पोहोचत होता.

"बाई, तुमच्यावर बांका प्रसंग आला आहे यात शंका नाही. तुम्ही मोठ्या आशेने माझ्याकडे मदतीसाठी आला आहात; पण बाई, काही काही प्रश्न असे असतात की माणसांनी त्यांची उत्तरं शोधू नयेत. प्रश्नांना उत्तरं नसतात असं नाही; पण समजल्यावर ती पेलायची मनाची कुवत नसते. अर्थात तुम्ही प्रश्न विचारलात- तुमची इच्छा असली तर मला त्या प्रश्नाचं उत्तर द्यायलाच हवं. सांगा. त्या प्रश्नाचं उत्तर तुम्हाला खरोखरच हवं आहे?'

"समजल्याखेरीज माझ्या मनाला शांतता कशी लाभणार?"

त्यांनी स्वतःशीच जरा खेदाने मान हलवली.

"ठीक आहे. तुमच्या घरात देव आहेत ना?"

"हो."

"सध्या तुम्ही पूजा थांबवली असेल?"

"पूजा मी स्वतः अशी कधीच करत नव्हते."

"आधी एक करा. सकाळ-संध्याकाळ पूजा करायला लागा. मंत्रांची, स्तोत्रांची आवश्यकता नाही. देवांना स्नान घालून, स्वच्छ धुऊन, हळद-कुंकू-फुलं वाहून मनोभावाने प्रार्थना करा. तीनचार दिवसानंतर देवापुढे नैवेद्य म्हणून ठेवलेली साखर, फुटाणे, खोबरं जे काही एका थाळीत घालून ती थाळी घराच्या कोपऱ्यात ठेवा. तुमच्या सर्व प्रश्नांची उत्तरं तुम्हाला मिळतील. मात्र एक ध्यानात ठेवा. सकाळ- संध्याकाळ देवपूजेचा नियम तुम्हाला जन्मभर पाळावा लागणार आहे."

"महाराज, आपण म्हणता तसं मी करीन." त्यांना नमस्कार करून मी उठले, आणि डावी-उजवीकडे न पाहता हॉलबाहेर पडले, तडक घरी आले. परतताना आणि आल्यावरही त्यांच्या शब्दांवरच मनात सारखा विचार चालला होता. स्पष्ट शब्दांत त्यांनी काहीच सांगितलं नव्हतं आणि हे मोघम शब्दही त्यांनी जरा नाखुशीनेच उच्चारले होते. आतापर्यंत माझ्यासमोर महाराजांना अनेक प्रश्न विचारले होते, अडचणी सांगितल्या होत्या- प्रत्येक वेळी त्यांनी काही काही उपाय सांगितले होते; पण कोणालाही त्याला होणाऱ्या त्रासामागचं कारण सांगितलं नव्हतं. कदाचित समजण्यासारखं नसेल. कदाचित ते शब्दांत मांडता येण्यासारखं नसेल. सर्वांच्याच अडचणी दूर झाल्या होत्या का? ते कळायला काही मार्ग नव्हता. एका डॉक्टरचं औषध लागू पडलं नाही तर माणूस दुसऱ्या डॉक्टरकडे जातो- फायदा होत नाही असं पाहिल्यावर काहींनी परत न येणंही पसंत केलं असेल. शेवटी महाराजांचा सल्ला मोफत होता, जे काही उपचार होते ते बाह्योपचार होते, साधे सोपे होते, खर्चीकही नव्हते; पण तरीही मला त्यांनी मूळ प्रश्नावरून परावृत्त करण्याचा प्रयत्न केला होता तसा इतर कोणाच्या बाबतीत केल्याचं मला आठवत नव्हतं.

पण आता मी काय करायचं? प्रकरण एवढ्यावरच सोडून द्यायचं?

पण त्यांनी देवपूजेचा मार्ग सांगितला होता तो आचरणात आणायला काय हरकत होती? त्याने नुकसान तर खासच होणार नव्हतं. त्यांची पुढची सूचना अमलात आणायची का नाही यावर निर्णय घ्यायला अजून तीन-चार दिवसांचा अवधी होता.

परत आल्या आल्या मी हातपाय धुतले. देवघरात देवाच्या मोठ्या देव्हाऱ्यासमोर बसले. सर्व देव खाली घेऊन देव्हारा स्वच्छ पुसून काढला. देवांना स्नान घातलं. पुसून सर्व आपापल्या जागी ठेवले. हळद-कुंकू-फुलं वाहिली. उदबत्ती-निरांजन लावून मग समोर वाटीत चमचाभर साखर नैवेद्य म्हणून ठेवली आणि मनोभावे प्रार्थना केली आणि वाटीतला नैवेद्य प्रसाद म्हणून ग्रहण केला. महाराजांनी सांगितलेल्या मार्गावर पहिलं पाऊल टाकलं होतं.

सकाळ-संध्याकाळ पूजा हा क्रमच झाला होता. चौथ्या संध्याकाळी मी नैवेद्यासाठी चार साखरफुटाणे घेतले होते. पूजा झाल्यानंतर ती वाटी मागच्या बाजूस, वर जाणाऱ्या जिन्यापाशी एका स्टुलावर ठेवली. खरं तर ही साधी गोष्ट करण्यासाठी मनाला जरासा नेटच लावावा लागला. महाराज म्हणाले होते- उत्तर पेलायची मनाची तयारी हवी. शेवटी याचा सोक्षमोक्ष करण्याचंच मी ठरवल होतं. काय होणार आहे किंवा काही होणार आहे का नाही- कशाचीच कल्पना नव्हती. घरात वावरताना माझी नजर सतत त्या स्टुलावरच्या वाटीकडे जात होती. शेवटी सर्व दिनक्रम आटोपले. टीव्हीवरची रटाळ निरर्थक मालिका संपली आणि मी झोपायला गेले.

रात्री मला खरोखरच जाग आली होती का ते स्वप्नच होते?

मला जाणवलं की आपण आपल्या खोलीच्या दाराशी उभ्या आहोत. बाहेरच्या खोलीतच वरच्या मजल्याकडे जाणारा जिना आहे. त्या जिन्याच्या पायथ्याशीच स्टुलावर ती नैवेद्याची वाटी आहे. मधल्या हॉलमधला दिवा रात्रभर जळत असतो. खोलीच्या दारातून आतलं दाखवण्याइतका प्रकाश आत येत होता; पण स्पष्ट दाखवण्याइतका नाही.

नैवेद्याची वाटी मधूनमधून कशाने तरी दिसेनाशी होत होती. वाटत होतं काहीतरी त्या स्टुलाभोवती फेऱ्या मारत आहे. काहीतरी नरडं- पांढुरकं. एकदा वाटलं हातासारखं काहीतरी त्या वाटीकडे गेलं- आणि मग फिस! असा आवाज येऊन तो हात झटक्याने मागे गेला- पुन्हा एकदा स्टुलाभोवती चकरा- आणि फिस! फिस! असे आवाज-

मग खोली रिकामी होती.

अर्थात पुढे पाऊल टाकायचीही माझी हिंमत झाली नाही. मी खोलीत आले, मागे दार बंद करून घेतले, खाटेवर पडून अंगावर शाल ओढून घेतली आणि गाढ झोपले- ती अगदी सकाळची उन्हं येईपर्यंत.

ते स्वप्न होतं का? महाराजांच्या शब्दांनी मन चाळवलं गेलं होतं, असं काहीतरी स्वप्नात दिसणं अशक्य खास नव्हतं. असं काही होणार अशी महाराजांना कल्पना होती का? त्यासाठीच का त्यांनी आधी मला दररोज सकाळ- संध्याकाळ देवपूजा करायला सांगितली होती? देवाची पूजा, नैवेद्य या साऱ्या रोजच्या व्यवहारातल्या गोष्टी झाल्या; पण ती वाटी खोलीच्या कोपऱ्यात ठेवताच (कोणत्या ना कोणत्या तरी मार्गाने) घटनांनी रोजच्या व्यवहाराची मर्यादा ओलांडली होती- रात्री मला दिसलं ते स्वप्न असो, भास असो; पण एक पुरावा माझ्यासमोर आला होता. दुसऱ्या दिवशी सकाळी मी त्या स्टुलापाशी गेले आणि (वाटीला हात लावण्यापूर्वी) वाकून वाटीत नजर टाकली. वाटीत मोहरीच्या आकाराचे किंवा त्याहूनही बारीक असे काळे डाग पडले होते. चांदीच्या वाटीवर! जी आज पन्नासहून अधिक वर्षं आमच्या घरात होती आणि कालपर्यंत अगदी नव्यासारखी चकचकीत होती. हाताने वाटी उचलताना मनाचा जरासा हिय्याच करावा लागला. आतले ते चार फुटाणे खिडकीतून बागेत टाकून दिले आणि वाटी नळाखाली धरली; पण ते डाग गेले नाहीत. पाण्याने नाही, पावडरने नाही, अगदी रिठ्यानेसुद्धा नाही! आता याला माझ्यापाशी काय स्पष्टीकरण होतं? एक साधी गोष्ट- एका वाटीवर पडलेले काही काही काळे डाग-

असं समजलं जातं की, शुद्ध चांदी सर्वांत पवित्र धातू आहे- म्हणून तर देवपूजेसाठी चांदीची उपकरणं वापरतात- ती देवकर्मातली चांदीही इथे डागाळली होती! महाराजांचे शब्द आठवले- उत्तरं मिळतील; पण ती पेलायची मनाची तयारी असायला हवी- माझ्या मनाची तशी तयारी होती का? कदाचित या मार्गावरचं हे पहिलं पाऊल असेल. पुन्हा वाटी तिथे ठेवली तर? प्रकरणाची पुनरावृत्ती होणार होती का? का पुढचं पाऊल पडणार होतं? मला एकाएकी आठवण झाली- हे मागे संध्याकाळचे काही काही जणांना घेऊन यायचे आणि त्यांच्याबरोबर वरच्या मजल्यावर जायचे- रात्री पार उशिरापर्यंत त्यांचे काहीकाही कार्यक्रम चालायचे. मनाचे आणि शरीराचे काही काही सर्वमान्य आचार असतात- त्यांच्या पलीकडे यांनी पाऊल टाकलं होतं.

मग आता मी तरी काय करीत होते? हा मार्ग निषिद्ध होता का? धोक्याचा होता का? त्यासाठी का महाराजांनी आधी मला दररोज देवपूजा करण्याची सूचना (आज्ञाच जवळजवळ!) केली होती?

प्रथमच मनासमोर स्पष्ट विचार आला.

ही वाट आपल्यासाठी नाही.

मनाशी एक निर्णय घेतला. देवपूजा चालूच ठेवली- त्याने मनाला एक विलक्षण समाधान मिळत होतं; पण पुन्हा कधी प्रसाद मागच्या बाजूस ठेवण्याचा विचारही मनात आणला नाही.

आणि पुन्हा कधी महाराजांची भेटही घेतली नाही.

काही काही वाटा आपल्यासाठी नसतात.

महिन्याभराने एका सकाळी वाडेकरांचा फोन आला आणि फोनवर सांगितल्याप्रमाणे लगोलग पंधरा मिनिटात ते हजर झाले.

अर्थात याचा काही तपास लागलेला नाही हे त्यांनाही माहीत होतंच.

"वहिनी, आता पुढच्या काही काही गोष्टींच्या तयारीला लागलं पाहिजे." ते म्हणाले. "घटना दुःखद आहे; पण ती स्वीकारून आयुष्य पुढे चालू ठेवायला हवं."

मी काहीच बोलले नाही.

"वहिनी, दिनकररावांच्या इन्व्हेस्टमेंट खूप होत्या. कंपन्यांच्या, बँकांच्या एफ.डी. होत्या. काही शेअर होते. पोस्टाची सर्टिफिकेट होती. काही काही म्युच्युअल फंडाची युनिटही होती. तुमच्याकडून त्यांनी कधी कशाकशावर सल्ला घेतल्या का?"

"नाही."

"खरं तर सर्व गुंतवणुका दोघांच्या जॉइंट नावावर करायचा मी त्यांना सल्ला दिला होता. तुम्ही असं करा. त्यांची सर्व कागदपत्रं तपासा. त्यांना मी हे सर्व महत्त्वाचे कागद एका फायलीत एकत्र ठेवायचीही सूचना केली होती. आता ते कागदपत्रं पहायला मिळतील का?"

"जरा बसता का? मी पाहते सापडतात का -"

त्यांच्या कपाटात एका कप्प्यात कागदपत्रांची मोठी चळत होती- ती घेऊन मी बाहेर आले. वाडेकरांनी एकेक करीत सर्व कागद डोळ्यांखालून घातले. "एक त्यांनी चांगले केले." ते शेवटी म्हणाले, "सर्व ठिकाणी त्यांनी नॉमिनी म्हणून तुमचं नाव टाकलेलं आहे. तसा गुंतवणुकीच्या मुदतीनंतर पैसे मिळायला तुम्हाला कोणतीच हरकत नाही." हातातले कागद खाली ठेवत ते म्हणाले, "त्यांची बाकीचीही कागदपत्रं पाहा - कोणी भागवत म्हणून त्यांचे टॅक्स कन्सल्टंट होते- त्यांचा नावपत्ता सापडेल- त्यांची तुम्हाला भेट घ्यायला हवी. दिनकररावांच्या आर्थिक व्यवहारांची त्यांच्यापाशी नोंद असेल. यापुढे ते तुम्हालाच पाहावं लागणार आहे. शिवाय आणखी एक आहे- ही प्रॉपर्टी आता तुम्हाला तुमच्या नावावर करून घ्यावी लागेल- इतरही अनेक प्रश्न निर्माण होतील- तेव्हा एखाद्या चांगल्या वकिलाचा या बाबतीत सल्ला घ्या. त्यांची फी कदाचित जास्त वाटेल; पण शेवटी तेच फायद्याचं ठरतं. अनेक कटकटी वाचतात. या सर्व गुंतवणुका अजून तीनचार वर्षं तरी चालू राहाणार आहेत- त्यांच्याही बाबतीत वकिलांचा सल्ला घ्या. तुम्हाला आणखी काही मदत हवी असली, तर अगदी केव्हाही फोन करा- मी सर्व मदत करायला तयार आहे."

वाडेकर गेल्यानंतर मी कितीतरी वेळ तिथेच बसून होते. डोळ्यासमोर लाखो रुपयांच्या गुंतवणुकीचे कागदपत्र होते; पण या घटकेपर्यंत माझ्या मनात पैशांचा विचारही आला नव्हता. आता एकाएकी मामंजींच्या कपाटातला तो नोटांनी खचाखच भरलेला ड्रॉवर डोळ्यासमोर आला. माझा स्वभावच असा होता की, नाही त्या गोष्टीत आपलं नाक खुपसायचं नाही. मी गरिबीतच लहानाची मोठी झालेली- लग्न होईपर्यंत शंभराची नोटसुद्धा कधी हाताळली नव्हती. आयुष्याच्या सुरुवातीस जी मानसिकता घडवली गेली असते तिच्यात नंतर बदल होणं फार फार कठीण असतं.

पण आता ही लक्षावधी रुपयांची गुंतवणूक समोर आल्यावर अर्थात मनात विचार येणारच. यांची नोकरी रेव्हेन्यूमधली. अगदी निवृत्त झाले तेव्हासुद्धा पगार जेमतेम सातआठ हजार असेल- तेव्हा त्यांच्या पगारातून एवढी गुंतवणूक अशक्यच होती. उघड होतं- मामंजींचे पैसे त्यांनी वापरले होते. मला तो नोटांनी भरलेला एक ड्रॉवर दिसला होता- घरात इतरत्र आणखीही कोठे कोठे

पैसे ठेवलेले असतील, ते जर हातात आले तर तेही यांनी वापरलेले असणार. गोष्ट व्हायची ती होऊन गेली होती. ती योग्य का अयोग्य यावर आता विचारमंथन करण्याने काहीही फायदा होणार नव्हता.

एक कटू सत्य समोर आलं होतं. ही सर्व मामंजींची वरकमाई होती- ज्याला आजकाल नंबर दोनची कमाई म्हणतात. गेली पंचेचाळीस वर्षं मी त्याच पैशांतून आलेल्या ऐशआरामी आयुष्याचा आस्वाद घेत आले होतेच की नाही? सुरुवातीस, जेव्हा मला कशाचीच कल्पना नव्हती, तेव्हा ते एखादेवेळी क्षम्य मानता आलं असतं; पण आता? सर्व कल्पना आल्यावर? आता या सर्वांचा परित्याग करून, एखाद्या अनाथाश्रमात परित्यक्तेचं जीवन जगणं हे मला शक्य होतं का? अर्थात नाही. वाडेकरांनी दिलेला सल्ला व्यवहाराला धरून होता आणि तोच मानणं मला भाग होतं.

यांच्या कपाटातले सर्व, एकूण एक कागदपत्र मी बाहेर काढले. ऑफिसात काम केल्याने सर्व कागदपत्र वेगवेगळ्या फायलीत ठेवण्याची एक सवय त्यांना आपोआपच लागली होती- त्यामुळे माझं काम सोपं झालं. वीज, टेलिफोन, टॅक्सेस इत्यादींची एक फाइल होती. इन्कमटॅक्सच्या कागदपत्रांची एक फाइल होती; पण त्यांच्याखाली एक मोठं ब्राउनपेपरचं पाकीट होतं. वर काहीच लिहिलेलं नव्हतं. उघडून पाहिलं तर आत अनेक सुटे कागद होते. ते सर्व बाहेर काढले. कोणत्याशा क्लिनिकचे पॅथॉलॉजिकल रिपोर्ट होते आणि शिवाय डॉक्टर मेहता यांच्या पाचशे-पाचशे रुपयांच्या सहा पावत्या होत्या. हे कोण डॉक्टर मेहता? या तपासण्या कशासाठी? यांना काय एखादा असाध्य, दुर्धर असा रोग झाला होता का? मग माझ्यापाशी त्यांनी याचा आजपर्यंत एका शब्दानेही उल्लेख कसा केला नव्हता? वास्तविक पाहता पति-पत्नीचं नातं हे सर्वांत जवळचं- त्यांच्यात खरं तर कोणतंही गुपित असता कामा नये. मग हा प्रकार होता तरी काय? मला एकाही शब्दाने काही सांगण्याची त्यांना गरज वाटली नाही? खरं तर त्यांच्यापेक्षा माझंच व्यवहारज्ञान अधिक होतं. गेली तीस वर्षं घरचा सर्व व्यवहार मीच पाहत आले नव्हते का? मग यामागे आणखी एखादं कारण असू शकत होतं का? गेल्या काही दिवसात, काही महिन्यांत म्हणा, त्यांच्या वागण्यात काही बदल झाला होता का? बदल होत असला तर तो ध्यानात येण्याइतकं माझं त्याच्याकडे लक्ष होतं का? की एकमेकांना गृहीत

धरून आपापली वेगळी आयुष्यं जगण्याची आम्हाला सवय झाली होती? एक पत्नी म्हणून हे माझं अपयश होतं का? कदाचित मनातल्या या शंकाकुशंका व्यर्थही असतील. सत्यस्थिती काय आहे हे समजल्याखेरीज कोणतेही निष्कर्ष काढण्यात काही अर्थ नव्हता. या डॉक्टर मेहतांची भेट घ्यायला हवी होती. त्यांच्या पावत्यांवर त्यांचा पत्ता होता. फोन नंबरही होता. त्यांची कामाची वेळ सायंकाळी पाच ते आठ अशी दाखवली होती; पण मी फोन करणार नव्हते, आणि संध्याकाळच्या वेळीही जाणार नव्हते. मी काही या डॉक्टर मेहतांची पेशंट नव्हते. इतर सर्व कामांपेक्षा या डॉक्टर मेहतांची भेट मला जास्त महत्त्वाची वाटायला लागली.

सकाळी नऊच्या सुमारास त्या पत्त्यावर गेले. तीस-चाळीस वर्षांपूर्वी बांधलेली एक साधी इमारत. स्वतःच्या लहानशा हॉलमध्ये उभी असलेली एकदोन मजली इमारत. गेटच्या कॉंक्रीटच्या खांबावर 'डॉ. मेहता' अशी पितळेची लहानशी पाटी होती. म्हणजे हे हॉस्पिटल वगैरे नव्हतं. मी गेटमधून आत गेले, समोरच्या दाराबाहेरची घंटी वाजवली. अठरा-एकोणीस वर्षांच्या एका मुलीने दार उघडलं. कदाचित डॉक्टरांची मुलगीही असेल.

"येस?" माझ्याकडे पाहत तिने विचारलं.

"मला डॉक्टर मेहतांना भेटायचं आहे."

"ते फक्त संध्याकाळीच भेटतात. पाचनंतर."

"मी पेशंट म्हणून त्यांच्याकडे आलेली नाही- मला त्यांची भेट एका अगदी वेगळ्या संदर्भात घ्यायची आहे."

"ते आता कामात आहेत." ती दार लावायच्या तयारीत होती.

"हे पाहा- त्यांना माझं नाव सांगा- श्यामला दिनकर होनप. त्यावरही त्यांनी माझी भेट घ्यायला नकार दिला तर माझं काही म्हणणं नाही." कदाचित नकळत माझ्या आवाजात जरासा कठीणपणा आला असेल आणि नाही म्हटलं तरी संपत्तीने आवाजात एक अधिकार आपोआपच येतो.

"ठीक आहे. या. आत बसा. मी त्यांना सांगते."

तिच्या मागोमाग मी आत गेले, एका खुर्चीवर बसले. ती कोठेतरी आत गेली. माझी नजर खोलीवरून फिरत होती. खोली चांगली सजवलेली होती; पण संपत्तीचा खोटा झगमगाट दिसत नव्हता.

तेवढ्यात समोरच्या दारातून साधारण पन्नास-बावन्नच्या वयाचे एक गृहस्थ खोलीत आले. मध्यम उंच. अंगावर झब्बा- पायजमा असे साधे कपडे; पण नजर मात्र अतिशय तीक्ष्ण. माझ्याकडे निरखून पाहत ते समोरच्याच एका खुर्चीत बसले.

"तुम्ही श्यामला दिनकर होनप?" त्यांनी विचारलं.

"हो."

"म्हणजे दिनकरराव तुमचे-?"

"हो. मी त्यांची पत्नी. दहाबारा दिवसांपूर्वी स्वतः होनप घरातून बेपत्ता झाले आहेत हे तुमच्या कानावर आलं असेलच?"

"काय? बेपत्ता झाले?" ते एकदम म्हणाले.

"हो. मी पोलिसांत तक्रार नोंदवली आहे. वर्तमानपत्रांतून जाहिरातपण दिली आहे. टीव्हीवरही दोनदा त्यांचा फोटो आणि माहिती हे आलं होतं."

"सॉरी. मला यातलं काहीच माहिती नाही."

"होनपांच्या कागदपत्रात तुमच्याकडून मिळालेल्या अनेक पावत्या आणि खूपसे मेडिकल रिपोर्ट सापडले- म्हणून तुमची गाठ घेतली."

"दिनकरराव तुमच्याशी या संबंधात कधी बोलले नाहीत?"

"नाही."

"त्यांनी कधी शब्दानेही कशाचा उल्लेख केला नाही?"

"नाही."

स्वतःशीच मान हलवत डॉक्टर म्हणाले, "चू! मी त्यांना सुरुवातीपासून सांगत होतो- त्यांनी तुम्हाला विश्वासात घ्यायला हवं; पण असो. झालं ते झालं." ते खुर्चीवरून उठले. "अं- श्यामलाबाई, नाही का? श्यामलाबाई, या."

ते शेजारच्या एका खोलीत गेले, त्यांच्या मागोमाग मीही गेले. या खोलीत एक खूप मोठं टेबल होतं. टेबलासमोर दोन खुर्च्या होत्या. शिवाय भिंतीला लागूनही दोनतीन अतिशय आरामशीर वाटणाऱ्या खुर्च्या होत्या. ते स्वतः टेबलामागे बसले, मला त्यांनी समोरच्या खुर्चीवर बसायची खूण केली आणि मी खुर्चीत बसताच त्यांनी विचारलं, "श्यामलाबाई, दिनकररावांनी तुम्हाला काहीही सांगितलेलं नाही- तेव्हा आता मलाच सुरुवातीपासून सर्व काही सांगावं लागणार आहे. पहिली गोष्ट. मी कशाचा डॉक्टर आहे याची तुम्हाला काही कल्पना आहे का?"

“नाही.”

“वाटलंच. मी मानसोपचारतज्ज्ञ आहे - सायकियाट्रिस्ट आहे.”

त्यांच्या शब्दांनी मला केवढा धक्का बसला! मानसोपचारतज्ज्ञ! म्हणजे मानसिक विकारांवर- वेडावर. उपचार करणारे!

“तुमच्या चेहऱ्यावरून तुमच्या मनात काय विचार चालले आहेत याची मला कल्पना येते.” डॉक्टर जरासे हसत म्हणाले. “आणि सर्वसाधारण माणसाची प्रतिक्रिया अशीच होते. शरीरात जसा अनेक कारणांनी बिघाड होऊ शकतो तसाच अनेक कारणानी मानसिक विकारही उद्‍भवू शकतो. काही वेळा शारीरिक क्रियांचा तोल बिघडतो, काही वेळा मेंदूत काही बिघाड होतो, काही वेळा वातावरणातील काही घटकांचा तो परिणाम असतो, काही वेळा तो विकार जेनेटिक असतो- वंशपरंपरा चालत आलेला असतो; पण आपल्या समाजाची धारणाच अशी झाली आहे की, एखाद्याला काही मानसिक विकार होणं हाच एक कलंक मानला जातो! वास्तविक पाहता त्या दुर्दैवी जीवाचा त्यात काही अपराध असतो का? कोणाला आतड्याचा, कोणाला हृदयाचा, कोणाला फुप्फुसाचा, कोणाला रक्ताचा असा काही विकार होतो- त्याला कोणी दोष देत नाही. योग्य ते वैद्यकीय उपचार ही अगदी नैसर्गिक बाब समजली जाते; पण असा विचार मानसिक विकारांबद्दल मात्र केला जात नाही! आणि म्हणून माणूस त्याची वाच्यता करीत नाही- स्वतःपाशीच ठेवतो आणि त्याचे आणखी दुष्परिणाम भोगतो! तुमचा विचार गैरसमजातून आला आहे आणि त्याचा दोष तुमच्याकडे नाही- समाजातच जे एक त्याबद्दल अज्ञान आहे त्याच्यात आहे.”

जरा वेळ थांबून मग ते म्हणाले, “खरं पाहिलं तर पेशंटकडून आम्हाला मिळालेली माहिती ही संपूर्ण गोपनीय असते; पण आताची परिस्थिती अपवादात्मक आहे आणि तुम्हाला हे सर्व समजण्याचा हक्कही आहे. तेव्हा ऐका.”

“सुमारे तीन महिन्यांपूर्वी हे दिनकरराव होनप माझ्याकडे आले. तुमचे जे कोणी नेहमीचे डॉक्टर आहेत त्यांचा त्यांनी सल्ला घेतला नव्हता; कारण तेच ते, मघाशी सांगितलेलं! त्यांना काय त्रास होत होता ते मी तुम्हाला जरा वेळाने सांगणारच आहे; पण आधी मी त्यांची संपूर्ण वैद्यकीय तपासणी करून घेतली. त्यातला तपशील तुम्हाला समजणार नाही. सर्व शरीराची- अगदी मेंदूचीसुद्धा- अत्यंत आधुनिक उपकरणांनी संपूर्ण तपासणी झाली. खरं सांगू का? असं

एखादं शारीरिक कारण सापडलं तर उपचार काही प्रमाणात सोपा होतो; पण ते इथे शक्य नव्हतं."

त्यांनी टेबलाच्या ड्रॉवरमधून अनेक फायली बाहेर काढल्या आणि त्या चळतीतून एक निवडली, बाकीच्या परत ड्रॉवरमध्ये ठेवून दिल्या. फायलीवर बोट आपटत ते म्हणाले. "दिनकररावांची ही केस हिस्टरी आहे. काही शारीरिक बिघाड असेल तर वेगवेगळया चाचण्यांनी त्यांचा अंदाज घेता येतो; पण दिनकररावांसारख्या केसमध्ये बाह्यलक्षणं काहीच नसतात. सर्व व्यापार मानसिक पातळीवरूनच चाललेले असतात- आणि त्या व्यक्तीशी संदेशन स्थापन करूनच त्यांची परिपूर्ण माहिती मिळू शकते. तेव्हा परस्परांत संपूर्ण मोकळं संदेशन, संपूर्ण विश्वास हेच मुळात स्थापन व्हायला हवं. त्या व्यक्तीला बोलतं करायला हवं. मार्ग अनेक आहेत. कशाने यश येतं हे प्रत्यक्ष प्रयोगानेच समजतं.

"त्यातले बारकावे तुम्हाला समजणार नाहीत; पण ढोबळमानाने काही काही गोष्टी तुम्हाला सांगतो. काही जणांना स्वतःबद्दल बोलणं आवडतं- अशा लोकांना एखाद्या कोचवर किंवा आरामखुर्चीत आरामात बसवून बोलू द्यावं. माणूस आपल्या नकळत आपल्या मनातले ताणतणाव, शंका, संभ्रम हे उघड करीत असतो. काही वेळा प्रश्नोत्तरी करावी लागते- त्यातून काही माहिती उजेडात येऊ शकते. वर्ड असोसिएशन टेस्ट नावाचा शब्दांचा एक खेळ आहे. मी एक शब्द उच्चारला की, त्यांनी अगदी लगोलग मनात आलेला शब्द उच्चारायचा. समजा, मी 'झाड' म्हटलं तर ते जंगल, पानं, पक्षी, सावली, वणवा, खोड यातला एखादा शब्द उच्चारतील. मी 'पाणी' म्हटलं तर ते नदी, समुद्र, पूर, पाऊस, बुडणे अशापैकी एखादा शब्द वापरतील. त्यांच्या प्रतिशब्दांवरून त्यांच्या मनातले विचार कोणत्या दिशेने चालले आहेत याचा काही अंदाज बांधता येतो."

डॉक्टरांनी ड्रॉवरमधून कार्डांची एक चळत काढली. प्रत्येक कार्डावर काळपट रंगात एक अनियमित आकार छापलेला होता. "हे आकार त्या व्यक्तीसमोर आले की त्याला काय वाटतं याची नोंद करून घेतल्यावर त्यातूनही काहीकाही निष्कर्ष काढता येतात. कधीकधी हिप्नॉसिसचाही वापर करावा लागतो. हे सर्व कशासाठी? तुम्ही विचाराल- सांगतो.

"आपल्याला बाह्य जगाचं ज्ञान होतं ते पंचेद्रियांमार्फत मेंदूपर्यंत पोहोचलेल्या संवेदनांनी होतं. त्या सर्वांचा एकत्रित परिणाम होऊन मेंदू बाह्यजगाचं एक

कामचलाऊ चित्र घडवतो आणि अगदी नाममात्र फरक वगळता सर्वांच्या मनातल्या या प्रतिमा जवळजवळ सारख्याच असतात. हाच तर आपल्या मानवजातीचा विशेष आहे; पण काही वेळा कोठेतरी बिघाड होतो आणि त्या व्यक्तीच्या मनातली जगाची प्रतिमा वेगळी असते. जाणिवा त्याच असतात; पण त्यांचे अर्थ वेगळे लावले जातात. जग आपल्याला दिसते, जाणवते, तसे त्या व्यक्तीला जाणवत नाही. दिनकररावांच्या बाबतीत हेच झालं आहे.

"माझ्याबद्दल त्यांच्या मनात विश्वास उत्पन्न झाल्यानंतर त्यांनी माझ्याशी मोकळेपणाने बोलायला सुरुवात केली. श्यामलाबाई, गेले काही महिने, जवळजवळ वर्षभर म्हणाना, त्यांना असे भास होत आहेत की, तुमच्या घरात तुमच्या दोघांखेरीज आणखीही कोणी कोणी वावरत आहे."

या विलक्षण शब्दांनी मला केवढा धक्का बसला! कदाचित माझ्या चेहऱ्यावरच डॉक्टरांना ते दिसलं असेल. स्वतःशी मान हलवत ते म्हणाले,

"दिनकररावांच्या सांगण्यावरून त्यांची आई आणि वडील, दोघेही तीस वर्षांपूर्वी - दीड वर्षांच्या अंतराने घरातनं अचानक नाहीसे झाले. खूप प्रयत्न करूनही त्यांचा काहीही ठावठिकाणा लागला नाही. आई-वडिलांशी त्यांचे संबंध फारसे प्रेमाचे, आपुलकीचे नव्हते; पण वादावादीचे, मतभेदाचे, संघर्षाचे काहीही प्रसंग आले नाहीत- हे खरं आहे का?"

"हो." मी म्हणाले.

"माणसाचे मन मोठे विचित्र आहे. सयुक्तिक कारण असो वा नसो, काही काही वेळ मन काही काही घटनांबद्दल स्वतःलाच दोषी धरते- आणि मग त्या भावनेची छाया मनाच्या सर्व व्यापारावर पडते; पण त्या माणसाला याची काही कल्पनाही नसते- बाह्यजगात दिसणाऱ्या बदलाची कारणं तो बाहेरच्या जगात शोधत असतो- ती तिथे नसतातच, तर त्याला कशी सापडणार?

"मंत्र-तंत्र-साधना-करणी-चेटूक-बाधा-पछाडणे या गोष्टी खऱ्या आहेत की, खोट्या आहेत यात आपल्याला शिरायचं नाही. महत्त्वाची गोष्ट ही आहे की, काही काही जणांचा यांच्यावर विश्वास असतो. आपल्यामागे जी काही व्याधी लागली आहे तिचं निराकरण या मार्गाने होऊ शकेल अशी त्याच्या मनाची धारणा होते- दिनकररावांनीही हाच मार्ग वापरून पाहिला. अनेक तथाकथित मांत्रिकांना त्यांनी आपल्या घरी आणलं."

डॉक्टरांच्या शब्दांबरोबर माझ्या आठवणीत यांच्याबरोबर वेळी-अवेळी येणारी, यांच्याबरोबर वरच्या मजल्यावर जाऊन तासतास काहीतरी करणारी ती माणसं आली- जी तेव्हाही मला वेगळ्या प्रकारची वाटली होती.

“दिनकरराव स्वतः त्यात संपूर्ण अनभिज्ञ होते- सर्वसाधारण माणूस असाच असतो, नाही का? आपला प्रश्न तो एखाद्या तज्ज्ञाकडे घेऊन जातो आणि त्याचा सल्ला मानतो- त्यामुळे दिनकरराव त्या लोकांनी काय काय केलं हे सांगू शकतात.- का, या प्रश्नाचं उत्तर त्यांच्यापाशी नाही; पण त्यांचे प्रश्न सुटले नाहीत आणि त्यांनी हे प्रकार थांबवले. खरोखर तुमचं हे सुदैवच समजा. नाहीतर कधीकधी विलक्षण मनस्ताप करण्याची वेळ येते. दिनकररावांना वेळीच सुबुद्धी सुचली आणि शेवटी ते माझ्याकडे आले.”

आणि शेवट काय झाला होता! मी जराशी रागानेच म्हणाले,

“आणि तुमची तरी त्यांना काय मदत झाली, डॉक्टर?”

माझ्या शब्दांचा त्यांच्यावर काहीही परिणाम झाला नाही.

“श्यामलाबाई, इंजेक्शन दिलं की तासाभरात उतार, अँटिबायोटिक दिलं की, साधारण साठ तासात परिणाम- अशासारख्या या गोष्टी नाहीत. वेळ लागतो, पेशन्स लागतो- आमच्या आठदहाच तर बैठका झाल्या होत्या. माझी खात्री आहे मला आणखी वेळ मिळाला असता तर मी त्यांना नक्कीच काहीतरी मदत करू शकलो असतो.”

या शब्दांतच त्यांच्या अपयशाची कबुली दडलेली नव्हती का? त्यांचा भेट संपवायची वेळ आली होती. या तासाभरात माझ्या कानावर इतक्या विलक्षण गोष्टी आल्या होत्या- माझ्या आजपर्यंतच्या साध्या आयुष्याशी त्या सर्वस्वी विसंगत होत्या. त्यांना मनात सामावून घ्यायचं म्हणजे आधीच्या सर्व विश्वासांची मोडतोड होणार होती. मला विचारांना वेळ हवा होता. “डॉक्टर,” खुर्चीवरून उठत मी म्हणाले, “तुम्ही माझ्याशी मोकळेपणाने बोललात- आभारी आहे.”

“श्यामलाबाई, मला दिसतं की, तुम्ही नाराज झाला आहात; पण मी तरी तुम्हाला दोष कसा देणार? मी एवढंच सांगतो, माझ्या विश्वासाप्रमाणे मी तुमच्या दिनकररावांसाठी अत्यंत प्रामाणिकपणे प्रयत्न केले.

घरी परत आले आणि खुर्चीत बसून राहिले. घटनांचा क्रम डोळ्यांसमोर आणला. आधी यांना काही काही भास व्हायला लागले होते- त्यासाठी आपल्या बुद्धीने त्यांनी काही काही उपाय केले होते; पण कोणत्याच उपायाने त्यांच्या व्याधीला उपशम मिळाला नव्हता. (माझ्याशी ते यावर एका शब्दानेही बोलले नाहीत ही खंत तर सतत मनाला टोचत होतीच!) त्या व्याधीचा अतिरेक होऊन त्याचं पर्यवसान त्यांच्या घरातून नाहीसं होण्यात झालं का?

त्याबद्दलच विचारायला मी त्या महाराजांकडे गेले होते- ते म्हणाले होते- तुमच्या प्रश्नाला उत्तर आहे; पण ते पेलायची मनाची तयारी करावी लागेल - आणि तो प्रसाद कोपऱ्यात ठेवल्यानंतर (प्रत्यक्षात किंवा स्वप्नात) मला त्या प्रसादाभोवती भिरभिर फिरणारी एक घाणेरडी सावली दिसली होती-

आणि आता डॉक्टर मेहतांची हकीकत- यांना घरात कोणाच्यातरी वावराचा भास होत होता- 'भास' हा शब्द मेहतांचा होता.

आता या तीन गोष्टींची सांगड मी कशी घालायची?

मला दिसत होतं- दोन मार्गांनी यांनी स्वतःची व्यथा (खरी वा काल्पनिक) दूर करण्याचा प्रयत्न केला होता. एक मार्ग डावीकडचा होता- त्यात तंत्र-मंत्र- यंत्र यांचा वापर होत होता. दुसरा मार्ग उजवीकडचा होता- चिकित्सा-निदान- उपचार हा मार्ग. यांनी घरी आणलेले काही काही लोक किंवा ते महाराज- हे डाव्या मार्गावरचे पथिक होते, तर डॉक्टर मेहता उजव्या मार्गावरून प्रवास करणारे.

मी मात्र या साऱ्यात पार अनभिज्ञ होते; पण महाराजांनी मला एक मध्यममार्ग सांगितला होता- सकाळ-संध्याकाळची देवपूजा आणि एकाएकी मागची एक आठवण मनात आली. बाबा आपल्या घरी राहायला आल्याबरोबर त्यांनी आपलं दैनिक पूजा-अर्चा-प्रार्थना-आन्हिक सुरू केलं होतं- आणि सासूबाईंना त्याचा काही ना काही फायदा नक्कीच झाला होता- का आणि कसं यांच्या जंजाळात शिरण्याची मला काय गरज होती? महाराजांनी सुचवलेल्या मार्गावरूनच जाण्याचा मी त्या क्षणी निर्णय घेतला- फायदा होवो वा न होवो, नुकसान तर खासच होणार नव्हतं.

वाडेकरांनी सूचना दिल्या होत्या त्या अमलात आणायला हव्या होत्या.

यांच्या कागदपत्रात भागवत नावाच्या कर सल्लागाराचा उल्लेख होता. त्यांना फोन करून त्यांची गाठ घेतली. गेली अनेक वर्षं भागवत यांचं काम

करीत असल्याने त्यांच्याकडे यांच्या आर्थिक व्यवहारांची संपूर्ण माहिती होती. मला हे भागवत प्रामाणिक आणि कार्यक्षम वाटले. कदाचित क्लायंट लोकांसाठी असा बुरखा आवश्यकही असेल- सर्व व्यवहार कागदोपत्री आणि उघड्यावर होत नाहीत याची मला एव्हाना कल्पना आली होती.

"श्यामलाबाई," भागवत म्हणाले, "एक गोष्ट तुमच्या दृष्टीने फार सोयीची आहे. परवाच्या एप्रिलपर्यंतचे सर्व रिटर्न भरलेले आहेत. तेव्हा पुढच्या वर्षीच्या जुलैपर्यंत तुम्हांला आपोआपच वेळ मिळाला आहे. तुम्ही एक करा- दिनकररावांच्या गुंतवणुकीच्या सर्व कागदांची फाइल घेऊन माझ्याकडे या- म्हणजे मग काय स्टेप घ्याव्या लागतील त्याची मी तुम्हाला नीट कल्पना देऊ शकेन."

"भागवत, यापुढेही तुम्ही आमचं काम पाहत राहाल का?"

"का नाही? अगदी खात्रीने पाहीन- तुम्ही अगदी निर्धास्त असा."

पाच दिवसांनी मी भागवतांची पुन्हा भेट घेतली. मला काय काय करायला हवं याची त्यांनी एक तपशीलवार यादीच तयार केली आणि त्यांच्याच परिचयाच्या राणे नावाच्या वकिलांचं नाव सुचवलं.

मग या राणे वकिलांची भेट खरं तर अतिशय कामात असणारा माणूस; पण भागवतांच्या शब्दाखातर त्यांनी माझी भेट घेतली. राणे मोठे अनुभवी, हुशार आणि शार्प. जवळजवळ महिनाभर मी त्यांच्या सहायकाबरोबर बँका, म्युच्युअल फंडांची कार्यालयं, काही खाजगी कंपन्यांची कार्यालयं या ठिकाणी जात होते. कोठे ॲफेडेव्हिट, कोठे इंडेम्निफिकेशन बाँड, कोठे या राण्यांच्या खटपटी- शेवटी सर्व खाती, सर्व गुंतवणुका, सर्व युनिट, शेअर, सर्वकाही माझ्या नावावर झालं. वाडेकर म्हणत होते ते खरं होतं- खर्च खूप आला; पण कोठेही काही कमतरता राहिली नाही.

या सगळ्या व्यापात होते तेव्हा घरातलं एकटेपण जाणवत नव्हतं. तसे आमचे कार्डचे, भिशीचे, साप्ताहिक सहलीचे ग्रूप पुन्हा जमायला लागले होते. त्यापुढे आठवड्यातल्या चार-पाच संध्याकाळी आणि महिन्यातून एक-दोन शनिवार-रविवार चांगले जात असत; पण बाकीचा वेळ?

मागे यांना कोणीतरी विद्यार्थी ठेवण्याची सूचना केली होती आणि तेव्हा अर्थात ती यांनी हातोहात फेटाळली होती; पण आता? समजा, वरचा मजला

मी तीनचार विद्यार्थिनींना महिनेमहा काही रक्कम घेऊन वापरायला दिला तर? पैशांचा प्रश्न गौण होता- पण घरात मला चांगली सोबत मिळाली असती. अर्थात आता जमानाच बदलला होता. मुलीही बिनधास्त वावरायला लागल्या होत्या. पन्नास वर्षांपूर्वीसुद्धा मी मागासलेलीच होते- आता तर ही दरी आणखीच रुंदावली होती. तेव्हा निर्णय घेण्याआधीच या सर्व गोष्टी ध्यानात घ्यायला हव्या होत्या; पण मी मनाशी ठरवलं- जास्तीत जास्त एका टर्मचा- चार महिन्यांचाच प्रश्न होता- आपल्याला शारीरिक वा मानसिक त्रास व्हायला लागला तर आपण या मुलींना टर्म संपल्यानंतर पुन्हा प्रवेश नाकारू शकतो. निदान प्रयोग करून पहायला तरी काय हरकत होती?

आमच्या ग्रूपमधल्या एकीने आउट हाउसमध्ये विद्यार्थिनींची सोय केली होती. आमची भेट झाली तेव्हा मी हा विषय काढला. अर्थात तिची गोष्ट वेगळी होती. मुली घरात राहत नव्हत्या- बाहेरच्या बाहेर यायच्या, जायच्या. त्यांच्या मित्र-मैत्रिणी, वेळी अवेळी जाणं-येणं यांचा तिच्याशी संबंधच येत नव्हता. आणि गेली अनेक वर्षे तिथे मुली येत असत- ती काही स्वतःला त्यांची पालक समजत नव्हती. कोणतीही आर्थिक वा नैतिक जबाबदारी घेत नव्हती- तेव्हा माझा अनुभव तिच्यापेक्षा सर्वस्वी वेगळा असणार होता- तरीही हल्ली मुलींच्या काय अपेक्षा असतात, शहराच्या कोणत्या भागात साधारण किती पैसे घेतात याची मला काहीतरी कल्पना आली. शेवटी मी वर्तमानपत्रात बॉक्स नंबरवर जाहिरात तर दिली.

प्रतिसाद चांगला आला- म्हणजे उत्तमच आला. मी मनाशी ठरवलं होतं की, चार विद्यार्थिनींना जागा द्यायची- सोबतीसाठी एवढ्या पुरेशा होत्या. डावीकडच्या तीन खोल्या मी त्यांना देणार होते. तशी रचना सोयीची होती; कारण खोल्यांना जोडणारी दारं तर होतीच, शिवाय मधल्या मोठ्या खोलीतून स्वतंत्र प्रवेशही होते. जी खोली आम्ही बेडरूम म्हणून वापरली होती तिथे त्यांना चहापाण्याची सोय करण्याचा विचार होता; कारण तिथूनच बाहेरची बाथरूम वगैरे जवळ होती. वर एक गिझर पूर्वीपासूनच होता. फक्त त्या सर्व खोल्यांतल्या सामानाची हलवाहलव करावी लागणार होती. शेवटी मला प्रत्यक्ष वर जावंच लागलं. त्या वाडेकरांच्याबरोबर एकदा वर गेले होते- मामंजी गेल्यानंतर वरच्या सर्व खोल्या आम्ही बंदच केल्या होत्या- तेव्हा वर जायची वेळच येत नसे. तेव्हा इतक्या

वर्षांतली ही माझी वरच्या भागाला दिलेली दुसरी भेट- आणि अगदी खरं सांगायचं म्हणजे मनात जराशी धाकधूकच होती- यांनी शेवटी शेवटी वरच्या खोल्यांतून जे काही तऱ्हातऱ्हांचे लोक आणले होते, माझ्या नजरेआड जे काही उद्योग केले होते, त्यांच्यामुळे या घराच्या वरच्या सर्व भागाबद्दल मनात जराशी भीतीच जन्माला आली होती. वर एकटीने जायला नको असं सारखं वाटत होतं. शेवटी मी कामवाल्या बाईला सांगितलं,

"रखमा, उद्या जरा वेळ काढून येशील का? कारण सांगते. आपल्या वरच्या खोल्या आहेत ना? तिथे मुलींना जागा द्यायचा विचार आहे. त्या आधी सगळ्या खोल्या झाडून साफ करायच्या आहेत. मला तुझ्याकडून फुकटात काम करून घ्यायचं नाही- वरचे पैसे तर मी तुला देणारच आहे- शिवाय आणखीही एक आहे. त्या मुलींनाही कामासाठी बाई लागणारच- तुझी इच्छा असली तर तेही काम तू करू शकशील. मलाही घरात आणखी कोणी परकी बाई यायला नको आहे. तेव्हा आपली दोघींचीही सोय होईल; पण ते मागून पाहू- उद्या तर जरासा वेळ काढून ये- काय?"

दुसऱ्या दिवशी सकाळी साडेदहाच्या सुमारास तिचं खालचं सगळं काम झाल्यावर आम्ही दोघी वर गेलो. उजवीकडच्या तिन्ही खोल्यांच्या खिडक्या उघडल्या. सगळीकडे अगदी लख्ख प्रकाश झाला. आमचं सामान आम्ही कितीतरी वर्षांपूर्वी खाली नेलं होतं. आता खोल्या जवळजवळ रिकाम्याच होत्या. मी मनाशी ठरवलं, जे काही थोडंबहुत सामान आहे ते डावीकडच्या खोल्यांत हलवायचं आणि इथे सर्वच्या सर्व नवीन सामान आणायचं. चार मुलींना जागा द्यायची ठरवली तर चार घडीच्या खाटा, गाद्या, पलंग, पोस, उश्या; प्रत्येक खोलीत एक टेबल आणि तीन घडीच्या खुर्च्या; जी तिसरी खोली? मोकळी राहणार होती तिच्यात एक मोठं पत्र्याचं टेबल, स्टोव्हसह गॅस सिलिंडर, सहा कपबश्या, सहा ग्लासेस, चहा- दूध इत्यादींसाठी काही भांडी, बाहेरून डबा आणला तर अन्नवाटप करण्यासाठी काही लहानमोठी भांडी, काही ताटं, थाळ्या, चमचे, डाव हे हवं. शिवाय बाथरूममध्ये दोन प्लॅस्टिक बालद्या आणि एक वॉशिंग मशीन- खरं तर मला कशाचा अनुभवच नव्हता. आपल्यातल्या एकीने सांगितलं की, खाटा- टेबलं- खुर्च्या सर्वकाही भाड्याने मिळतं- वाटलं तर भाडं तुम्ही द्या, नाहीतरी मुलींना भरू द्यात- एकदम खरेदीचा खर्च करू नका; पण ते सारं मागाहून.

आधी वरच्या मजल्याला दिलेली ती भेट.

सगळ्या खिडक्या उघडल्या- लख्ख प्रकाश झाला. मागच्या कितीतरी आठवणी जागवल्या गेल्या. कितीतरी वर्षं बंद असलेलं पुस्तक उघडलं गेलं होतं. विस्मृतीत गेलेली चित्रं अचानक समोर आली होती.

डावीकडच्या खोल्या उघडल्या. रस्त्यावरची खोली बाबा वापरत असत. तिथेही मनाला आठवणींचा हिसका बसला; पण त्यांच्यात कडवटपणा नव्हता- एक समाधान होतं. सर्व आयुष्य बाबांनी कष्टात, खडतर परिस्थितीत काढलं होतं- त्यांच्या आयुष्याची शेवटची वर्षं इथे स्वास्थ्यात, सुखात, समाधानात गेली होती.

बाईने शेजारची खोली उघडली होती. त्या खोलीच्या दाराला तो नळ्यामण्यांचा पडदा होता- अजून किणकिणत होता. पडदा हाताने बाजूला सारून मी आत एक नजर टाकली. खोली अंधारलेली वाटत होती. वाटणारच. समोरच्या भिंतीतल्या दोन्ही खिडक्या बंद होत्याच- शिवाय त्यांच्यावरही ते मण्यांचे पडदे लावले होते- खोलीला आणखी दोन दारं होती- त्यांच्यावरही ते काचमण्यांचे पडदे होते- हे सर्व पडदे कोणी लावले? खालचा मजला जेव्हा आम्ही रिकामा केला तेव्हा खालच्या दारांवरचे हे मण्यांचे पडदे काढल्याचं आठवत होतं; पण ते वरच्या खोलीतल्या दारा-खिडक्यांना लावल्याचं माझ्या तरी आठवणीत नव्हतं. मग हे काय यांनी केलं होतं? केव्हा? कशासाठी? खोलीच्या मध्यभागी चार जुन्या वेताच्या आरामखुर्च्या होत्या- एक लहानशा टिपॉयसारख्या गोल टेबलाभोवती मांडल्या होत्या. या बंद अंधारलेल्या खोलीत या जुन्या, तुटक्या वेतांच्या, धुळीने माखलेल्या खुर्च्यांवर बसून कोणी गप्पागोष्टी करीत असेल? मसलती करीत असेल?

यांनी वेळोवेळी बरोबर आणलेली ती नाना तऱ्हेची माणसं- ती तर-? मनासमोर चित्र आलं ते अजिबात चांगल नव्हतं. काही केल्या मला त्या खोलीत पाय टाकायची इच्छा होईना. मी तशीच मागे फिरले. समोर शेवटची खोली होती. त्या खोलीत नळ, मोरी, संडास हे सगळ होतं- आणि शिवाय वर, माळ्याकडे जाणारा जिनाही होता. बाईने मोरीचं दार उघडलं होतं! नळाखाली बालदी लावली होती- पाणी जायची वेळ आली होती- धार अगदी लहान होती. पाण्याचा टप् टप् आवाज येत होता. बाई तिथेच वावरत होती. मनाशी

विचार केला- सोबतीला बाई आहे- वर एक नजर टाकायला हरकत नाही. तशीच त्या लाकडी पायऱ्यांच्या जिन्यावरून वर गेले. आठ-नऊ पायऱ्या चढून होताच मान माळ्याच्या जमिनीवर आली- तिथूनच मी चारी बाजूंना नजर टाकली. माळा खालच्या सर्व खोल्यांवर पसरला होता. समोरची आणि मागची भिंत त्रिकोणाची होती. छप्पर मध्ये उंच होतं, उतरत उतरत दोन्ही बाजूंना पार खाली जमिनीला टेकलं होतं. पूर्वेकडच्या खिडकीतून उन्हाचा कवडसा आत आला होता आणि त्या कवडशात धूळ तरंगताना दिसत होती. जिन्याच्या पायऱ्या मी जरा घाईघाईनेच चढले होते. दमही लागला होता आणि जराशी चक्करही आल्यासारखी वाटत होती. मी डोळे घट्ट मिटून घेतले, भिंतीचा आधार घेत, पायरी पायरी करीत खाली आले. भिंतीला पाठ लावून दोन मिनिटं स्तब्ध उभी राहिले आणि मग मोरीत जाऊन ओंजळभर पाण्याचा चेहऱ्यावर हबका मारला- त्या गार पाण्याने जरा हुशारी आली. साडीच्या पदरालाच चेहरा पुसला. नजर साफ झालीशी वाटत होती; पण छातीत अजून केवढ्यांदा तरी धडधड होतच होती. मनात पहिला विचार आला तो हा - आता आपलं वय झालं आहे. ही जिन्यांची चढउतार आता आपल्याला सोसत नाही. शरीराला विनाकारण दामटण्यात अर्थ नाही. बाईचं काम होईपर्यंत मी बाबा वापरत असत त्या खोलीत एका खुर्चीवर बसून राहिले.

चौघी शेवटी राहायला आल्या. नलू आणि सुली अशा दोन बहिणी- त्यांचं आडनाव जोशी होतं. एक थोरात नावाची आणि एक देशपांडे नावाची. चौघीही बारावी पास होऊन कॉलेजच्या पहिल्या वर्षात शिकत होत्या- एकाच वर्गात होत्या. मुलींच्याबरोबर जोशी स्वतः आले होते आणि थोरात, देशपांडे यांच्या आया आल्या होत्या. जागा अर्थात पसंत पडण्यासारखीच होती- स्वच्छ, प्रशस्त, हवेशीर खोल्या. पैशांचीही माझी मागणी अवास्तव नव्हती; पण माझ्या अटी मी त्यांना अगदी स्पष्ट शब्दांत सांगितल्या. रात्री दहाच्या नंतर बाहेर राहायचं नाही. रेडिओ- ट्रान्झिस्टर लावला तरी आवाज प्रमाणात हवा- आणि इथेही रात्रीचे मित्र-मैत्रिणी जमवून गाणी-बजावणी, आरडाओरडा, धांगडधिंगा घालायचा नाही. धुणी-भांडी-साफसफ़ाई करायला बाई होती- तिचे पैसे त्यांनी द्यायचे. तशा चौघीही सरळ साध्या होत्या.

"आजी, खरंच, आमच्याकडून तुम्हाला अगदी कसलाही त्रास व्हायचा नाही- तरी कोणतीही काळजी करू नका." त्या सांगत होत्या.

खरं तर हा व्यवहार करायलाच नको होता. तो एकूणच अव्यापारेषु व्यापार असाच ठरला होता- असं काहीतरी होणार याची मला आधीच कल्पना यायला हवी होती. मला कितीतरी खुणा दिसल्या होत्या- कितीतरी खुणा! पण मी तिकडे सोयिस्करपणे दुर्लक्ष केलं होतं, डोळ्यांवरून कातडं ओढून घेतलं होतं.

सासूबाईंच्या नाहीसं होण्यापासूनच सुरुवात झाली होती- मग मामंजी. मग यांनाही काही काही जाणवलं होतं. त्यांनीही काही काही उपाय केले होते; पण ते सर्व निरुपयोगी ठरले होते- आणि हेही गेले होते.

बाबांच्या पूजेअर्चेनंतर सासूबाईंना मिळालेला दिलासा मी पाहिला होता. महाराजांनी सांगितल्याप्रमाणे प्रसादाची वाटी मागच्या कोपऱ्यात ठेवल्यानंतर काय झालं ते मला दिसलं होतं. स्वप्न असेल, भास असेल; पण ते बाह्यसृष्टीत घडणाऱ्या प्रसंगाचेच प्रक्षेप असतात, सावल्या असतात आणि खूप खूप वर्षांनंतर मी मध्ये एकदा त्या वरच्या माळ्यावर (अगदी नाममात्रच) प्रवेश केला होता. झालेली जिवाची उलघाल, छातीची धडधड, गुदमरलेला श्वास, घामाघूम झालेलं शरीर- या खुणांचा अर्थ मी जाणून का घेतला नव्हता?

आमचा वाडा साधा नव्हता- तेथे काहीतरी वेगळं होतं आणि ते चांगल नव्हतं. झालं! मनात सतत भिरभिरणारे विचार शब्दरूपाने समोर मांडले आहेत. माणूस स्वतःलाच फसवत असतो; पण त्याला दोष कशासाठी द्यायचा? आयुष्यात समोर असे प्रसंग येतात की त्यांना तोंड देण्याइतक ज्ञान, धैर्य, विश्वास, मनोबल त्याच्यापाशी नसतं. तो काय त्याचा दोष आहे का? खासच नाही! शौर्य, धडाडी, पराक्रम हे अपवादानेच आढळतात. सर्वसामान्य माणूस हा सरळमार्गी, पापभीरू, स्वतःपुरतं पाहणारा असतो. मी तरी त्याला अपवाद कोठे होते?

त्या संध्याकाळी या चौघींनी आपल्या बऱ्याच मित्र-मैत्रिणींना जमवलं होतं. त्यांची वयं आणि त्यांचा उत्साह पाहून मीही त्यांना त्या रात्रीपुरती उशिरापर्यंत जागत राहण्याची परवानगी दिली होती. खरं तर या चौघी राहायला आल्यापासून मला एकाकी वाटेनासं झालं होतं.

दहा वाजेपर्यंत पंधरा-सोळा जणं तरी जमले होते. त्यांची हसी-मजा, मधूनच मोठ्या हसण्याचा आवाज, कोणीकोणी गिटारसारखी वाद्यं आणली होती. त्यांच्यावर वाजवलेल्या धून- सर्वकाही माझ्या कानांवर येत होतं. एकदा मी बाहेर अंगणात जाऊन वरच्या मजल्यावर नजर टाकलीसुद्धा- कितीतरी वर्षांनी वरच्या सर्व खोल्यांतून दिवे लागले होते. उजवीकडच्याही तिन्ही खोल्या त्यांनी उघडलेल्या दिसत होत्या; पण मला नाही वाटत त्या त्यांनी वापरल्या असतील. कारण त्या साफ केलेल्या नव्हत्या आणि त्यांच्यातून खूप जुनं सामान रचून ठेवलेलं होतं.

साडेबारा- एकच्या सुमारास त्यांची पार्टी संपली. अर्थात मी जागीच होते. जिन्यावरून धाडधाड आवाज करीत त्यांची फलटण खाली आली. खालच्या खोल्यांतून जाताना मात्र ते गप्प होते. त्यांना निरोप देऊन, बाहेरच्या फाटकाला कडी बोल्ट लावून त्या परत आल्या. वाड्याचं बाहेरचं दार आतून बंद करून घेऊन त्या वर गेल्या.

सर्व आवाज आता थांबले होते.

मी खाटेवर पडून होते. आता खरं तर झोपेचा प्रश्नच होता.

त्याचवेळी वरच्या मजल्यावरून एक जरासा चमत्कारिक आवाज आला. कोणीतरी दबक्या स्वरात ओरडल्यासारखा- मग पावलांची धावपळ कानावर आली- मग दारं पटापटा लावल्याचे आवाज आले आणि मग शांतता झाली.

पुन्हा एकदा आवाज आला असता तर मी खात्रीने वर गेले असते- काय प्रकार आहे ते पाहण्यासाठी. खरोखरच गेले असते? मध्यरात्रीनंतर? माणसाचा स्वतःवरचा विश्वास काचपात्रासारखा असतो- एकदा तडकला की तडकलाच. किती वेळ विचार करत होते आणि केव्हा झोप लागली काही सांगता यायचं नाही; पण रात्री कितीही का जाग्रण होईना, पहाटेस जाग यायची ती आलीच. जन्मभराचीच ती सवय होती.

स्वयंपाकघरात चहा करायला गेले आणि जिन्यावरून धाडधाड पावलांचा आवाज आला- आणि एकामागोमाग एक अशा त्या चौघीही स्वयंपाकघरात आल्या. सगळ्याच्या सगळ्या पार भेदरून गेलेल्या होत्या. चेहरे ओढलेले होते. एकदोघींचे चेहरे तर रडवेलेच झाले होते. एकमेकींकडे बघत त्या चौघा नुसत्या उभ्या होत्या.

शेवटी मीच म्हणाले, "हे पाहा- बाहेरच्या खुर्च्या आणा आणि इथे बसा पाहू. मी आपला सगळ्यांचाच चहा करते- काय? जा, आणा खुर्च्या!"

चौघी बाहेरच्या डायनिंग रूममध्ये गेल्या आणि एक एक खुर्ची घेऊन आल्या आणि खुर्च्या ओळीने मांडून चूपचाप बसून राहिल्या. अजून कोणाच्या तोंडून एक शब्दही निघाला नव्हता. त्यांच्या त्या अस्वस्थपणाचा स्पर्श एव्हाना माझ्याही मनाला झाला होता. काहीतरी झालं होतं खास!

शेवटी एकेकीच्या हातात चहाची कपबशी दिली. सगळयांचा चहा घेऊन झाल्यावर कपबश्या ओट्यावर ठेवल्या आणि मग मी म्हणाले,

"आता सांगा बरं, काय प्रकार आहे तो?"

आधी त्या एकमेकींकडे पाहत बसल्या आणि मग त्यांच्यातली ती थोरात होती तीच म्हणाली, "आजी, मीच सांगते काय झालं ते. सगळयांना पोहोचवून आम्ही वर गेलो ना- वरचे सगळया खोल्यातले दिवे लागलेलेच होते- ही सुली म्हणाली, मी करते सगळे दिवे बंद- आणि समोरची ती मण्यांच्या पडद्याची खोली आहे ना- त्या खोलीतला दिवा बंद करायला आत गेली- आणि एकदम काहीतरी ओरडली-" थोरात काही सेकंद थांबली. "तिचा आवाज ऐकून आम्ही सगळ्या धावतच त्या खोलीत गेलो- आजी, आजी, त्या खोलीत मधे गोल टेबल आहे ना, त्यांच्याभोवती त्या जुन्या खुर्च्या आहेत ना, त्या खुर्च्यांत तिघे बसले होते- दोन पुरुष आणि एक बाई-"

"तिघं बसले होते?" काही न समजून मी विचारलं.

"हो. तीनही खुर्च्यांत तिघे बसले होते. आधी मला वाटलं, चुकून कोणीतरी किंवा मुद्दाम कोणीतरी आमच्या मागोमाग आलं असावं- पण - पण- आजी! ते काहीतरी वेगळंच होतं हो! ती माणसं काहीतरीच दिसत होती! एखाद्या चित्राला, नाहीतर फोटोला घड्याघड्या पडल्या की मग मागाहून कितीही सरळ केलं तरी नीट दिसतच नाही ना- तशीच दिसत होती ती! अजून तरी काही हालचाल करीत नव्हती; पण आम्ही सगळ्या इतक्या घाबरलो! तशाच खोलीबाहेर आलो, मी खोलीचं दार बाहेरून बंद करून घेतलं आणि आम्ही सगळ्या एकाच खोलीत आलो- मागे दार बंद करून घेतलं आणि त्याच खोलीत रात्रभर होतो. जरा कुठे डोळा लागला की दचकून जाग यायची- शेवटी खालचा तुमचा हालचालीचा आवाज कानावर आला- मग सगळयांनी ठरवलं खालीच यायचं आणि तुम्हाला सगळं सांगायचं-"

मला मनातून कितीही भीती वाटत असली तरी त्या मुलींना धीर देण्यासाठी तरी मला शूरपणाचा आव आणावाच लागला.

"चला बरं आपण वर जाऊन पाहू या-" मी म्हणाले. "आता आपण पाचजणी आहोत- काही घाबरायचं कारण नाही- चला-"

एव्हाना बऱ्यापैकी प्रकाश झाला होता. मी आणि माझ्या मागोमाग त्या, असे सगळे वर गेलो. डावीकडची दुसरी खोली. बाहेरून कडी घातलेली होती. मी कडीबोल्ट उघडला तेव्हा खडखड आवाज झाला- मग दार उघडलं.

आतला दिवा जळत होता.

पण खोली रिकामी होती.

ते गोल टेबल, आणि त्याच्या भोवतीच्या तीन जुन्या आरामखुर्च्या- रिकाम्या होत्या. खुर्च्यांतून कोणीही नव्हतं.

"आजी!" दोघी एकदम म्हणाल्या, "काल खरंच आम्हाला इथे ती तिघंजणं दिसली! अगदी शपथेवर सांगतो आम्ही-"

"कालचं काल आणि आजचं आज-" मी म्हणाले. "चला खाली - आपण जरा बोलू या- काहीतरी खुलासा, काहीतरी स्पष्टीकरण सापडलेच की नाही? चला खाली-"

बसण्यासाठी अर्थात आम्ही बाहेरच्या खोलीत आलो. त्या खोलीत आल्या, आणि आत एका पावलावरच गोठून उभ्या राहिल्या. चौघीच्या चौघी भिंतीवरच्या मामंजी आणि सासूबाई यांच्या फोटोकडे पाहत होत्या.

"आजी!" एकजण म्हणाली. "हे दोघंही काल त्या खोलीत होते-"

"काय?" मी नवलाने विचारलं.

"हो! हो!" चौघींचा आवाज आला. "हे दोघंही तिथे होते!"

मामंजी आणि सासूबाई! वरच्या मजल्यावरच्या त्या बंद खोलीत?

नाही! हे शक्यच नव्हतं! आणि अशा वेळी माणसाचं मन नेहमी काहीतरी स्पष्टीकरण शोधत असतं. मलाही एक सुचलं. सुरुवातीस या मुलींनी माझी भेट घेतली होती ती याच खोलीत. तेव्हाच त्यांनी भिंतीवरचे ते दोन फोटो पाहिले असले पाहिजेत. वरवर त्या विसरून गेल्या तरी मनाच्या कोठल्यातरी सांदी-कोपऱ्यात त्या प्रतिमा असल्याच पाहिजेत- आणि आता एकदम त्यांना तीच माणसं पाहिल्याचा भास झाला असला पाहिजे; पण पण त्या खोलीत त्यांना दिसलेली तिसरी व्यक्ती - ती कोण होती?

त्या चौघी किती घाबरल्या होत्या!

“आजी, सकाळपर्यंतचा वेळ आम्ही कसा काढला याची कल्पनाच करवत नाही.” एक म्हणाली. “आता वर जायचीच आम्हाला भीती वाटायला लागली आहे- आणि रात्री- रात्री - नको गं बाई!” तिचं सारं अंग शहारलं.

दोन दिवसांतच त्या चौघी जागा सोडून गेल्या- आणि ते दोन्ही दिवस त्यांचा मुक्काम खालीच होता. त्यांचं सामान आणायला तेवढ्या त्या एकदा वर गेल्या होत्या- त्याही चौघी मिळून.

मी काय करू शकणार? त्यांनी काही उरलेल्या दिवसांच्या पैशांची मागणी केली नव्हती- तेव्हा त्यांच्या मनाविरुद्ध त्यांना थोडंच ठेवून घेणार?

पण त्यांच्या सोबतीची केवढी सवय झाली होती! त्या गेल्या आणि घर अक्षरशः खायला उठलं. घर नुसतंच रिकामं नव्हतं- घरावर एक प्रकारची सावली आली होती. महाराजांना मी एक प्रश्न विचारला होता आणि ते म्हणाले होते,

“तुमच्या प्रश्नाला उत्तर नाही असं नाही; पण ते उत्तर पेलायची तुमच्या मनाची तयारी आहे का?”

त्या मुलींना वरच्या खोलीत दिसलेला- किंवा दिसलासा वाटणारा देखावा तो माझ्या प्रश्नाच्या उत्तराचा एक भाग होता का?

घरात एकटीने राहण्याने मनावर ताण येत होता याची जाणीव झाली.

काही दिवस तरी सुटका हवी होती.

तुमच्यापाशी पैसे असतील तर तुमच्या सर्व गरजा भागवल्या जातात.

शहरापासून सहा-सात किलोमीटर अंतरावर सीनिअर सिटिझन्ससाठी खास बनवलेली वसतिगृहासारखी एक संस्था होती. स्वतंत्र खोली. चहा- नास्ता- जेवण याची सोय. मनोरंजनाची सर्व साधनं. आसपास छान हिरवळ आणि बगिचा.

पहिल्या भेटीतच मला तो परिसर अतिशय आवडला. आठवड्याचे पैसे भरून मी तिथे राहायलाही आले. आल्याआल्याच मला नास्त्यासाठी बोलावणं आलं. नास्ता खोलीत किंवा मोठ्या हॉलमध्ये कोठेही घेता येत होता. मी हॉलमध्ये गेले. वीसेएक मंडळी हजर होती. बहुतेक सर्व पन्नाशीच्या पुढचेच होते.

वाटलं तर ओळखी करून घ्याव्यात- नाहीतर ज्याचं त्याने अलिप्तपणे राहावं. आसपास एवढी माणसं आहेत हीच मनाला केवढा दिलासा देणारी गोष्ट होती! ही सर्व मंडळी सकाळ-दुपार-संध्याकाळ आसपास असणार- केवढं समाधान! एकटेपणाचा बोजा किती असह्य झाला होता याची मला त्या क्षणी खरी कल्पना आली. नास्ता करून मी खोलीत येऊन खिडकीजवळच्या खुर्चीत बसले. खोली तळमजल्यावरच होती. खिडकीबाहेर फुलांची बॉर्डर होती. मग हिरवळ सुरू होत होती. सकाळच्या प्रसन्न उन्हात काहीजण हिरवळीवर फिरत होते, काहीजण मोठमोठ्या रंगीत छत्र्यांखालच्या खुर्च्यांवर बसले होते- काहीजण पेपर वाचत होते, काहींच्या हातात पुस्तकं होती.

जरा अंतरावर एका मोठ्या छत्रीखालच्या टेबलाभोवती तिघं बसले होते. नजर इकडचं तिकडचं पाहिल्यावर परत एकदा त्यांच्यावर परत येतच होती. आठ-दहा मिनिटं तरी मी खिडकीतून बाहेर पाहत असेन. मग माझ्या ध्यानात आलं की, इतक्या वेळात त्या टेबलापासच्या तिघांपैकी कोणीही एवढीशीही हालचाल केलेली नाही, की ते काही बोललेले नाहीत. ही निःशब्द निश्चलता जराशी चमत्कारिकच वाटत होती. लांबून मला नीट दिसत नव्हतं; पण तिघंही सत्तरीच्या आसपासचे असावेत अशी कल्पना होत होती. मनात अशीही एक चमत्कारिक कल्पना येत होती की हे कपडे, बसण्याची ही ढब- आपल्याला ओळखीची वाटते.

मी इथे आले होते तेव्हा मनात एखाद्या सहलीची कल्पना होती आणि गंमत म्हणून मी बॅगमध्ये घरातली एक छोटी दुर्बीणही टाकली होती. माझी बॅग अजून कॉटवरच होती. बॅग उलटून दुर्बीण काढायला मिनिटाचासुद्धा अवधी लागला नाही. खिडकीत जरा मागे उभी राहून मी दुर्बीण डोळ्यांना लावली आणि रंगीत छत्रीखालचं ते त्रिकूट फोकसमध्ये आणलं-

तिघंही एकदम माझ्यापासून हाताभराच्या अंतरावर आले.

आणि दुर्बीण माझ्या हातून जवळजवळ खालीच पडली.

टेबलाभोवती मामंजी, सासूबाई आणि हे बसले होते.

या ठिकाणी आणि या वेळी!

आघात अनपेक्षित आणि असह्य होता. हातपाय गोठून गेल्यासारखे झाले होते. मनात असूनही डोळे मिटता येत नव्हते. तेच दृश्य पाहत होते.

आणि त्यातले अनेक (नको असलेले) बारकावे आता दिसत होते.

हे भास नव्हतेच- भास काही असे दुर्बिणीतून मोठे होऊन दिसत नाहीत.

आणि या आकृती काही मला एकटीलाच दिसल्या नव्हत्या- त्या चौघींनाही दिसल्या होत्या की! आणि त्या चौघी म्हणत होत्या चुरगाळलेलं चित्र परत सपाट केलं की, दिसतं तशा दिसत होत्या. मला तर वाटत होतं, एखाद्या फोटोच्या फाडून फाडून चिठोऱ्या कराव्यात आणि त्या परत एकत्र सलगपणे चिकटवाव्यात की तो फोटो कसा दिसेल? सगळीकडे जरा जरा विकृती आलेली- अवयवांचा सारखेपणा बिघडलेला- तशा त्या तीन आकृत्या दिसत होत्या. जणू काही कोणीतरी एक कोलाजच बनवलं होतं- फक्त सपाट पृष्ठावर नाही- तर लांबी, रुंदी, उची अशी तिन्ही परिमाणं असलेलं-

पण त्यामुळे त्यांच्यात केवढा विद्रूपपणा, हिडीसपणा आला होता!

फार फार कष्टाने मी दुर्बीण खाली घेतली- त्या आकृत्या एकदम दूर गेल्या.

इतरांना कोणास दिसत नव्हत्या का? त्यांच्यातला वेगळेपणा जाणवत नव्हता का? कोणीही त्यांच्याकडे वळून वळून पाहत नव्हतं- एवढंच काय, माझी तर अशी कल्पना झाली की, त्यांच्या टेबलापासून जरा अंतर राखूनच माणसं जात आहेत- त्यांना काहीतरी जाणवत होतं यात शंका नव्हती.

पण माझ्यासाठी?

माझ्यासाठी ही एक सूचना होती, एक इशारा होता, एक धमकी होती.

मनोरमा सदनमधून माझी सुटका होणार नव्हती.

मी बाहेर पडण्याचा (आजच्यासारखा) एखादा प्रयत्न केला, तर हे त्रिकूट माझ्यासमोर हजर होणार होतं. नशीब की या क्षणी ते हलत नव्हते, बोलत नव्हते... पण न जाणो, उद्या या ठोकळ्या ठोकळ्यांनी बनवलेल्या आकृत्या हालचाल करायला लागल्या... त्या तोंडातून आवाज यायला लागले... तर?

मी डोळे घट्ट मिटून घेतले आणि खुर्चीत मटकन बसले.

अर्थात लगोलग मी मनोरमा सदनवर परतले होते. माझ्यासमोर दुसरा काही पर्यायच नव्हता. बॅगा बाहेरच्या खोलीत ठेवल्या आणि तिथेच एका खुर्चीवर हुश्श करीत बसले- नशीब असं, की नजर वर गेली ती सरळ मामंजी आणि

सासूबाईंच्या फोटोवरच गेली. सासूबाई- खरं तर अगदी साध्या भोळ्या स्वभावाच्या; पण भूकंप येतो, वादळतुफान येतं ते काही माणसाच्या स्वभावाची पारख करीत बसत नाही- त्याच्या मार्गात जो येईल त्याला घेऊन जातं- त्या माणसाचा दोष काय? तर तो एका धोक्याच्या क्षेत्रात आला होता एवढाच! म्हणजे आता मीही त्याच क्षेत्रात आले होते- माझ्यावरही तीच वेळ येणार होती का?

मग यांच्या वेगवेगळ्या कृतींचा नीट संदर्भ लागला. यांनाही घरातल्या या धुमसत्या, विनाशकारी शक्तीची जाणीव झाली होती. मनाला सुचले तसे बचावाचे मार्ग शोधले होते. ते घरी आलेले लोक- (मी नाही का त्या महाराजांकडे गेले?)- आणि मग डॉक्टर मेहता.

डॉक्टर मेहता. माझ्या मनात ती कल्पना कशी आली मला सांगता येत नाही. ज्या अनुभवांनी यांचा जीव कासावीस झाला होता त्यांना मानसिक भ्रम वा भास अशा चौकटीत बसवण्याचा डॉक्टरांचा अट्टाहास? आपल्या उपचारांना अपेक्षित यश येत नाही हे दिसत असूनसुद्धा स्वतःची मतं न बदलण्याचा दुराग्रह? मला तर काहीच सांगता येत नाही; पण मी डॉक्टर मेहतांना फोन तर लावलाच. ते फक्त संध्याकाळीच पेशंट तपासत असत, तेव्हा आता रिकामे असण्याची शक्यता होती आणि माझा तो कयास खरा ठरला. फोनवर स्वतः डॉक्टरच आले.

"हॅलो! डॉक्टर मेहता."

"डॉक्टर, मी मिसेस होनप. मिसेस श्यामला दिनकर होनप."

ओळख पटायला त्यांना पाचसात सेकंद लागले.

"येस-येस- आठवलं. सांगा. कशासाठी फोन केला आहात?"

"डॉक्टर, कदाचित मलाही तुमच्याकडे पेशंट म्हणून यावं लागेल-"

"पेशंट म्हणून? जरा नीट स्पष्ट करून सांगा ना-"

"काय आहे-तुम्ही मला यांची टेप ऐकवलीत ना- मलाही अगदी तसेच भास व्हायला लागले आहेत- तेव्हा विचार केला, तुमच्याशी संपर्क साधावा-"

"ते ठीक आहे म्हणा- मी काय सुचवतो- आज संध्याकाळी तुम्हाला इथे येणं जमेल का? मग प्रत्यक्षच बोलू या- काय?"

"डॉक्टर, पण त्याआधी माझी एक विनंती आहे- याच घरात त्यांना ते भास होत होते आणि याच घरात मलाही तसेच भास व्हायला लागले आहेत.

कदाचित या पार्श्वभूमीचा हा काही परिणाम असू शकेल का?" जरा थांबून मी म्हणाले, "डॉक्टर, मला अशी विनंती करावीशी वाटते की, ही जागा तुम्ही एकदा तुमच्या नजरेखालून घाला - तुमच्या उपचारात कदाचित त्याची मदतही होण्याची शक्यता आहे- खरं तर मी असं काही सुचवणं म्हणजे धाष्ट्यचंच आहे-"

"अं- तुम्ही म्हणता त्यात अगदीच अर्थ नाही असं म्हणता यायचं नाही-" काही वेळ थांबून. "ठीक आहे. मी येतो. आताची वेळ सोयीची आहे?"

"हो."

"मग सांगा पत्ता."

अर्ध्या तासात डॉक्टरांची पांढरी मारुती वाड्यासमोर थांबली. मी मोठ्या दारातच उभी होते. माझ्याकडे पाहून मानेने खूण करून ते गाडीतून उतरले, मग माझ्या मागोमाग आत आले. बाहेरच्या प्रवेशाच्या खोलीतच उभे राहून त्यांनी घराचे निरीक्षण केलं.

"खूप जुनी इमारत आहे, नाही?" त्यांनी विचारलं.

"हो. हा खालचा भाग तर चांगला सत्तर वर्षांपूर्वी बांधलेला आहे. वरचा त्या मानाने नवीन आहे. या."

मी त्यांना खालच्या मजल्यावरच्या सर्व खोल्या दाखवल्या. आम्ही मागच्या जिन्याच्या खोलीत आलो.

"वर असाच मजला आहे आणि त्याच्यावर घरभर पसरलेला माळ आहे- तुम्ही जर वर एक नजर टाकून आलात तर-"

"नो प्रॉब्लेम-" म्हणत डॉक्टर जिन्याने वर गेले. अर्थात त्यांच्या पावलांचा आवाज खाली जाणवतच नव्हता- वरच्या मजल्यावरच्या खोल्या पाहून कदाचित ते माळ्यावरही नजर टाकायला गेले असतील- हा विचार मनात येत असतानाच वरच्या मजल्यावरून दाण दाण पावलं टाकल्याचा आवाज आला- आणि त्या मागोमाग डॉक्टर जिन्यावरून अक्षरशः धावत पळत खाली आले- मला तर भीती वाटत होती, त्यांचा पाय एखादे वेळेस घसरायचा आणि काहीतरी नवंच झेंगट उभं राहायचं; पण सुदैवाने तसं काही झालं नाही- खाली पोहोचल्या पोहोचल्या त्यांनी वरच्या दिशेने एकच नजर टाकली आणि मग खिशातला

रुमाल काढून त्यांनी चेहऱ्यावरचा, मानेजवळचा घाम पुसायला सुरुवात केली. मी काही बोलायच्या आधीच ते माझ्यापाशी पोहोचले होते. चेहऱ्यावरचा रंग उतरला होता, डोळे विस्फारलेले होते. घाम पुसता पुसता ते म्हणाले,

"मी जातो, मिसेस होनप."

"पण डॉक्टर-" मी काहीतरी बोलणार होते.

"मिसेस होनप!" एका हाताने माझे शब्द थांबवत ते म्हणाले, "मी जातो- आणि आणखी एक ऐका- पेशंट म्हणून माझ्याकडे येण्याची अजिबात तसदी घेऊ नका- मी तुम्हाला कोणतीही मदत करू शकणार नाही."

शेवटचे शब्द बोलता बोलता त्यांनी पाठ फिरवलीही होती आणि लगोलग ते झपाट्याने खोलीतून बाहेर आणि मग वाड्याबाहेर पडले. मागे एक नजरही न टाकता ते गाडीत बसले आणि पाहता पाहता गाडी निघूनही गेली.

वर झालं होतं तरी काय? मी काय, केवळ तर्कच लढवणार-

पण वर डॉक्टरांना जीव हादरवून सोडणारा काहीतरी अनुभव आला होता यात शंका नव्हती. काहीतरी दिसलं असेल. काहीतरी कानावर आलं असेल; पण जे काही झालं ते त्यांना जिवाच्या भीतीने पळायला लावणारं होतं यात शंका नव्हती.

तो वर जाणारा जिना समोरच होता- मनात पहिला विचार आला तो हा की, हा जिना आणि वर जाणारी वाट बंद करून टाकायला हवं. त्या उघड्या चौकटीचं मनावर सतत दडपण येत राहणार होतं आणि आणखीही विचार आला- आता या घरात राहावं तर लागणारच आहे- मर्जी असो वा नसो; पण एकट्या एकट्याने राहणं दिवसेंदिवस जास्त जास्त कठीण होत जाणार आहे- सोबतीसाठी आपल्याबरोबर सतत, चोवीस तास कोणीतरी हवं. दोन्ही बाबतीत कोणाचा तरी सल्ला हवा होता आणि अशा वेळी अर्थात वाडेकरांचीच आठवण झाली. मी त्यांना फोन लावला. सुदैवाने ते घरीच होते, स्वतःच फोनवर आले.

"हॅलो? मी वाडेकर."

"वाडेकर, मी श्यामला बोलते आहे."

"बोला वहिनी. काय विशेष?"

“अं, वाडेकर, आता तुम्हाला जरासा वेळ आहे का? अशासाठी की, तुम्ही पाचदहा मिनिटांसाठी मला भेटू शकाल का? जरा काम होतं-”

“येतो की! त्यात काय मोठंसं! आताच येतो-”

खरोखरच दहा मिनिटात ते हजर झाले. मी त्यांना माझ्या मनातल्या दोन्ही गोष्टी सांगितल्या. वाडेकर म्हणजे सगळीकडे संबंध असणारे माणूस.

“होतील की- दोन्ही कामं होतील-”

“नाही- होतील नाही- वाडेकर, दोन्ही कामं आजच्या आज व्हायला हवी आहेत- माझी परिस्थिती तुम्हाला माहीतच आहे आणि पैशांचा कोणताही प्रश्न नाही- तेही तुम्हाला माहीत आहे.”

“ठीक आहे- माझ्या माहितीतले एक कंत्राटदार आहेत- त्यांना सांगतो- ते जिन्याचं काम ताबडतोब करतील. तुमची दुसरी गरज म्हणजे तुम्हाला एक कंपॅनियन हवा आहे. घरकामासाठी, नर्सिंगसाठी, शिकवण्यासाठी वगैरे माणसे पुरवणाऱ्या कंपन्या हल्ली निघाल्या आहेत. तुमची डिरेक्टरी आणा बरं. यलो पेजेसमध्ये यांचे नाव, पत्ते सापडतील.”

त्यांनी येलो पेजेसमधून बरोबर ते पान काढलं. चांगल्या सातआठ कंपन्यांची नावं तिथे छापलेली होती.

“यांच्याशी फोनवरून बोला. तुम्हाला काय हवं ते सांगा. यांच्यापैका एका ठिकाणी तरी तुमचं काम हमखास होईल आणि त्या जिन्याचं पाहतो- त्याला आजच माणसं पाठवायला सांगतो. ठीक आहे. जाऊ आता?”

“वाडेकर, तुमची मला खरोखर किती मदत होते! मनात आलं की, मी तुम्हाला फोन करते-”

“करायलाच हवा हो! तुम्हीही माझ्या क्लायंटच आहात की!” ते हसत म्हणाले, “पण दुपारच्या घरीच राहा बरं का!”

वाडेकर गेल्याबरोबर मी फोनपाशी बसले. मला सारखं वाटत होतं ही दोन्ही कामं आजच्या आज व्हायलाच हवीत. पहिल्या तीन नंबरांवर मला नाही-नाहीच ऐकून घ्यावं लागलं; पण ‘होम हेल्थ’ या नंबरावर फोन लावला, फोनवर आलेल्या बाईंना माझी आवश्यकता काय आहे ते सांगताच ती म्हणाली,

“मिसेस होनप! अगदी योग्य वेळी फोन केलात बघा! अगदी तुम्हाला हव्या तशा बाई माझ्या यादीवर आहेत. विमलाबाई गंधे नाव आहे. त्यांनाही नोकरीची अगदी निकड आहे. केव्हा पाठवू त्यांना तुमच्याकडे?”

“केव्हाही पाठवा. दिवसभर मी घरीच असणार आहे; पण जितक्या लवकर पाठवाल तितकं छान.”

“ठीक आहे. नाव लक्षात ठेवा- विमलाबाई गंधे. त्यांच्याबरोबर मी आमचं पत्र पाठवणार आहे म्हणजे तुमची खात्री पटेल. आता पगाराचं वगैरे त्यांच्याशी प्रत्यक्षच बोलून ठरवा- ठीक आहे?”

“छान; पण हे पाहा- तुमचे काही चार्जेस वगैरे असतील-”

“मिसेस होनप, त्याची झळ तुम्हाला लागणार नाही. तुमच्याकडे त्यांना आज पाठवते तर. ठेवू फोन आता?”

“थँक्यू.”

तासाभरातच एक साधारण चाळिशीचा माणूस वाडेकरांचे पत्र घेऊन आला. कोणत्याशा कॉन्ट्रॅक्टरचा तो फोरमन होता. आज नक्की काय हवं ते मी त्याला सांगावं असं वाडेकरांनी पत्रात लिहिलं होतं. मी त्याला मागच्या खोलीत घेऊन गेले आणि वरच्या मजल्याकडे जाणारा जिना दाखवला. डाव्या हाताला कठडा होता. खाली- वर, कोठेच दार नव्हतं. जिना सरळ वरच्या मजल्यावरच पोहोचत होता. वर पोहोचल्यावर डाव्या हाताला पुन्हा एक कठडा होता आणि पुढे परत वळून जिना माळ्याकडे जात होता.

“याला दार लावायचं?” त्यानं विचारलं.

“नुसतं दार नाही- हा सगळा भागच बंद करून टाकायचा-” मी म्हणाले. “हा जिनासुद्धा- अगदी खालपासून वरपर्यंत- या कठड्यातल्या जाळयासुद्धा मोकळ्या ठेवायच्या नाहीत.”

त्याने एकदा माझ्याकडे जरा नवलाने पाहिलं आणि मग त्याने खिशातून पोलादी टेप काढली आणि भराभरा मापं घ्यायला सुरुवात केली. मला त्यातलं काही कळत नव्हतं. मी त्याला पुन्हा एकदा सांगितलं, “हे पाहा, एवढीशीही मोकळी फट राहता कामा नये. जिन्याच्या दारावरचा भागसुद्धा पार बंद करून टाकायचा आहे.”

“जसं तुम्ही म्हणता तसं, बाई.” तो म्हणाला. “तुम्ही घरीच आहात ना?”

“हो.”

“मग, दुपारी दोनच्या सुमारास माझी माणसं येतील-”

“आज संध्याकाळपर्यंत काम पुरं होईल ना? वाटलं तर दोन माणसं जास्तीची पाठवा; पण काम आज पुरं व्हायलाच हवं.”

“तुम्ही काही काळजी करू नका, बाई.”

तो गेल्यावर माझ्यासाठी चहा बनवून घेतला आणि बाहेरच्या खोलीत येऊन बसले. आता फक्त वाट पाहत बसायची एवढंच माझ्या हाती होतं.

बरोबर दोन वाजता दाराबाहेर एक टेम्पो आला. टेम्पोतून माणसं उतरली. त्यांनी भराभरा मोठमोठे बोर्ड खाली घेतले. चौघांनी मिळून चौकटीसकटचा एक दरवाजाही खाली घेतला. त्यांचा तो कोणी मुकादम वाटत होता त्याला मी मागची जिन्याची जागा दाखवली. काय करायचं त्याची त्याला पूर्ण कल्पना देण्यात आली होती. त्यांनी भराभरा कामाला सुरुवात केली. मी तिथे थांबले नाही. टेम्पोतच जनरेटर असावा. टेम्पोतून निघालेली जाड केबल पार आतपर्यंत पोहोचली. जनरेटरचा आवाज सुरू झाला. आतमध्ये त्यांची ड्रील सुरू झाली. करवतींचे आवाज यायला लागले. चारच्या सुमारास त्यांचा मुकादम माझ्याकडे आला.

“बाई, आम्ही चहा घेऊन तासाभरात येतो.” तो म्हणाला. ते सगळे गेल्यावर मी मागे जाऊन पाहिलं. त्यांनी जिन्याची डावी बाजू खालपासून वरपर्यंत जाडजाड बोर्ड लावून पार बंद केली होती. फक्त पुढचं दार लावण्याचं काम बाकी होतं.

मी पुन्हा बाहेर येऊन बसते ना बसते तोच साधारण पंचेचाळीसच्या वयाची एक बाई बाहेरच्या फाटकातून आत येताना दिसली. मी दारापाशी जाताच ती समोर येऊन म्हणाली, “होनप का? मी गंधे.”

“हो- हो. या आत.”

माझ्या मागोमाग त्या आत आल्या, दाखवलेल्या खुर्चीत बसल्या. हातातल्या एका लहानशा कापडी पिशवीतून त्यांनी एक पत्र काढून ते माझ्याकडे केलं. पत्र होम हेल्थ कंपनीचं होतं, त्यात ‘विमलाबाई गंधे’ अशी त्यांची ओळख करून दिली होती. मी या विमलाबाईंकडे जरा निरखून पाहिलं. मध्यमवयीन बाई. कनिष्ठ मध्यमवर्गातली बाई. पोटासाठी काम करायची तिच्यावर वेळ आली होती. कोणाच्या नशिबात काय असेल ते काही सांगता येत नाही.

"विमलाबाई, या लोकांनी तुम्हाला कामाची काही कल्पना दिली आहे का?"

"तशी नीटशी नाही; पण बाईसाहेब, तुमचं कोणतंही काम मला चालेल- मला कामाची अगदी खरी खरी निकड आहे."

त्या किती हवालदिल झाल्या होत्या!

"ठीक आहे." मी म्हणाले. "माझं नाव श्यामलाबाई आणि इथे कामाला राहिलातच तर मला श्यामलाबाई म्हणूनच हाक मारायची, समजलं?"

"हो."

"आधी एक ऐका. मला इथे, माझ्या घरात, माझ्याबरोबर सतत चोवीस तास राहणारी बाई हवी आहे. हे तुम्हाला जमणार आहे का?"

"हो, जमेल की."

"तुम्हाला घरचं कोण कोण आहे?"

त्यांची मान एकदम खाली गेली.

"मुलगा आहे, सून आहे, दोन नातवंडं आहेत." त्या अगदी खालच्या आवाजात म्हणाल्या. वास्तविक त्या भरल्या घरात त्यांना मानाची जागा असायला हवी होती. त्याउलट त्यांच्यावर लोकांच्या घरी राबण्याची वेळ आली होती. मनात एक चोरटा विचार आला- या होनपांच्याकडच्यांनी माझी पसंती केली नसती, तर माझंही आयुष्य असंच मध्यमवर्गीय चाकोरीतूनच गेलं असतं, नाही का? त्या विमलाबाईंच्याबद्दल मनात सहानुभूती होती, करुणाही होती; पण माझी निकड त्यांच्यापेक्षाही जास्त महत्त्वाची होती- मला चोवीस तासांची सोबत हवी होती आणि ते स्पष्ट करून सांगायची हीच वेळ होती.

"विमलाबाई, चोवीस तास राहायला जमेल म्हणताहात; पण असे घरादाराचे पाश असल्यावर ते कसं शक्य आहे?"

"कसले पाश?"

"आता पाहा की- तुमचा मुलगा आहे, सून आहे, नातवंडं आहेत-"

"बाई, तुमचा काहीतरी गैरसमज झाला आहे- नात्यातले कोणी आहेत का म्हणून तुम्ही विचारलंत- तेव्हा खरं तेच तुम्हाला सांगितलं; पण ही सारी नाती केवळ सांगण्यासाठीच आहेत."

"म्हणजे?"

"म्हणजे असं- मी काही मुलाच्या घरी राहत नाही. मी कुठे आहे, काय करते आहे, दोन वेळा माझ्या पोटात अन्न तरी जात आहे का नाही, याची त्यांना कोठे फिकीर आहे? मुलगा माझी कधी चौकशीही करीत नाही. मी जिवंत आहे का मेले आहे याचीही त्याला फिकीर नाही. त्यांचे कसले पाश म्हणता, बाई?"

त्यांचे शब्द, त्या शब्दांमधली वेदना, मला खरोखर ऐकवेनाच.

"विमलाबाई, हे ऐकून मला खरोखरच वाईट वाटतं. तुम्हाला दुखावण्याचा माझा अजिबात हेतू नव्हता; पण बरं झालं- सगळ्या गोष्टी सुरुवातीसच स्पष्ट होऊन गेल्या. कामाची कल्पना देते. सकाळ-दुपारचा चहा, दोन्ही वेळचा स्वयंपाक, शिवाय माझ्याकडे कधी एखादा ग्रूप जमला तर त्यांच्यासाठी गोड- तिखट जिन्नस बनवणं- ही घरातली कामं आणि मंडई- बाजारहाट- इतर काही खरेदी ही बाहेरची कामं- एवढं सगळं तुम्हाला सांभाळावं लागेल."

"बाई, मला सर्वकाही अगदी व्यवस्थित जमेल."

"मला आजपासून- अगदी या क्षणापासून माणसाची गरज आहे-"

"बाई, मी त्यालाही तयार आहे."

"छान. आता पगाराचं ठरवू या. तुमची काय अपेक्षा आहे?"

"बाई, मी अशी कायमची कोणाकडे राहिलेली नाही. सकाळ-संध्याकाळची स्वयंपाकाला, नाहीतर तास-दोन तास मुलांना सांभाळायला, नाहीतर मुलांना शाळेत पोहोचवायला- अशी कुठेकुठे जात असते."

"ठीक आहे विमलाबाई, मी तुम्हाला महिना हजार रुपये पगार म्हणून देत जाईन. इथे तुम्हाला इतर खर्च काहीही नाही. मग?"

"बाई, माझी ही अपेक्षा अजिबात नव्हती." विमलाबाई निदान प्रामाणिक तरी होत्या. "मी आतापासून कामावर राहायला तयार आहे. मला अर्धापाऊण तास दिलात तर माझं जे काय थोडंसं सामान आहे ते मी घेऊन येते."

"हरकत नाही. चला. स्वयंपाकघरात जाऊ या. तिथे काय काय कोठे कोठे आहे ते मी तुम्हाला दाखवते. आपला चहा करा आणि मग जाऊन या."

विमलाबाई कामाला चुटचुटीत होत्या. समजही चांगली होती. कोणतीही गोष्ट त्यांना दोनदा सांगावी लागत नव्हती आणि त्यांनी बनवलेल्या चहाला चवही छान होती. आमचा चहा होत असतानाच सगळे कामगार परत आले. सिंकमध्ये कपबश्या विसळून त्या विमलाबाईंनी ओट्यावर पालथ्या घातल्या.

मी पर्समधून दहादहाच्या पाच नोटा काढून त्या त्यांच्यापुढे करीत म्हणाले. "विमलाबाई, हे पैसे घ्या. रिक्षाभाड्याला लागतील. आणखी कोणाची देणीघेणी असतील तर तीही मिटवून टाका. मागे काही लफडी ठेवू नका."

माझ्या हातातून पैसे घेऊन त्या घाईघाईने निघून गेल्या.

'होम-हेल्थ'ला फोन करून मी त्यांना कळवलं की, त्यांनी पाठवलेल्या बाईंना मी कामावर ठेवून घेतलं आहे.

खरोखरच अर्ध्या तासाच्या आत विमलाबाई परत आल्या- त्यांच्या हातात पत्र्याची एक लहानशी पेटी होती आणि एक कापडी पिशवी होती. मनात एक खिन्न विचार आला- या पेटी पिशवीत या बाईंचा सगळा संसार सामावला आहे! पण निदान त्यांचा चेहरा तरी समाधानी दिसत होता. उन्हात वणवण भटकताना एखादी लहानशी झाडाची नाहीतर भिंतीची सावलीही म्हणजे देवाची कृपाच वाटते.

विमलाबाईंना मी बाहेरच्या खोलीतच बसवून घेतलं. समोर टीव्ही सुरू होता, तो बंद केला. त्या समोरच्या खुर्चीत अगदी अवघडल्यासारख्या बसल्या होत्या. साहजिकच आहे, त्यांना आतापर्यंत एखाद्या नोकराणीसारखी दुय्यमच वागणूक दिली गेलेली असणार. हा बुजरेपणा कमी व्हायला काही दिवस लागणारच.

"विमलाबाई," मी म्हणाले, "काही काही गोष्टी नीट समजून घ्या. तुम्ही इथे पगारावर काम करीत आहात- तरीही नोकर नाही आहात. मला कोणाच्या तरी सहवासाची आवश्यकता होती ती तुम्ही पुरी करायची आहे. तुम्हाला घरातली एक खोली देणार आहे- काम नसेल तेव्हा तुम्ही तिथे खुशाल विश्रांती घेऊ शकता. घरात सगळीकडे तुम्ही मोकळेपणाने वावरू शकता. वाटलं तर खोलीत बसू शकता, हवं असलं तर पेपर वाचू शकता, टीव्हीही पाहू शकता. कधी कधी संध्याकाळची मी तीनतीन तास बाहेर असते- तुमच्यावरच घर सोपवून जाणार आहे."

क्षणभर मनात विचार आला- ज्या बाईंची आपल्याला खऱ्या अर्थाने काहीही माहिती नाही तिच्यावर एकदम असा आंधळा विश्वास टाकणं योग्य आहे का? समजा, ती वाईट स्वभावाची निघाली, एखाद्या साथीदाराच्या (कदाचित तिच्या मुलाच्याही!) मदतीने तिथे माझ्या पैसे-अडके-दागिने यांच्यावर डल्ला मारला

तर? पण त्याचक्षणी मनातली खोलवरची एक जाणीव आता प्रथमच उघड्यावर आली. मनातली एक निरिच्छ अनासक्ती. माझ्या आसपासची दौलत, संपत्ती हे काय मी माझ्या निढळाच्या घामातून थोडंच मिळवलं होतं? मीच काय, आमच्या घराण्यातल्या कोणीतरी यासाठी रक्ताचा घाम केला होता का? समजा, खरोखरच त्यातल्या पाचपंचवीस हजार, दोनचार लाख यांच्यावर डल्ला पडला- मी काय त्यासाठी धाय मोकलून रडणार होते? जे माझं नव्हतंच ते गमावल्याचं दुःख का?

आमच्यात आणखी काही बोलणं होण्याआधीच कामगारांचा तो मुकादम खोलीच्या दाराशी आला.

"बाई, येता का जरा?" त्यानं विचारलं.

त्याच्या मागोमाग मी मागच्या खोलीत गेले. त्या लोकांनी काम अगदी चोखपणे पार पाडलं होतं. अगदी माझ्या मनात होतं तसंच. जिन्याच्या डावीकडे कठडा होता, त्याच्या आतल्या बाजूने पार वरपर्यंत पोहोचणाऱ्या लाकडी पार्टिशनने तो भाग पार बंद करून टाकला होता. समोर खालपासून वरपर्यंत दोन्ही बाजूने दोन चौरस धीटे होते. त्यांच्यात दार बसवलं होतं आणि दाराच्यावरचा भाग पार अगदी वरच्या सीलिंगपर्यंत लाकडी पार्टिशनने बंद करून टाकला होता.

"बाई, दार आत उघडणारं बसवलं आहे- म्हणजे उघडं असलं तरी ते आत दोन्ही बाजूना टेकेल. दाराला बाहेरून बोल्ट आहे आणि शिवाय कुलूप घालण्याची सोयही आहे. लाकडाला रंग द्यायचा आहे का?"

"त्याचं अजून काही ठरवलेलं नाही."

"ठीक आहे. कळवलंत तर आमची माणसं दोन दिवसात ते काम करून जातील. आताचं आमचं काम झालं आहे."

मी जिन्याचं दार ओढून घेतलं आणि कडी सरकवली. मनाला एकदम केवढी सुरक्षितता वाटली! (मागाहून मी जरा विचार केला तेव्हा ध्यानात आलं. ही सुरक्षिततेची भावना फसवीच होती; पण माणूस नेहमी चिन्हांना, संकेतांनाच महत्त्व देत आलेला आहे.)

त्याने कंपनीचा छापील फॉर्म पुढे केला. वरच्या भागात कामाचं स्वरूप लिहिलेलं होतं. खालच्या भागात 'ऑर्डर दिल्याप्रमाणे काम व्यवस्थित झाले आहे,' अशी ओळ होती आणि तिच्या खाली सहीसाठी रेषा होती. मी तिथे सही केली.

“बिलाचं काय?” मी विचारलं.

“आता आमचा रिपोर्ट जाईल- मग तुमच्याकडे बिल येईल.” तो म्हणाला. त्याच्याबरोबर आलेले सर्वजण एव्हाना सामान आवरून जायच्या तयारीने जमलेच होते.

“ठीक आहे.” मी म्हणाले. “काम छान केलंत आणि वेळेत केलंत.”

एकामागोमाग एक करीत ते सर्व निघून गेले. मागे त्यांनी एवढासाही कचरा किंवा काही ठेवलं नव्हतं.

संध्याकाळ झाली. खालच्या मजल्यावर सर्वत्र दिवे लागले.

“विमलाबाई, सकाळी मी कुकर लावला होता; पण जेवण केलंच नाही. कुकरमध्ये भात आहे, वरण आहे- वरणाला फोडणी द्या. फ्रीजमध्ये मिरच्या, कोथिंबीर, टमाटे सर्वकाही आहे. काकड्यापण आहेत. एखादी कोशिंबीर करा. मी बाहेरच्या खोलीत आहे. काही लागलं तर विचारायला या. आठच्या सुमारास आपण जेवण घेऊ.”

मी बाहेरच्या खोलीत येऊन बसले. टीव्ही सुरू केला. टीव्हीवर त्याच त्या रटाळ कौटुंबिक मालिका दाखवल्या जात होत्या. लक्ष गुंतवून ठेवण्यासारखं त्यांच्यात काहीही नव्हतं- कधीच नसायचं. इतके दिवस ती काचपड्यावरची हलती बोलती माणसं म्हणजे एक प्रकारची फसवी सोबतच वाटत असे; पण आता या विमलाबाई घरात आल्या होत्या- आता त्यांची गरज भासत नव्हती.

मी स्वतःच्या परिस्थितीवर विचार करू लागले.

सकाळी त्या सीनिअर सिटिझन रिसॉर्टमध्ये तो भीतिदायक देखावा पाहिला- आणि मी लगोलग धावाधाव करून काही काही उपाय योजले होते. वर जाणारा जिना बंद करून टाकणं. सोबतीसाठी विमलाबाईंसारख्या बाईंना घरात आणणं; पण मुख्य प्रश्नाचा मी विचारच केला नव्हता.

होनपांच्या घरात मी बाहेरून आले होते. माझा त्यांचा काही रक्ताचा संबंध नव्हता- मग मी त्या दातेरी भीतिचक्रात का सापडले होते?

आणि प्रश्न समोर येताच त्याचं उत्तरही लगोलग समोर आलं.

कारण मी होनपांच्या संपत्तीचा उपभोग घेत होते.

आणि ती संपत्ती डागाळलेली होती.

थोडीथोडकी नाही तब्बल पन्नास वर्षं मी त्या संपत्तीचा उपभोग घेत होते. सुरुवातीला मी त्या बाबतीत संपूर्ण अज्ञानी होते; पण अज्ञान ही काही सबब होऊ शकत नाही. विजेच्या एखाद्या जिवंत तारेस अज्ञानाने, अजाणतेपणाने स्पर्श झाला तरी शॉक हा बसणारच!

मग काय या संपत्तीचं मी दान करणार होते? गोरगरिबांना, दीनदुबळ्या गरजूंना, उपेक्षितांना वाटणार होते? हा लाच देण्याचाच एक प्रकार नव्हता का? ज्यांच्यावर पूर्वी कधीकाळी अन्याय झाला होता ते वखवखलेले आत्मे अशा क्षुल्लक क्रियांनी शांत होणार होते? दिवसभर काळाबाजार करणाऱ्याने संध्याकाळी देवाची अगदी महापूजा बांधली तरी काय त्याच्या पापाचं क्षालन होणार होतं? ती केवळ आत्मवंचनाच होती. नाही, मला तो मार्ग उपलब्ध नव्हता; पण तरीही एक गोष्ट माझ्या ध्यानात आली- माझ्यावर काही मर्यादितच प्रभाव पडत होता. मग त्यामागे काय त्या महाराजांच्या शब्दाप्रमाणे करत असलेली सकाळ-संध्याकाळची देवपूजा होती? कदाचित मनात विश्वास आणि त्यामुळे बळ प्राप्त होत असेलही; पण त्याहीपेक्षा महत्त्वाची होती माझी विरक्त अनासक्ती- खरोखरच मला त्या संपत्तीचं आकर्षण नव्हतं. त्या दुष्कृत्यांचे डाग माझ्यावर उडाले होते हे खरं होतं; पण मी स्वतः त्या पापकर्दमात लोळले नव्हते- त्या संपत्तीचा वापर आणखी कमी केला तर कदाचित माझा बचाव जास्त प्रभावीपणे होईल- कदाचित.

पण हे घर-दार सोडून तर मी कोठे जाऊ शकत नव्हते ना? या वयात, आणि या दिवसांत मी अन्यत्र कोठे राहणार? शेवटी हा अन्न- वस्त्र- निवारा तर स्वीकारावाच लागणार होता. तरीही- तरीही- समजा, काही मार्गाने मी थोडंसं द्रव्यार्जन केलं तर? काय करणं मला शक्य होतं? ज्यात केवळ माझ्याच बुद्धीचा, माझ्याच अंगच्या गुणांचा वापर होऊ शकत होता? एकाएकी मनात ती कल्पना आली- पाच ते सात वर्षांच्या वयातल्या मुलांसाठी मी शिकवणीचा एखादा क्लास सुरू केला तर? ते तर माझ्या आवाक्यातलं खासच होतं ना? त्या वाडेकरांचाच काहीतरी सल्ला घ्यायला हवा- आणि काम कसं झालं ते पाहण्यासाठी ते सकाळी येणारच होते.

खरोखरच सकाळी नऊच्या सुमारास वाडेकर आले. जिन्याच्या दाराचं काम पाहून त्यांचं समाधान झालंसं दिसलं. ते जायला निघाले तेव्हा मी त्यांना माझ्या

मनातली कल्पना सांगितली. जरासे हसत; पण साशंक आवाजात ते म्हणाले, "वहिनी, या वयात तुम्हाला ही दगदग सोसणार आहे का? अगदी दहाच मुलांना प्रवेश द्यायचा ठरवलंत तरी त्यांचा गलबलाट, धांगडधिंगा- तुम्ही अगदी शांत वातावरणात राहिलेल्या- नीट विचार करा आधी."

माझ्या मनावर कामाची जी सक्ती होती ती त्यांना कोणत्या शब्दांत सांगणार? तेवढ्यात विमलाबाई चहा घेऊन आल्या. मीच म्हणाले, "वाडेकर, तुमच्या सूचनेप्रमाणे काल फोन केले होते- त्यांच्यापैकी होम- हेल्थ नावाच्या संस्थेमार्फत या विमलाबाई कालपासून इथे आल्या आहेत."

चहाचा कप हातात घेता घेता वाडेकर म्हणाले, "वा! म्हणजे तुमचे दोन्ही प्रश्न अगदी लगोलग सुटले की! छान! तुमची क्लासची कल्पना जर पक्की असली तर मग काय करायला हवं ते मी सुचवतो. शंभर एक हँडबिलं- जाहिराती- छापून घ्यायच्या आणि माणसाकरवी आसपासच्या घरांतून, कॉलनीतून वाटायच्या. वर्षाचे शेवटचे दोन अडीच महिने आहेत- याच वेळी पालकांना जाग येते- आणि मग मुलांच्या यशासाठी त्यांची धावपळ सुरू होते- मग?"

"मला वाटतं, प्रयत्न करून पहायला हरकत नाही-" मी म्हणाले, "पहिली- दुसरीचं मराठी, गणित मला जमेल अशी माझी खात्री आहे. प्रयत्न जरूर करून पाहावा."

"ठीक आहे. या तुमच्या जिन्याच्या कामाचं बिल येईल- आपण तातडीने काम करून घेतलं आहे- तेव्हा आकडा जरा जास्त असेल-"

"नाही- नाही-" मी म्हणाले. "बिलाचा काही प्रश्न नाही- आल्या आल्या मी चेक देऊन टाकीन. तुमची खूपच मदत झाली, वाडेकर."

"अहो, हा साधा शेजारधर्म आहे- आणखीही काही गरज पडली तर अगदी अवश्य कळवा- अगदी खरंच सांगतो. हे हँडबिलांचं आज पाहतो- तीनचार दिवसात कोणी कोणी सकाळचे चौकशीसाठी यायला लागतील- तेव्हा- तेव्हा त्यांना काय सांगायचं ते मनाशी ठरवून ठेवा."

वाडेकर गेले. किती चांगला माणूस! मनाशी विचार केला. त्यांनी दिलेल्या सूचना योग्यच होत्या- मुलांची मला सवय नव्हती ही गोष्ट खरी होती; पण त्यांच्या वावराने, हसण्या ओरडण्याने त्रासच होईल असं धरून चालण्यात काय अर्थ होता? या घरात गेल्या पन्नास वर्षांत लहान मुलाच्या हसण्या-रडण्याचा

आवाजच निघाला नव्हता- कदाचित तो अनोखा अनुभव मला आकर्षकसुद्धा वाटेल!

जी खोली विमलाबाई वापरत असत- म्हणजे वाड्यात आल्यानंतर उजव्या बाजूची पहिली खोली- तिथेच मुलांना बसवायचं मी ठरवलं. दहा आले तर एकच क्लास. जास्त आले तर दोन बॅच. पहिली सकाळी आठ ते पावणेनऊ. दुसरी नऊ ते पावणेदहा. सोमवार ते शनिवार- आठवड्यातले सहा दिवस त्यांना बसायला सतरंजी हवी होती. अर्थात वरच्या मजल्यावर असणारच; पण मी वर जाणार नव्हते, विमलाबाईंनाही पाठवणार नव्हते, एवढंच काय कामवाल्या बाईलाही पाठवणार नव्हते. एकदा डॉक्टर वर गेले होते आणि घामाघूम होऊन धावत पळत खाली आले होते- मला तेवढं पुरेसं होतं. मग खालच्याच मजल्यावर दोरव्याचं एक जाजम सापडलं- ती सोय झाली होती.

आठवड्याभराने मुलामुलींचे आईवडील चौकशीसाठी यायला लागले. मुलांच्या अभ्यासाची त्यांची काळजी उघड दिसत होती; पण पैसे टाकून सर्वकाही घेण्याची त्यांना सवय झाली होती. मराठी-गणिताचे दरमहा शंभर रुपये द्यायला ते अगदी आनंदाने तयार झाले. शेवटी सतरा मुलांनी प्रत्यक्षात हजेरी लावली. आधी नऊ, मागाहून आठ, अशी विभागणी केली. अर्थात शिक्षिकेच्या पारंपरिक कल्पनेला माझं वय आणि रूप पार छेद देत होतं आणि माझ्या मनात त्या लहानग्यांबद्दल खरोखरच एक जिव्हाळा होता. सुरुवाती सुरुवातीस ती मुलं चाचरत होती, दबल्यासारखी वागत होती; पण तीनचार दिवसातच त्यांची भीड चेपली आणि त्यांच्यातला नैसर्गिक खेळकरपणा उघड्यावर आला.

खरं तर त्यांचा अभ्यास किती सोपा होता! पण त्यांच्या मनातच हे गणित, व्याकरण, याबद्दल अशी काही भीती बसली होती की, सांगता येत नाही. एखादी गोष्ट न समजणं हा काही गुन्हा नाही; पण त्यालाच ती मुलं भीत होती. साध्यासाध्या उदाहरणांनी नियम स्पष्ट केला की, त्यांना किती चटकन समजत होता! लवकरच त्यांच्यात आणि माझ्यात मैत्रीचा, विश्वासाचा, (जवळ जवळ प्रेमाचाच!) एक बंध निर्माण झाला. मला मनाशी नवल वाटत होतं- इतकी वर्षं आपण नुसता घरबसेपणा केला- हे आधी का नाही सुचलं? अर्थात यांनी विरोध केला असताच- घराण्याच्या प्रतिष्ठेचा प्रश्न होता ना! एवढ्या मोठ्या घरची बाई शिकवण्या करणार? छे!

माझ्या मनावरचा ताण कमी झाला, मनातला एकाकीपणा गेला- आपण कोणासाठी काहीतरी करतो आहोत हीच गोष्ट मनाला आनंद देत होती. हा आनंद खरोखर निःस्वार्थी होता- मनात पैशाचा, कमाईचा काहीही विचार नव्हता आणि त्या बालमनाची माझ्याबद्दलची आपुलकी- तिचंही महत्त्व काय कमी होतं का? कारणं काहीही असोत, ते दोनअडीच महिने किती सुखात, आनंदाने, झपाट्याने गेले! आयुष्याला पुन्हा एकदा उभारी येत असल्याची जाणीव मनात होत होती; पण त्या नादात मी एका गोष्टीकडे दुर्लक्षच केलं होतं- विमलाबाई?

सकाळभर मी या मुलांच्या व्यापात असायचे, जेवण झालं की तास दोन तास तरी पडून असायचे, संध्याकाळी बहुतेक कोठेतरी जायचं असायचं. विमलाबाई आता घरात रुळल्या होत्या- भाजी, बाजारहाट सर्वकाही त्या पाहत होत्या आणि डोळ्यात जसा एक ब्लाइंड स्पॉट असतो तसा त्यांच्याबाबतीत निर्माण झाला होता. त्यांचा घरात सर्वत्र वावर होता; पण मी माझ्याच व्यापात गुंतले होते.

एक रात्री हे आत्मसंतुष्टतेचे कवच खळखळत फुटलं.

एकदा झोप लागली की, मग पहाटेपर्यंत मला सध्या जाग येत नाही; पण शरीरधर्म! त्याच्यावर कोणाचं कधी नियंत्रण असतं का? झोप लागून दीडदोन तास होतात न होतात तोच मला जाग आली. पावणेबारा वाजले होते. बाथरूमला जाण्यासाठी उठावंच लागलं. माझ्या बेडरूमच्या दाराबाहेरच बाथरूम होती. (तिथेच वरच्या मजल्याकडे जाणारा जिनाही होता.)

वाड्याचा इंचन इंच इतका परिचित होता की, अंधारातही वावरणं शक्य होतं. मी खोलीचं दार उघडलं. तशीच बाथरूमकडे जाणार होते; पण दारातच होते तशीच हबकून उभी राहिले.

वर जाणाऱ्या जिन्याच्या दारापाशी कोणीतरी उभं होतं. अंगयष्टीवरून सहज ध्यानात आलं- या विमलाबाईच आहेत; पण त्या आताच्या वेळी आणि इथे काय करत होत्या? मी खरं तर त्यांना तेच विचारणार होते; पण शब्द ओठांवरच थिजले. विमलाबाईंचा उजवा हात हळूहळू दाराच्या कडीकडे जात होता. त्या ते दार उघडणार होत्या का? कशासाठी? कोणासाठी? मागच्या सर्व आठवणी एखाद्या धबधब्यासारख्या घोंघावत आल्या.

"विमलाबाई!" मी ओरडले.

त्या दचकून इकडे तिकडे पहायला लागल्या. पुढे होऊन मी खोलीतला दिवा लावला. त्या लख्ख प्रकाशात मला दिसलं- विमलाबाई गोंधळल्यासारख्या जागच्या जागीच उभ्या होत्या, आसपास पाहत होत्या. त्यांच्या वागण्यात अपराधीपणाचा अंशही नव्हता- मग खरा प्रकार माझ्या ध्यानात आला. त्या झोपेतच इथंपर्यंत चालत आल्या होत्या. आपण कोठे आहोत, काय करतो आहोत, याचं त्यांना काहीही भान नव्हतं.

"विमलाबाई, जाग्या झालात का?"

"हो, हो, झाले जागी बाई; पण मी इथे कशी आले समजतच नाही-"

"होतं असं कधीकधी- जा, तुमच्या खोलीत जाऊन झोपा-"

आज्ञाधारकपणे त्या वळल्या आणि त्यांच्या खोलीत गेल्या. यावेळी मी इथे अगदी योगायोगाने हजर झाले होते म्हणून तो प्रकार मला दिसला होता; पण ही काय पहिलीच वेळ होती? का याआधीही त्यांनी रात्रीच्या वेळी त्या जिन्याचं दार उघडलं होतं? कशासाठी? त्या स्वतः वर अंधारात गेल्या होत्या? का आणखी कोणी वरून खाली आलं होतं? मनात येणारी प्रत्येक कल्पनाच मनाचा थरकाप उडवणारी होती.

ज्यावेळी ते दार लावून घेतलं तेव्हाच त्याला कुलूप लावून टाकायला हवं होतं; पण त्यावेळी आळस केला होता आणि आता फार उशीर झाला होता. कदाचित विमलाबाईंची दाराकडे (दार उघडण्यासाठी) जायची ही पहिलीच वेळ असेलही- कोणत्या (किंवा कोणाच्या) मानसिक दबावाखाली त्या तिकडे गेल्या होत्या हा आणखी अस्वस्थ करणारा प्रश्न होता; पण जे एकदा झालं ते पुन्हा होऊ शकतं- जे मुळात व्हायलाच नको होतं. आता या विमलाबाईंना घरात राहू देणंच चुकीचं होतं. मी काय त्यांच्यावर चोवीस तास थोडीच नजर ठेवू शकणार होते? आणि माझ्या बाहेरच्या कार्यक्रमांचं काय? आणि मी बाहेर गेले की त्यांना सारं घर मोकळंच की! नाही. त्यांना घरात राहू देणंच अयोग्य होतं. एक अप्रिय निर्णय; पण मी तो लगोलग घेतला. मग खोलीत येऊन कॉटवर आडवी झाले खरी; पण मला नाही वाटत पुढची सर्व रात्र शांत झोप लागली असं- सारखी दचकून जाग येत होती- बाहेर काही आवाज येतो का याचा सारखा कानोसा घेत होते- मग जरा वेळाने पुन्हा आडवी होत होते.

सकाळी चहाच्या वेळीच मी हा विषय काढला.

"विमलाबाई, काल मला मुंबईच्या एका मैत्रिणीचा फोन आला होता- त्याच्या यजमानांना हॉस्पिटलमध्ये ॲडमिट करावं लागलं आहे- आणि त्या अगदी एकट्या आहेत. त्यांच्याकडे सोबतीसाठी म्हणून जावं लागणार आहे. किती दिवस राहावं लागेल काही सांगता येत नाही- तेव्हा सध्यातरी तुम्हाला एक प्रकारची सक्तीची रजाच द्यावी लागणार आहे-"

त्यांचा चेहरा एकाएकी पडला. का नाही पडणार? गेले काही महिने त्या अगदी समाधानाने इथे राहत होत्या- कितीतरी वर्षांत मिळाली नव्हती अशी एक स्वस्थता मनाला लाभली होती आणि मलाही ते खूपच जड जाणार होतं. सर्वकाही त्यांच्यावर सोपवायची सवयच झाली होती; पण हे करणं अगदी आवश्यकच होतं. माझ्या आणि त्यांच्या- विशेषतः त्यांच्या सुरक्षिततेच्या दृष्टीने. कारण यावर काल रात्री बराच वेळ विचारमंथन झालं होतं. या घरात त्या चारपाच महिने राहिल्या होत्या- त्या अन्ननिवाऱ्याचं ऋण त्यांच्या डोक्यावर होतं- आणि जो कोणी या शापित ऐश्वर्याचा आस्वाद घेईल त्याला त्याची किंमत मोजावी लागत होती. या विमलाबाई आपोआपच त्या भारणीखाली आल्या होत्या. केवळ माझ्या सोयीसाठी त्यांना इथे राहू देणं हा त्यांच्यावर घोर अन्याय झाला असता. कदाचित माझ्या साऱ्या कल्पना अतिरंजित, चुकीच्याही असतील; पण ही तर विषाची परीक्षाच घेणं होतं आणि काही आक्रित झालंच तर मी मला स्वतःला क्षमा कशी करू शकणार? पुढचा एक क्षण तरी मनाला शांतता लाभेल का?

"विमलाबाई, मला माहीत आहे हे फार अचानक झालेलं आहे; पण माझा काहीच इलाज नाही. मी तुम्हाला या साऱ्या महिन्याचा पगार देणार आहेच, शिवाय आणखी एका महिन्याचा पगारही देणार आहे- केवळ कायदेशीर आहे म्हणून नाही तर- तर तुम्हाला मदत म्हणून- म्हणजे आता काही दिवस तरी तुम्हाला कामाच्या शोधाची धावाधाव करावी लागणार नाही."

"बाई; पण परत येणार आहात ना?"

"अहो, परत तर यायलाचा हवं- मी काय तिथे कायमची थोडीच राहणार आहे? पण काही दिवस राहावं लागणार हे नक्कीच आहे- तेव्हा घर बंद करूनच जायला हवं- नाही का? एक सांगून ठेवते- परत आल्या आल्या तुमच्या

त्या होम-हेल्थला अगदी लागलीच फोन करणार आहे- तुमच्या चौकशीसाठी, समजलं?

अर्थात माझा निर्णय अंतिम होता.

सकाळी नऊ- साडेनऊलाच विमलाबाई घर सोडून गेल्या.

जशा आल्या होत्या तशाच. हातात एक पिशवी आणि पत्र्याची ट्रंक.

आरामाची आणि चैनीची सवय किती लवकर लागते! गेले काही महिने घरातलं सर्व काही विमलाबाईच पाहत होत्या. मला अगदी इकडची काडी तिकडे करावी लागत नव्हती. आता परत पूर्वीचा जमाना आला होता; पण आता प्रत्येक गोष्ट करताना मनाचा कंटाळा जाणवत होता- त्यात समाधान एवढंच होतं की, मी आपण होऊन ही जबाबदारी आपल्या स्वतःवर घेतली होती- मनात काही एक उदात्त, परोपकाराची भावना ठेवून आणि हे टळणार नव्हतं. पुन्हा कोणालाही सोबत म्हणून कामावर ठेवणंच शक्य नव्हतं. त्या पैशासाठी नडलेल्या व्यक्तीवर तो घोर अन्याय झाला असता आणि काही घडलंच तर त्याचं पाप माझ्या शिरावर येणार होते- कायमचं!

तरीही घरात कंटाळवाणं वाटत नव्हतं.

कारण सकाळच्या त्या दोन तासांच्या शिकवण्या.

एव्हाना मुलांची भीड चेपली होती. ती सर्व जण मन लावून; पण हसत खेळत शिकत होती, अभ्यास करीत होती. मनातला अपत्यप्रेमाचा झरा एका बांधामागे अडवला गेला होता- आता तो मोकळा होऊन स्वैर वाहत होता- कदाचित त्या लहान मुलांनाही माझ्या मनातली ही आपुलकी जाणवत असेल- ते काहीही असो- त्यांची 'आजी' त्यांना अगदी प्रिय झाली होती यात कोणतीही शंका नव्हती.

पण माझा हाही आनंद माझ्यापासून हिरावून घेतला जायचा होता.

एका सकाळची पाच मिनिटं त्यासाठी पुरी होती.

नुकतीच येऊन मुलंमुली आपापल्या जागा घेत होती.

माझी नजर सहज समोरच्या भिंतीकडे गेली.

आणि तिथेच थिजून राहिली.

कारण भिंतीपाशी ते तिघे उभे होते. भिंतीला पाठ लावून.

सासूबाई. मामंजी आणि हे.

त्यांची ती तुकड्यातुकड्यांची, सर्वत्र घड्या- सुरकत्या- जोडाच्या रेषा दिसणारी शरीरं. सगळी पुतळ्यांसारखी निश्चल शरीरं. मुलांना नक्कीच दिसत नसणार- नाहीतर ती किंचाळून उठली असती-

पण त्यांना काहीतरी जाणवत होतं, खास.

त्यांच्यात नेहमीचा गलका, आरडाओरडा, खसखस हे काहीही नव्हतं.

सगळी सारखी डावीउजवीकडे पाहत होती.

अनुभवाने एक गोष्ट मला पूर्ण उमगली आहे. निर्णय घ्यायचा तो अगदी तत्क्षणी घ्यायचा. विचार करण्यात वेळ दवडायचा नाही. ही वेळ तशीच होती. या कोवळ्या मुलांना या खोलीत बसू देणं धोक्याचं होतं.

"हे पाहा," मी म्हणाले, "आज आपण बाहेर अंगणातच जाऊ या का? बाहेर छान ऊन पडलं आहे- चला, बाहेरच जाऊ या. उचला आपापली दप्तरं."

पाच-सात सेकंदातच सगळी मुलं उठली. मला तर वाटतं त्यांना ह्या खोलीतला अनैसर्गिकपणा जाणवतच होता- किती लगबगीने सगळी घराबाहेर पडली! आम्ही एका बाजूच्या अंगणात गेलो.

"इथेच झाडाखाली थांबा हं - मी येतेच एवढ्यात-"

त्यांना तिथेच थांबवून मी घरात आले. शिकवणीच्या खोलीत नजर टाकली. खोली रिकामी होती आणि असणार अशी माझी खात्रीही होती. मला केवळ एक इशारा देण्यासाठी ती अभद्र ध्यानं आली होती. जशी त्या रिसॉर्टमध्ये रंगीत छत्रीखाली बसली होती- दिसत होती मला एकटीलाच; पण सगळ्यांनाच त्या टेबलाच्या आसपास काहीतरी वेगळं, विचित्र जाणवलं होतं- सर्वजण त्या टेबलाला लांबवरून वळसा घालून जात होते- आता घरातही तोच प्रकार होता.

माझा निर्णय मी त्याचक्षणी घेतला. शिकवण्या बंद करून टाकायच्या.

माझ्या संकुचित वैयक्तिक स्वार्थासाठी त्या अजाण, अश्राप, कोवळ्या बालकांना कोणतीही शारीरिक अथवा मानसिक आपत्ती सोसायला लागायला नको.

माझं जे काय प्राक्तन होतं ते माझं मला एकटीलाच भोगायला हवं.

मुलांसाठी म्हणून लेमोनेडच्या मोठ्या गोळ्या आणून ठेवल्या होत्या. ती बरणी घेऊन मी बाहेर अंगणात गेले. प्रत्येकाच्या हातावर दोन-दोन गोळ्या

ठेवल्या आणि मग त्यांना सांगितलं, "हे पाहा, आजचा तुमचा शिकवणीचा शेवटचा दिवस आहे. उद्यापासून शिकवणी बंद. तुमच्या वह्या इकडे आणा- तुमच्या घरच्यांना मी काहीकाही लिहून देणार आहे- तुमचे आई-बाबा जे कोणी असतील ते मला भेटतील; पण तुमची शिकवणी बंद! समजलं का? आता घरी गेलात की पुन्हा इकडे यायचं नाही, काय?"

ती बिचारी मुलं किती गोंधळून गेली होती! त्यांना कशाचा अर्थच समजत नव्हता- कसा समजणार? एकेकजण वहीचं उघडं पान घेऊन माझ्यासमोर आला. मी प्रत्येकाच्या वहीत तोच मजकूर लिहिला-

प्रकृती ठीक नसल्याने यापुढे मला शिकवण्या करता येणार
नाहीत. मध्येच बंद केल्याने तुमची गैरसोय होणार आहे
त्याबद्दल दिलगीर आहे; पण माझा खरोखरच नाइलाज
आहे.

- श्यामलाबाई होनप

पाचसात मिनिटांत अंगण रिकामं झालं.

मी घरात आले, बाहेरच्याच खोलीत बसले.

नऊच्या सुमारास दुसऱ्या बॅचची मुलं येणार होती- त्यांना बाहेरच गाठणार होते. हाच निरोप प्रत्येकाच्या घरच्यांसाठी देणार होते. मलाही ती गोष्ट फार कठीण जात होती. मलाही या मुलांचा केवढा लळा लागला होता! एकमेकांच्यावर आमचं अगदी निर्व्याज प्रेम होतं- त्यात कोणत्याही अपेक्षा नव्हत्या; पण आता ते पाश तोडून टाकायची वेळ आली होती.

त्या दिवशी काही मुलांच्या घरचे फोन आले. काहींचे आई-वडील प्रत्यक्षच येऊन भेटले. सर्वांचं एकच म्हणणं होतं- मुलांना तुम्ही किती आवडत होतात! शिकवणीला यायचा कधी कंटाळा म्हणून करायची नाहीत!

मी त्यांना काय सांगणार?

"डॉक्टरांनी आधीच सांगितलं होतं- या वयात तुम्हाला ही दगदग झेपणार नाही-" मी सांगायची. "आणि तसंच झालं. दमायला व्हायला लागलं. मधूनच बी.पी. वाढायचं. मलाही मुलं खूप आवडायची हो! पण काय करणार? अगदी नाइलाजच झाला तेव्हा हे थांबवावंच लागलं- तुमची मात्र खूप गैरसोय झाली"

शेवटी त्यांनी ते स्वीकारलंच. कोणीही नाही तो आग्रह केला नाही.

परत मी घरात एकटी ती एकटीच.

आणखीही एक विचार मनात येऊन गेला. समजा, इथे जमलं नाही- बाहेरच्या एखाद्या महिला- आधार केंद्रात काही काम करून काही कमाई करता येईल का? पण त्यातला फोलपणा समजला. एकतर माझ्या प्रतिष्ठेच्या दृष्टीने ते योग्य नव्हतं; पण त्याहून महत्त्वाचं- त्या रिसॉर्टमध्ये झालं होतं तसं ते त्रिकूट कामाच्या नवीन जागी हजर होणार नाही कशावरून?

मला त्या घरातून बाहेर पडण्याची, स्वतंत्रपणे काही द्रव्यार्जन करण्याची संधी मिळणार नव्हती- मी त्या वाड्यातच कायमची कैदी होणार होते.

सत्य हे कठोर होतं, कटू होतं; पण ते स्वीकारावंच लागणार होतं.

वाड्यात पैसा- संपत्ती- ऐशआराम सर्वकाही होतं; पण त्यात एक जालीम जहर होतं आणि हे जहर कणाकणाने माझ्या सर्वांगात झिरपणार होतं.

माझ्या अनासक्त अल्पसमाधानी स्वभावामुळे त्याचा प्रभाव जरासा मंदावेल; पण थांबणार नाही. मदतीला माझी सकाळ- संध्याकाळची देवपूजा होती. महाराजांच्या त्या आदेशाचा अर्थ आता मला समजत होता.

धूप-दीप-गंधाक्षता- बेल- फुलं- निरांजनं- उदबत्त्या- आरत्या यांनी देव कदाचित प्रसन्न होतही असेल; पण देव मला काही अभय, सुरक्षा कवच देणार नव्हता. जें प्राक्तन होतं त्याला सामोरं जावं लागणारच होतं; पण मनाला धीर येत होता, उभारी येत होती. उघड होतं की मी हा संघर्ष हमखास हरणार होते; पण म्हणून मी काही कच खाणार नव्हते. देवाची रोजची पूजा- अर्चा- प्रार्थना हे सर्व मनाला एक घाट देण्याचे उपचार होते. कठीण कातळालाही पाण्याचा प्रवाह एक वेगळा घाट देऊ शकतो- मग मला तर किती हलकं! त्यावर परिणाम होत असणारच - पण ते माझ्या जाणिवेपलीकडचे होते. माझ्या उपासनेत मला मी कधीही खंड पडू दिला नाही. तोच मार्ग तर्कशुद्ध होता आणि मनाला समाधान देणाराही होता. एकलेपणाची जाणीव होती; पण ती आता सुसह्य झाली होती. माझ्या वागण्यात प्रवाहपतिताची अगतिकता नव्हती. भविष्यात जे काही होणार होतं त्याची भीती वाटत नव्हती असं कसं म्हणणार? तो दांभिकपणा झाला असता. मी काही कोणी संत- योगी- महात्मा नव्हते- एक साधी मानव होते.

वाचनात मधूनमधून संत-महात्मे-मांत्रिक इत्यादींच्या खऱ्याखोट्या हकिकती येत. माझ्यावर येऊ पाहणाऱ्या आपत्तीसाठी मी अशांपैकी एखाद्याची मदत का घेतली नाही? घेतली नाही ही गोष्ट खरी आहे. एक खिन्न विचार मनात येई- आता आपली अशी किती वर्षं उरली आहेत? आता काय वाचवायचं आहे? आणि कोणासाठी? हा शेवटचा विचार खरोखरच जहरी होता. माझ्यानंतर आमचा हा होनपांचा वंशच संपणार होता- रक्ताचा वारस असा कोणीही मागे नव्हता.

पण त्यामागोमाग एक चोरटा विचारही मनात आला- समजा, एखादा वारस असता, त्याला ही धनदौलत मिळाली असती; पण त्याबरोबरच त्याला एक शापित आयुष्यही कंठावं लागलं असतं- होनपांच्या रक्ताचा असो वा नसो, जो कोणी या वास्तूत राहणार होता, या संपत्तीचा उपभोग घेणार होता त्याला ही किंमत चुकती करावी लागणार होती. समजा, समोर माझा मुलगा असता तर भविष्यात त्याच्या आयुष्यात काय वाढून ठेवलं आहे याची मला पूर्ण कल्पना असणार होती- माझी अवस्था कशी झाली असती? त्याला कल्पना द्यावी तरी पंचाईत, अज्ञानात ठेवावं तरी पंचाईत- तेव्हा जे झालं ते ठीकच झालं, नाही का? शेवटी माणूस आपल्या अवस्थेचं आपापल्यापरीने समर्थन करतो आणि त्यात समाधान मानून घेतो.

'मनोरमा सदन'मध्ये माझं उरलेलं आयुष्य जाणार होतं हे आता उघड झालं होतं. ते जास्तीत जास्त सोयीचं, विनासायास कसं जाईल हेच मला पहायचं होतं. इटलीमध्ये, इंडोनेशियात, जपानमध्ये अशी काही काही गावं आहेत का जी एखाद्या धुमसत्या ज्वालामुखीच्या अगदी जवळ वसलेली आहेत. तिथला एकही रहिवासी असा नसेल की, दिवसाची त्याची सुरुवातच त्या आगधूर ओकणाऱ्या ज्वालामुखीकडे जात नसेल- तरीही ते गावात राहतातच- त्यांची रोजची आयुष्यं जगतातच.

माझी गोष्ट अगदी तशीच होती. ज्वालामुखी नाही; पण त्यासारखंच दाहक आणि घातकी असं काहीतरी घराच्या वरच्या मजल्यावर होतं. त्याची जाणीव दिवसाचे चोवीस तास सतत मनाला टोचल्याखेरीज कशी राहील? पण मी काही अगदीच असंरक्षित, असहाय अशी नव्हते. देवपूजेची आणि श्रद्धेची शक्ती

माझ्या पाठीशी होती. वरचा मजला कदाचित तापसी अंधकाराने पुरेपूर भरलाही असेल; पण माझ्यापाशी या श्रद्धेचं तेज होतं, त्या तेजात तो अंधकार दूर ठेवण्याची शक्ती होती.

एक सत्य मला उमगलं होतं. माझ्या मनाची उभारी मीच सांभाळायची होती. मीच जर कच खाल्ली तर माझी शिकार व्हायला अजिबात वेळ लागणार नाही. तेव्हा हा देवपूजा- अर्चना- प्रार्थना हा नित्यनेम चालूच ठेवला पाहिजे.

तेव्हा ही अशी जवळजवळ सहा वर्षं गेली आहेत. कधी कधी मनात एक फसवी सुरक्षिततेची भावना येते- इतके दिवस काहीही झालं नाही ना? मग आता दिवसाचे चोवीस तास त्याच त्याच गोष्टीची काळजी करीत बसण्यात काय अर्थ आहे? एखाद्या अतिसूक्ष्म तंतूसारखे हे विचार मनात शिरतात; पण एखाद्या लहानशा डुलकीतून दचकून जाग यावी तसं मन एकदम भानावर येतं- आणि अंगावर सरसरता काटा येऊन समजतं- हे विचार माझे नव्हते. मला गाफील ठेवण्याचा हा एक कपटी प्रयत्न होता- हा विचार मनात येणं हाच त्या जहरी शक्तीच्या अस्तित्वाचा पुरावा होता. हातातोंडाशी आलेलं भक्ष्य ती सर्वग्राही विनाशक शक्ती असं सहजासहजी सोडणार नव्हती.

माणूस स्वतःभोवती अगदी पाषाणाचा कोट उभा करतो आणि आपण आता अगदी सुरक्षित आहोत अशा भ्रमात राहतो; पण त्याला काय माहीत की, लांबवरच्या एखाद्या वड-पिंपळ यासारख्या वृक्षांची मुळं जमिनीखालून येऊन तटाचा पायाच भंगून टाकतात- किंवा वाऱ्यावर उडत आलेलं एखादं बी तटाबाहेरच्या एखाद्या लहानशा खोबणीत अडकतं, रुजतं आणि केसांसारखी सूक्ष्म अशी त्याची मुळं दगडामातीच्या फटीतून आत शिरतात, हळूहळू मोठी होतात, फोफावतात आणि शेवटी तो चिरेबंदी तटच ढासळून टाकतात!

माझ्या लक्षात हे सर्व आलं नव्हतं का? आलं होतं. मला उमगलं होतं की, मी एक हरणारी लढाई लढत आहे; कारण मला दुसरा पर्यायच नव्हता- अंत काय होणार होता मला माहीत नव्हतं; पण तो चांगला नसणार- तो दुःखद अंत जास्तीत जास्त लांबणीवर टाकणं एवढंच मी करू शकत होते- शेवटी मलाही काही स्वाभिमान होताच, काही जिद्द होतीच की, कोणत्यातरी वज्रहृदयी पूर्वजाचा हा वारसा माझ्यापर्यंत मोकळा होता.

असा माझा दिनक्रम चालू होता. दिवस, महिने, वर्षं उलटत होती.

मनाशी कितीही ठरवलं की चोवीस तास सावध राहायचं, तरी शेवटी थोडासा सैलपणा हा येतोच. आसपासच्या परिस्थितीत बदल होत असेल तरच मनाला त्याची दखल होते. आसपास जैसे थे असं असेल तर मनाला आपोआपच एक स्वास्थ्याची भुरळ पडते.

एकदा सकाळी नऊला मला एक जरासा चमत्कारिक अनुभव आला.

बाई कामाला आली होती, मी सकाळची वर्तमानपत्रं वाचत होते.

एकाएकी मी पेपर खाली ठेवला.

आज मी स्नान-देवपूजा केली का? अचानक मनात प्रश्न आला. काही केल्या मला आठवेनाच. मी तशीच उठले, बाथरूममध्ये गेले. तिथे पारोशा कपड्यांचा ढीग होता- म्हणजे स्नान तर केले होतं.

मग देवपूजा? मी देवघरात आले. दिवस असूनही दिवा लावला.

देव्हाऱ्यातले चांदीचे देव चमचमत होते; पण आपण नेहमीप्रमाणे यांच्यासमोर बसून पूजा-अर्चा-प्रार्थना केली का? काही केल्या मला ते आठवेनाच. मनात मोठी अस्वस्थता आली; कारण या प्रश्नाचं उत्तर देणारा कोणताही बाह्य पुरावा समोर नव्हता.

ही पहिली खेप. त्यानंतर दोनतीनदा याच घटनेची पुनरावृत्ती झाली. असं काही झालं की तो दिवस अगदी अस्वस्थ अवस्थेत जायचा. शेवटी न राहवून मी आमच्या नेहमीच्या डॉक्टरांकडे गेले.

त्यांचा आमचा कितीतरी वर्षांचा परिचय आहे. त्यांच्याशी मोकळेपणाने बोलायला कोणताच संकोच वाटत नाही. माझं सर्व ऐकून घेतल्यानंतर ते म्हणाले,

"श्यामलाबाई, तुम्ही त्या सर्वच्या सर्व बंगल्यात एकट्याच्या एकट्या राहता. किती तरी वेळा तुम्हाला सांगितलं- अहो, सोबतीसाठी कोणीतरी घरात ठेवा! नाहीतर वरची जागा भाड्याने द्या! नाहीतर महिना- दोन महिने कुठेतरी परगावी जा? पण तुम्ही माझा शब्द आजवर कधी मानला आहे? अजिबात नाही. अहो, वय वाढत जातं तसं शरीर थकत जातं. तुम्ही आता सत्तरीपाशी येऊन पोहोचलात की नाही? शरीर थकतं तसा मेंदूही थकतो- आणि मग साध्या साध्या गोष्टींचं असं विस्मरण व्हायला लागतं- अल्झायमर्सचा हा सौम्य प्रकार आहे आणि तोही

एक नैसर्गिक आपत्ती म्हणून स्वीकारायलाच हवा- त्यावर औषधं, गोळ्या, इंजेक्शनं असे काहीही उपचार नाहीत.

चारचौघांत जास्त मिसळणं, मनाला सतत कशात ना कशात तरी गुंतवणं याने फायदा होतो असं म्हटलं जातं; पण एक खरं- त्याने तुमचाच वेळ चांगला जाईल, हो की नाही?"

ते त्यांच्या विषयातले तज्ज्ञ! आणि मी एक साधी संसारी बाई. मी त्यांचे शब्द कसे खोडून काढणार? पण मला मनोमन वाटत होतं, त्यांचा विचार योग्य मार्गाने होत नाहीये- कारण मला फक्त देवपूजा केली का नाही हेच आठवत नसायचं-

आणि एका रात्री मला याचा खुलासा झाला.

तसा दिवस नेहमीसारखाच गेला होता. म्हणजे फार मोठा आनंदाचा नाही; पण फारसा कंटाळवाणाही नाही. रात्रीच्या जेवणानंतर काही वेळ मी टीव्हीवरचे कार्यक्रम पाहिले आणि पावणेदहाच्या सुमारास झोपायला गेले. झोपही लगेच लागली असली पाहिजे.

मी जागी झाले होते. आसपास अंधार होता. असं कधीही नसायचं. बेडरूममधला लहानसा नाइटलँप रात्री व्यवस्थित प्रकाश देत असे. मला जाणवत होतं, मी कॉटवर नाही आहे- उभी आहे. पायांना खाली लिनोलियम लागत नव्हतं- गार फरशी लागत होती. गार, अगदी गुळगुळीत फरशी. अजूनही नीटशी कल्पना येत नव्हती आणि मनाला भीतीचा स्पर्श झाला नव्हता.

क्षणभर वाटलं, हे स्वप्नच असलं पाहिजे.

पण दुसऱ्याच क्षणी मनाचा भ्रमनिरास झाला.

आसपास काहीतरी चोरटी हालचाल होत असावी- शंका होती; पण खात्री नव्हती. अशी एका जागी उभी राहणार तरी किती वेळ? आणि त्याने काय साध्य होणार होतं? हालचाल केली पाहिजे, कोठे आहोत ते तरी निदान जाणून घेतलं पाहिजे-

हात पुढे करून मी एका दिशेला एक लहानसं पाऊल टाकलं. आणखी एक पाऊल. आणखी एक-

हाताला किणकिणत्या मण्यांच्या पडद्याचा स्पर्श झाला. मण्यांचा पडदा!

मेंदू खडबडून जागा झाला होता. वरच्या मजल्यावरच्या एका खोलीच्या दाराला तो सासूबाईंचा मणी-नळयांचा पडदा टांगलेला होता. तोच हा पडदा!

म्हणजे मी वरच्या मजल्यावर होते? रात्रीच्या वेळी?

सर्व शरीरावरून शहाऱ्यामागून शहारे जात होते. इथे मी का आणि कशी आले या विचारात वेळ दवडण्यात अर्थ नव्हता. आधी सुटका.

वरच्या मजल्यावर मी कितीतरी वर्षं काढली होती. सर्व खोल्यांचा नकाशा पाठ होता. या खोलीवरून सरळ पुढे गेलं की जिना होता; पण आतून भीतीची किंकाळी येत होती आणि हात-पाय गोठल्यासारखे झाले होते.

माझं शहाणपण कसं टिकून राहिलं माझं मलाच माहीत नाही.

दातओठ घट्ट मिटून घेतले. आसपासच्या अंधाराकडे, आजूबाजूच्या अवकाशातून (आता अधिक स्पष्ट जाणवणाऱ्या) चाललेल्या चोरट्या हालचाली- सर्वकाही मनाच्या एका काळया पडद्यामागं झाकून टाकलं-

मनात भीती तर होतीच; पण मला अशा अवस्थेत आणल्याबद्दलचा एक रागही होता. कदाचित त्या रागानेच हातापायांना हालचालीची शक्ती दिली असावी. पाऊल पाऊल करीत मी जिन्याच्या तोंडाशी आले.

बेडरूममधल्या नाइटलँपचा बेडरूमच्या दारातून बाहेर पडणारा प्रकाश इथून अगदी पुसटसा दिसत होता. पायरीपायरी करीत खाली आले. माझ्यामागे जिन्याचं दार बंद केले, कडी घातली.

(अगदी शेवटच्या क्षणी वाटले, तर कोणीतरी हेल काढून रडत आहे; पण ते तरी खरं होतं का? मनाची अवस्था इतकी चमत्कारिक होती की त्याक्षणी कोणतेही भास शक्य होते.)

मी खोलीत आले, मागे दार लावून बंद केलं आणि कॉटवर येऊन बसले. मगच इतका वेळ दाबून धरलेला श्वास स्फोटासारखा बाहेर आला.

हे काय झालं होतं?

मेंदू आता खडबडून जागा झाला होता. भीतीच्या प्रतिक्रिया तर होत्याच. शरीरावर सरसरता काटा आला होता. चेहरा आणि मान व गळा घामाने डवरला होता. असं वाटत होतं, पार डोक्यावरून पांघरूण घेऊन चिडीचूप पडून राहावं.

पण त्याने काय साध्य होणार होतं? दुर्लक्ष केल्याने काय समोरची समस्या दूर होते का? सुटते का? मुळीच नाही.

या समस्येला धीटपणाने सामोरंच जायला हवं.

उघड झालं होतं की, मी स्वतःभोवती उभं केलेलं संरक्षणाचं कवच तडकलं होतं.

मेंदूत (मनात) कोठेतरी त्यांचा प्रवेश झाला होता. देवपूजा- अर्चना- प्रार्थना यांच्या नित्यक्रमात खंड पडला होता. माझं विस्मरण हा अपराध नव्हता, तर तो एक कट होता. पूजा केल्याने संरक्षण होतं आणि पूजा चुकली की लगेच हतबलता येते. इतक्या या गोष्टी साध्यासोप्या होत्या का? अर्थात नाही; पण आत खोल कोठे तरी, जाणिवेच्या खाली, तो अर्चनेतला खंड जाणवत असतो- ज्या पातळीवर हजारो वर्षांचे प्राचीन संस्कार कार्य करीत असतात- तिथे जाण होते की आपला नित्यनेमिक्रम भंगला आहे आणि त्याने मनाच्या पायाला दुर्बलता येते-

कर्ताकरविता परमेश्वर नाही- तो एक आरसा आहे. तुमच्या सर्व क्रिया, विचार, विश्वास, श्रद्धा, शंका सर्वकाही त्याच्यावर आपटून परावर्तित होऊन (कदाचित शतगुणाने वर्धित होऊन) परत तुमच्याकडेच येतात- जसा भाव तसा देव! हे सर्व अभिज्ञान मला कसं झालं? मी काय तत्त्वज्ञान, मानसशास्त्र यांची अभ्यासक होते? मुळीच नाही; पण कधी कधी आपण पश्चिमेला पाहत असतो- सकाळचा सूर्य मागे उगवलेला असतो- एखाद्या काचेच्या तावदानावर ऊन पडून त्या परावर्तित उन्हाचा डोळे दिपवणारा कवडसा तुमच्या डोळ्यांवर पडतो- आणि क्षणभरात तुमचे डोळे दिपून जातात- तशी ही प्रखर जाणीव होती. त्या स्पष्ट नजरेला माझा भविष्यकाळ एखाद्या उघड्या पुस्तकासारखा समोर पसरलेला दिसत होता- ही कीड मनात घुसलीच होती- कणाकणाने ती वाढतच जाणार होती- आधी मन आणि मग त्याच्या आधिपत्याखालचं शरीर- सर्वकाही व्यापलं जाणार होतं. माझी मी मुखत्यार राहणार नव्हते. कोणत्या तरी अघोरी शक्तीच्या हाताचं बाहुलं बनणार होते- त्या दुष्ट अत्याचारी शक्तीच्या तालावर नाचणारं बाहुलं. माणसाची एक भ्रष्ट विदूप नक्कल. कोणास ठाऊक अंती काय होतं ते- पण संपूर्ण अधःपात तर नक्कीच.

आणि तो टाळायला हवा होता. अजून इच्छाशक्ती शाबूत होती तोवरच सर्व धैर्य एकवटून सामोरं जायला हवं होतं. वर्षानुवर्षं ती घातकी शक्ती दबा धरून बसली होती. सासूबाई, मामंजी आणि हे- या सर्वांचा तिनेच बळी घेतला होता.

आता माझी पाळी होती; पण भिऊन, मागे सरून, पिचत पिचत पिंजून मरण्यापेक्षा नेटाने टक्कर देण्यातच स्वाभिमान होता, मानवतेची शान होती. तर आकाशात म्हणे दोन वेगवेगळया प्रकारचे ढग एकमेकांवर आदळतात आणि कडकडत्या विजेचा कल्लोळ उठतो- कदाचित तसंही होईल. कदाचित मोठा लखलखाट होईल- संघर्ष क्षणभराचाच असेल. आयुष्याचा अंतच असेल पण मानाचा आणि गौरवाचा.

हे विचारांचे वादळ मनावरून घोंघावत गेलं; पण त्यामागोमाग मनाला एक विलक्षण शांतता जाणवली. निर्धार कमकुवत होण्याआधीच ते करायला हवं. पहाटे पहाटेसच. स्नान झाल्यावर देवाची शेवटची पूजा आणि मग या प्रिय; पण आता अशाश्वत झालेल्या जगाचा निरोप.

माझ्यामागे माझ्या मालमत्तेचं काय होईल? आता मला तिची आसक्ती नाही; पण तो चोरामोरांच्या हाती पडायला नको. चार ओळींचं इच्छापत्र लिहून ठेवणार आहे. वकिलांनी सांगितलं आहे- तुमच्या स्वतःच्या हस्ताक्षरातल्या इच्छापत्रास ताम्रपटाइतका मान असणार आहे. सूचना देऊन ठेवणार आहे- या जगात माझा जो कोणी वारस असेल त्याचा शोध घेऊन त्याला ही सर्व धनदौलत- जायदाद देऊन टाका आणि त्याच्यासाठी एक इशारा देऊन ठेवणार आहे- या वास्तूत राहू नकोस. त्याला त्यामागचे कारण समजणार नाही.

ही वास्तूच पछाडलेली आहे. या वास्तूच्या सावलीत येणारा, या वास्तूचा उपभोग घेणारा प्रत्येकजण त्या अघोरी प्रेरणेच्या प्रभावाखाली येतो तो एक निसरडा, खाली खालीच जाणारा मार्ग आहे. त्या मार्गावरून परत फिरणे नाही. आणि अंती विनाश ठरलेला आहे; पण आता एव्हानाच या जगाचे आणि इतरांचे पाश सैल आणि निरर्थक झाले आहेत. पहाटे पहाटेसच मी माझ्या प्राक्तनाच्या भेटीला जाणार आहे. मला माहीत नाही काय होणार आहे ते; पण एक नक्की- मी परत येणार नाही आहे.

५.

श्रीकांतने वही खाली ठेवली तेव्हा रात्रीचे बारा वाजले होते.

श्यामलाबाईंची वही वाचता वाचता त्या होनप घराण्याचा जवळजवळ पन्नास वर्षांचा इतिहास त्याच्या मनश्चक्षूसमोर साकार झाला होता. वही समोर ठेवून

तो विचार करीत होता. या कहाणीवर त्याचा विश्वास बसो वा ना बसो; घटना घडल्या होत्या हे निर्विवाद होतं. त्याच्या विश्वास-अविश्वासाला काय महत्त्व होतं? घटना त्यांच्या मार्गाने घडत राहणारच होत्या; पण आता त्याला निवड करायची होती. त्या वास्तूत राहून तो त्या घटनाप्रवाहात सहभागी होणार होता का? एका गोष्टीचा त्याला स्वतःला स्वतःचाच अभिमान वाटला. आजच्या बाजारभावाने त्या निर्वेध, संपूर्ण रिकाम्या जागेला किती लाख मिळाले असते याची गणतीच नव्हती; पण तो विचारही त्याच्या मनाला शिवला नव्हता. ज्या जिद्दीने, धैर्याने त्या एकाकी श्यामलाबाईंनी त्या (कदाचित झपाटलेल्या!) वास्तूत शेवटची वर्षं काढली त्याने त्याच्या मनाची विलक्षण पकड घेतली होती. मग तो काय भेदरटासारखा मागे सरणार होता? पुरुषासारखा पुरुष असूनही? जग त्याला दोष देणार नव्हतं; पण जगाला काहीच माहीत नव्हतं; पण त्याला सर्व समजलं होतं - तो आरशासमोर उभा राहून स्वतःच्या नजरेला नजर देऊ शकणार होता का?

अर्थात या प्रश्नांवर विचार करण्याची ही वेळ नव्हती आणि त्याची इतकी निकडही नव्हती. आताच्या क्षणी घटना एका पठारावर - प्लटूवर - आल्या होत्या. सध्या तशाच अवस्थेत राहणार होत्या. तो आपला निर्णय सावकाश घेऊ शकत होता.

झोपण्यासाठी तो आडवा झाला खरा; पण त्या श्यामलाबाई, त्यांचे ते यजमान दिनकरराव - मग त्यांचे आईवडील - अनंतराव, मनोरमाबाई यांचे विचार मनात येणं अपरिहार्य होतं. त्याच्यासाठी श्यामलाबाईंची आत्मकहाणी म्हणजे काही एक मनोरंजक अद्‌भुतकथा नव्हती. तो स्वतः त्यात गुंतलेला होता.

झोप लागल्यावरही आत कोठेतरी खोलवर हे विचार चालूच असणार आणि जागतेपणी त्यास न आठवलेल्या - किंवा त्याने जाणूनबुजून दूर ठेवलेल्या श्रुत-स्मृत-कल्पित अनुभवांची त्यात भर पडत असणार -

नवल नाही निद्रित मनासमोर स्वप्नं तरळत आली -

मनोरमा सदनला त्याने दोन भेटी दिल्या होत्या -

आता तो वरच्या मजल्यावरच्या मधल्या मोठ्या खोलीत उभा होता. प्रकाश कोठून येत होता त्याला सांगता आलं नसतं; पण सर्वकाही दिसत होतं. समोरचा तो मण्यांचा पडदा दिसत होता. खोलीतलंही काही काही दिसत होतं. स्पष्ट आणि स्वच्छ नाही; पण दिसत होतं. खोलीच्या मध्यभागी त्या लहान टीपॉयभोवतीच्या चार जुन्या, तुटक्या वेतांच्या आरामखुर्च्या आता रिकाम्या नव्हत्या. त्यांच्यातून कोणी कोणी बसलं होतं - केवळ छायाकृतीच दिसत होत्या; पण वाटत होतं, दोन पुरुष असावेत, दोन स्त्रिया असाव्यात - आधी वाटलं होतं ते सगळे निश्चल आहेत; पण नाही - त्यांच्या लहानशा हालचाली होत होत्या - चेहरे एकमेकांकडे वळत होते - माना हलत होत्या - एखाद्या गोष्टीला होकार देण्यासाठी हलाव्यात तशा खालीवर आणि मधल्या टेबलावरचे पंजे सावकाश सावकाश मागेपुढे होत होते -

वरच्या माळ्याकडे जाणाऱ्या जिन्याच्या पायथ्याशी तो उभा होता, वर पाहत होता - वरचा प्रकाश आणखी अंधूक होता; पण माळ्याच्या सपाट जमिनीवरून कोणीतरी दोघं वाकून वाकून खाली त्याच्याकडे पाहत होते - केवळ दोन छायाकृतीच; पण वाटत होतं एवढ्यातच ते काहीतरी बोलतील आणि त्याचीच त्याला भीती वाटत होती - त्यास ते आवाज अजिबात ऐकायचे नव्हते - त्याचीच त्यास भीती वाटत होती - त्याला ते आवाज अजिबात ऐकायचे नव्हते -

आणखी काही काही पडछाया असतील; पण त्या तो विसरून गेला होता.

ही दोनच तेवढी त्याच्या ध्यानात राहिला होती.

आज सकाळीच तो 'मनोरमा सदन'ला भेट देणार होता. मनात आणखीही काही काही कल्पना होत्या; पण ही गोष्ट तो प्रथम करणार होता; पण लवकर, सूर्य वर आलेला नसताना नाही. चांगलं कडक ऊन पडल्यावर मगच.

दहा वाजता कुरिअरतर्फे त्याने ऑफिसला पंधरा दिवसांच्या रजेचा अर्ज पाठवून दिला. रजा मंजूर होते का नाही, मंजूर झाली तरी पगारी का बिनपगारी, त्याला कशातच स्वारस्य नव्हतं. रोजच्या नोकरीच्या प्रायोरिटीचा क्रम एकदम पार खाली गेला होता. इतर कितीतरी महत्त्वाच्या गोष्टी त्याला आधी करायच्या होत्या. त्यातही पहिली - मनोरमा सदनला भेट.

त्याने पहिली भेट दिली होती तेव्हा ती एक दगड-विटा-लाकूड-काच-पोलाद यांची एक निर्जीव रचना होती. एक काळंपांढरं चित्र होतं; पण आता परिमाणं बदलली होती. आता त्या चित्रात रंग भरले गेले होते. आता त्या चित्राला घनता आली होती. कोणतीही खोली रिकामी वाटत नव्हती, ती आपला इतिहास घेऊन समोर येत होती.

बाहेरचं मोठं दार उघडून तो आत आला होता.

ही उजव्या हाताची पहिली खोली. सुरुवातीस हीच दिनकरराव - श्यामलाबाई वापरत असत - इथेच श्यामलाबाईंचा पत्त्यांचा - भिशीचा ग्रूप जमत असे - इथेच निर्मलाबाई राहत असत - इथेच पुढे त्या श्यामलाबाईंच्या शिकवण्या चालत असत -

हे जेवणघर आणि स्वयंपाकघर. शेवटी शेवटी डायनिंग टेबलाभोवती; पण त्या आधी खाली पाटांवरून माणसं जेवायला बसत असत - आधी घरचे सर्व, मग दिनकरराव-श्यामलाबाई, मग श्यामलाबाई-विमलाबाई आणि मग शेवटी शेवटी एकट्या श्यामलाबाई-

त्यापुढची खोली देवघराची. आता मोठा देव्हारा रिकामा होता; पण इथेच श्यामलाबाईंचे वडील रोजची पूजाअर्चा करीत असत आणि मधल्या मोठ्या खंडानंतर शेवटी शेवटी श्यामलाबाईंची सकाळ-संध्याकाळची पूजा चालत असे - पंचनामा करणारांनी बिनदिक्कतपणे देवांच्या चांदीच्या - पितळेच्या - संगमरवरी मूर्ती उचलल्या होत्या, लाल वस्त्रात बांधल्या होत्या. देवमूर्ती म्हणजे कदाचित संकेत असतीलही; पण ते आता पुसले गेले होते -

तो काय करणार होता? देव त्याच्यापाशी होते - तो काय त्यांचा विधिवत पुनर्प्रतिष्ठापना करणार होता? त्याला तो अधिकार होता का? आणि समजा, असला, त्यामागोमाग येणाऱ्या जबाबदाऱ्या त्याला पेलणार होत्या का? मोठेच अस्वस्थ करणारे प्रश्न -

तो मधल्या जिन्याच्या लहान खोलीत आला. भक्कम हार्डबोर्डनी बंद केलेल्या जिन्याचं दार आता सताड उघडं होतं. या जिन्याच्या पायथ्याशी श्यामलाबाईंनी पूजेच्या प्रसादाची वाटी ठेवली होती आणि त्याने विचार तेथेच थांबवले.

समोरची खोली श्यामलाबाईंची होती. तो दारातूनच आत पाहत होता. याक्षणी तरी त्या खोलीत प्रवेश करण्याची त्याची इच्छा नव्हती.

पण वरचा मजला? तिथे तो जाणार होता की नाही - एकदा सुरुवातीस- तो बिनदिक्कत पार अगदी वर, माळ्यापर्यंत जाऊन आला होता; पण तेव्हा त्याला या घराच्या आणि होनप कुटुंबाचा इतिहास माहीत नव्हता. आता माहीत झाला होता. ते डॉक्टर मेहता वर गेले होते - आणि धावत पळत, घामाघूम होऊन खाली आले होते; पण - इथे एक मोठा पण होता- त्या डॉक्टर मेहतांनी दिनकररावांकडून एकेका सीटिंगचे पाचशे, असे हजारो रुपये घेतले होते. अशा घटनांना खरं तर तर्कशास्त्र लावणं हेच तर्कदुष्ट होतं. तरीही - तरीही - त्याने स्वतः या घरातला पाण्याचा थेंबही घेतला नव्हता, अन्नाचा कणही घेतला नव्हता, सुतळीच्या तोड्यालाही स्पर्श केला नव्हता. मारे लाखांची जायदाद त्याच्या नावावर, त्याच्या मालकीची झाली होती; पण त्यातली कवडीही त्याने खर्च केली नव्हती. संपत्तीचा उपभोग हा जर एखादा संकेत असेल तर त्याला धास्तावण्याचं काहीच कारण नव्हतं. कोणत्याही दृष्टीने तो या घराचा मिंधा नव्हता; पण या दुबळ्या तर्कशास्त्रावर विश्वास ठेवून वर जायची त्याची हिम्मत होती का? मग त्या श्यामलाबाई? सर्वकाही माहीत असूनही एकट्याच्या एकट्या, चोवीस तास त्या इथे वर्षानुवर्षं राहिल्याच होत्या का नाही?

आता नाही तर कधीच नाही, त्याची मनोमन खात्री झाली.

बाहेरच्या दाराचं मोठं कुलूप त्याच्या हातातच होतं. ते आता त्याने माळ्याच्या दाराच्या कोयंड्यात घालून बंद केले. तो वर गेल्यावर कोणत्याही कारणाने दार बाहेरून बंद होणार नव्हतं.

तो जिन्याने वर निघाला. जिन्यात अंधारच होता; पण वर पोहोचताच सर्वत्र प्रकाश झाला. लहानशी खोली. वरच्या माळ्याकडे जाणारा जिना होता. समोर मोठ्या खोलीत उघडणारं दार होतं. खाली मोझेकची टाइल होती. तो दारातून मधल्या खोलीत आला. समोर दर्शनी भागावरची खिडकी होती. आता सकाळच्या वेळी सर्वत्र लख्ख प्रकाश पडला होता. दोन्ही बाजूंना दोनदोन दारं होती. आता नुसती लोटून ठेवलेली होती. उजवीकडच्या खोल्या- त्यांच्यातून त्या विद्यार्थिनी राहत होत्या. एकेका खोलीचं दार उघडून त्याने आत अगदी ओझरती नजर टाकली. रिकाम्या, बिनवापरातल्या, साध्या खोल्या- मग डावीकडची पुढच्या भागातील खोली. जी श्यामलाबाईंचे वडील वापरत असत. आता तीही अशीच रिकामी होती. बाहेर येऊन तो मधल्या खोलीच्या दारापाशी थांबला. याच

खोलीला त्या नळ्या-मण्यांचे किणकिणते पडदे होते. हीच खोली काल त्याला स्वप्नात दिसली होती; पण तेव्हा ती बंद नव्हती आणि रिकामीही नव्हती.

दार उघडताना त्याला खरोखरच मनाचा हिय्या करावा लागला. आत प्रकाश कमी होता - असणारच. अजूनही दारा-खिडक्यांना ते किणकिणते पडदे होतेच. तेच ते मधलं गोल मेज आणि त्याच्याभोवतीच्या त्याच त्या तुटक्या वेताच्या खुर्च्या. दिवा लावला तर मेजावरच्या धुळीवर कदाचित अजूनही त्याला तेच ते फराटे दिसतील; पण याक्षणी पाहिलं तेवढं पुरेसं होतं. त्याने दार लोटून घेतलं.

जिन्याच्या लहानशा खोलीत, माळ्याकडे जाणाऱ्या जिन्याच्या पायथ्याशी तो उभा होता; पण आता त्याने निर्णय घ्यायला पाचसात सेकंदांपेक्षा जास्त वेळ घेतला नाही. इथे काही विलक्षण असलंच, रोजच्या जगापेक्षा काही वेगळं असलंच, तर त्यांना विभागणारी रेषा त्याने केव्हाच ओलांडली होती. त्या मार्गावर पाऊल तर टाकलंच होतं. आता चार-दोन अधिक टाकल्याने काहीच फरक पडणार नव्हता. कमिटमेंट तर झालीच होती.

जिन्याने तो सावकाश सावकाश वर गेला. पाचसात पायऱ्या चढताच त्याचं डोकं माळ्याच्या जमिनीच्या वर आलं. वर दोन्ही बाजूंना उतरत जाणारं कौलारू छप्पर. खाली दोन्ही त्रिकोणी भिंतीपर्यंत पसरत गेलेली धुळीने माखलेली जमीन आणि जमिनीवरच्या धुळीवर तेच ते पहिल्या भेटीत पाहिलेले जाडजाड फराटे. जणू काही -

पुरे! त्याने मनाशी ठरवलं आणि त्याच पावली तो तसाच खाली आला, खालच्या दारातलं कुलूप काढून त्या जिन्याने तळमजल्यावर आला आणि बाहेरच्या (श्यामलाबाईंच्या बैठकीच्या) खोलीत खुर्चीवर बसला.

आता पुढे काय करायचं याचा काहीतरी विचार आवश्यक होता. आपण हा विचार करीत आहोत यातच पुढे आपण काहीतरी करणार आहोत हे गृहीत धरलेलं आहे हे तो क्षणभर विसरूनच गेला होता.

श्यामलाबाईंच्या आत्मकथनात दोन नावं आली होती.

सुरुवातीस ते कोणी महाराज आणि नंतर ते डॉक्टर मेहता.

महत्त्वाची गोष्ट ही होती की, या दोघांनाही घटनांमधला एक वेगळेपणा, एक अनैसर्गिकपणा जाणवला होता. त्या महाराजांना श्यामलाबाईंची हकीकत

ऐकताच आणि त्या डॉक्टर मेहतांना प्रत्यक्ष अनुभवाने. या दोघांची तो भेट घेऊ शकत होता. श्यामलाबाईंच्या प्रॉपर्टीचा वारस म्हणून त्याचं कुतूहल नैसर्गिक आणि समर्थनीय होतं. ज्या घरात पुढे मागे कदाचित तो राहणार होता त्यासंबंधात चौकशी करण्याचा त्याला हक्कच होता. त्याला ते दोघं माहिती देतील किंवा देणारही नाहीत; पण तो त्यांची भेट तर घेणारच होता. त्याच्या 'मनोरमा सदन'च्या भेटीतून एवढं तरी निष्पन्न झालं होतं.

श्यामलाबाईंच्या खोलीत (शेवटी त्याला तिथे जावंच लागलं होतं) जराशी शोधाशोध करताच त्याला त्या देशपांडेबाईंचा पत्ता आणि फोन नंबर मिळाला. तशाच त्या डॉक्टर मेहतांच्या पावत्याही सापडल्या. त्यांच्यापर्यंत पोहोचण्याचा मार्ग तरी खुला झाला होता. त्या देशपांडेबाईंशी आधी फोनवरून बोलणं योग्य होतं. एकदम घरी आलेल्या अपरिचित माणसाशी त्या मोकळेपणाने बोलतीलच याची खात्री नव्हती; पण डॉक्टर मेहतांना मात्र तो फोन करणार नव्हता. स्वतःच्या वागण्याचं काहीतरी समर्थन करण्याची संधी त्यांना मिळायला नको होती.

खोलीत फोन होता; पण कनेक्शन बंद झालं होतं. त्याला स्वतःच्या फोनवरूनच बोलावं लागणार होतं. नाहीतरी त्याच्या 'मनोरमा-सदन'ला भेट देण्यामागचा उद्देश साध्य झालाच होता. आपल्यामागे मोठं दार व्यवस्थित बंद करून तो बाहेर पडला.

साडेअकराची वेळ. फोनवर स्वतः देशपांडेबाईच आल्या.
"हॅलो! हा देशपांड्यांचा फोन आहे का?"
"हो."
"मिसेस देशपांडे बोलताहेत का?"
"हो."
"हे पाहा, माझं नाव श्रीकांत दामले. तुम्ही मला ओळखत नाही; पण मी माझी ओळख करून देतो. श्यामलाबाई होनप तुमच्या मैत्रिणींपैकी एक होत्या ना? म्हणजे पत्ते, भिशी यांच्या ग्रूपमधल्या?"
"हो, होत्या; पण त्या आता –"

"मला माहीत आहे त्या बेपत्ता झाल्या आहेत. त्यांच्यासंबंधातच आपल्याशी मला जरा बोलायचं होतं. तुम्ही माझ्यासाठी काही वेळ काढून माझी भेट घ्याल का?" त्यांना काही बोलू देण्याआधीच श्रीकांत म्हणाला, "मला माहीत आहे माझी ही मागणी तुम्हाला जरा संशयास्पद वाटेल; पण असं करा- तुमच्या घरातील तुमचे यजमान, तुमचे चिरंजीव, आणखीही कोणी असतील तर त्यांना तिथे हजर राहू द्यात ना- माझी काहीही हरकत नाही- मला तुमचा फक्त पाचसात मिनिटांचा वेळ हवा आहे-"

यावर अर्थात देशपांडेबाई नकार देऊच शकल्या नाहीत. त्यांनी संध्याकाळी पाचची वेळ दिली.

श्रीकांत घरून निघाला तो सरळ डॉक्टर मेहतांच्या बंगल्यावर पोहोचला. बरोबर त्याने दिनकरराव आणि श्यामलाबाई यांचा एकत्रित काढलेला फोटो घेतला होता. श्यामलाबाईंनी केलेल्या वर्णनावरून त्याने ओळखलं की स्वतः डॉक्टर मेहतांनीच दार उघडलं आहे. त्यांनी त्याला एकदम आत प्रवेश दिला नाही. दारातच उभं राहून त्यांनी जरा नाराजीच्या सुरात विचारलं,

"येस?"

काही न बोलता श्रीकांतने होनप जोडप्याचा फोटो त्यांच्यासमोर धरला. फोटोतल्या चेहऱ्यांची ओळख पटायला डॉक्टर मेहतांना एकदोन मिनिटंच लागली.

"मला जरा वेळ आत येऊ द्याल, डॉक्टर? प्लीज!"

जरा नाराजीनेच ते मागे सरत म्हणाले, "या, आत या; पण तुमचं माझ्याकडे काय काम असावं मला कल्पना येत नाही."

आत येऊन एका खुर्चीत बसत श्रीकांत म्हणाला, "सांगतो ना!" हातातल्या फोटोवर बोट आपटत तो म्हणाला, "हे दिनकरराव होनप - या त्यांच्या पत्नी श्यामलाबाई होनप. हे दिनकरराव आपल्याकडे उपचारासाठी येत होते, बरोबर आहे?"

डॉक्टर मेहता उसळून काहीतरी बोलणार, तेवढ्यात एक हात वर करून त्यांना मधेच अडवीत श्रीकांत म्हणाला, "डॉक्टर, मी काही कोणी गुप्त पोलीस, सी.आय.डी. वगैरेतला नाही. मी काही कोणी खाजगी डिटेक्टिव्ह नाही. या श्यामलाबाई होनप- या काही महिन्यांपूर्वी अचानक बेपत्ता झाल्या-"

"काय?" डॉक्टर एकदम मोठ्याने म्हणाले.

"हो. त्यांना कोणीही औरस वारस नव्हता. त्यांच्या इस्टेटीचा वारस शोधण्यासाठी खूप जंगजंग पछाडले गेले - शेवटी ते माझ्यापर्यंत पोहोचले - माझी आजी श्यामलाबाईंची मावसबहीण होती - आणि त्यांच्या इस्टेटीचा मी एकमेव वारस ठरलो. तेव्हा माझा त्यांच्या इस्टेटीशी, कागदपत्रांशी संबंध आला. त्यांच्या कागदपत्रात मला तुमच्या नावाच्या पावत्या सापडल्या. तुम्ही सायकियाट्रिस्ट - मानसोपचारतज्ज्ञ आणि श्यामलाबाईंचे यजमान दिनकरराव, असेच सात वर्षांपूर्वी अचानक बेपत्ता झाले. त्यांना कदाचित एखादा मानसिक विकार जडला असण्याची शक्यता वाटली, म्हणून मी तुमची भेट घेतली आहे. माझ्या शब्दांवर तुमचा विश्वास बसत नसेल, तर मी तुम्हाला कोर्टाची ऑर्डर, माझा आय.डी., पॅनकार्ड, सर्वकाही दाखवू शकतो. तर मग? हे दिनकरराव उपचारासाठी तुमच्याकडे आले होते?"

"हो, उपचारासाठी येत होते ही गोष्ट खरी आहे."

"त्यांची लक्षणे काय होती? तुमच्या मते त्यांच्यात कोणता मानसिक बिघाड झाला होता? काही सांगू शकाल?"

"हे पाहा," डॉक्टर मेहता जरा रागाने म्हणाले, "तुम्ही कोणीही असा- त्या सर्व इस्टेटीचे वारस असा- पण पेशंटच्या आणि डॉक्टरांच्या भेटीदरम्यान झालेल्या चर्चा गुप्तच राहायला हव्यात असा एक सर्वमान्य संकेत आहे."

"अर्थात मी तुमच्यावर कोणतीही सक्ती करू शकत नाही. तसा मला अधिकार नाही आणि तशी माझी इच्छाही नाही. मी लवकरच स्वतःच त्या मनोरमा सदनमध्ये राहायला जाणार आहे. स्वतः दिनकरराव आणि मग काही वर्षांनंतर त्यांच्या पत्नी श्यामलाबाई, दोघंही असे अचानक गायब व्हावेत ही गोष्ट मला खटकली- तुमच्याकडून काही माहिती मिळेल, किंवा- पण असो-"

"तुम्ही त्या घरात राहायला जाणार आहात?" डॉक्टर मेहता त्यांच्याकडे विस्फारलेल्या डोळ्यांनी पाहत होते.

"हो. आता ती वास्तू माझ्याच मालकीची झालेली आहे, नाही का?"

"नाव काय म्हणालात? श्रीकांत- नाही का? तर मग श्रीकांत, माझं ऐका- आणि तिथे राहायला जाण्याचा विचार मनातून अजिबात काढून टाका."

"नवलच आहे!" श्रीकांत म्हणाला. "तुम्ही असा सल्ला द्यावात!"

"हो. मी जास्त काही बोलत नाही; पण माझा सल्ला माना."

"पण काहीतरी कारण असल्याखेरीज तुम्ही असं काही सांगणारच नाहीत"

"मी यापेक्षा जास्त काहीही बोलणार नाही-"

"डॉक्टर, तुम्ही आणखी कितीतरी सांगू शकाल!" श्रीकांत म्हणाला.

"काय?"

"हो. श्यामलाबाईंनी त्या घरात- मनोरमा सदनमध्ये घडलेल्या सर्व घटनांचे तपशीलवार वर्णन लिहून ठेवलं आहे. त्यांच्या सासूबाई, त्यांचे सासरे, त्यांचे यजमान- सर्वांचं नाहीसं होणं आणि म्हणूनच त्या तुमच्या नावाच्या पावत्या सापडताच तुमच्याकडे चौकशीसाठी आल्या होत्या- आता तुम्ही काय सांगितलंत तेही त्यांनी लिहून ठेवलं आहे- आणि मग त्यांनाही तसेच भास व्हायला लागल्यावर त्यांनी तुम्हाला कॉन्टॅक केलं होतं- आणि तुमच्याकडे उपचार घेण्याआधी त्यांनी तुम्हाला मनोरमा सदनला एक भेट देण्याची विनंती केली होती-"

डॉक्टरांचा गोरामोरा झालेला चेहराच काय सांगायचं ते सांगत होता.

"आणि तुम्ही तिथे गेलात- प्रत्यक्ष भेटीत काय झालं ते तुम्ही त्यांना सांगितलंच नाहीत; पण अतिशय घाईघाईने आणि घाबरलेल्या अवस्थेत तुम्ही ती वास्तू सोडलीत आणि बाहेर पडता पडता श्यामलाबाईंना सांगितलंत- 'कृपा करून माझ्याकडे येऊ नका! अजिबात येऊ नका!' हे सर्व बरोबर आहे की नाही?"

डॉक्टरांनी डोळे मिटून घेतले होते.

"म्हणूनच तुम्ही मला त्या घरात न राहण्याचा सल्ला देत आहात, हेही खरं आहे, हो ना? मग त्यामागचं कारण सांगा ना! तुम्हाला त्या घरात काय अनुभव आला ते सांगा ना!"

"काय सांगायचं? आणि कसं सांगायचं?" डॉक्टर खालच्या आवाजात बोलत होते. "त्या तीनचार मिनिटात माझ्या सर्व ज्ञानावरचा. सर्व गृहितांवरचा विश्वासच कोसळून पडला, त्याचा चक्काचूर झाला. अजूनही मी व्यवसाय करतो; कारण दुसरा पर्यायच नाही; पण ती आता नुसती शब्दांची देवाणघेवाण राहिली आहे - माझ्याकडे येणाऱ्या रुग्णांचा माझ्यावर ठाम विश्वास असतो, म्हणून त्यांना माझ्या उपचारांनी काही दिलासा मिळतो; पण माझा स्वतःचा माझ्या शब्दांवर कोठे विश्वास आहे? मला समजतं- बोचक्यांना लावलेली ती लेबलं आहेत. आत

खरोखर काय आहे काहीच माहीत नाही. हॅल्यूसिनेशन, डिस्यूजन, भास, गिल्ट कॉम्प्लेक्स, एक्सर्टलायझेशन, कॅथार्सिस, रिप्रेस्ड् मेमरीज, शब्द! शब्द! शब्द! मला विचारता- तिथे काय अनुभव आला? सांगतो! पण त्याला माझ्यापाशी स्पष्टीकरण नाही. त्या जिन्याने मी वर गेलो- त्याच वरच्या खोलीतून एक जिना वरच्या माळ्याकडे जात होता- त्या माळ्यासंबंधातच दिनकररावांनी मला काही काही सांगितलं होतं- म्हणून माळ्याकडे जाणाऱ्या जिन्याच्या पायथ्याशी उभा राहून मी वर एक नजर टाकली- वरच्या जमिनीवर वाकून, पुढे चेहरे काढून दोघंजण खाली माझ्याकडे पाहत होते- दोन वयस्क चेहरे- मी तसाच वळलो- पुढच्या भागात आलो- वर एक मण्या-नळ्यांचा पडदा लावलेली खोली आहे- त्या खोलीच्या मध्यभागी एका गोल टेबलाभोवती तीन खुर्च्यात तिघं बसले होते- ते दोघं वयस्क- आणि दिनकरराव! स्वतः दिनकरराव! पुतळ्यासारखे बसले होते- हालचाल केली असती किंवा काही बोलले असते तर मी खासच किंचाळलो असतो- वरच्या मजल्यावरची सर्व हवा भट्टीसारखी तापली होती- श्वास घेणं कठीण जात होतं- आणखी काही होण्यापूर्वी वा दिसण्यापूर्वी इथून जायला हवं- मनात तेवढा एकच एक विचार होता- जिन्यावरून धडपडत कसातरी खाली आलो- मनात एकच विचार होता- हे आपल्या आवाक्यातलं नाही- काहीतरी भलतंच आहे- आणि म्हणूनच त्या श्यामलाबाईंना सांगितलं- कृपा करा! पण माझ्याकडे येऊ नका!"

श्रीकांत काहीच बोलला नाही. स्वतःशीच मान हलवीत डॉक्टर काही वेळ गप्प बसले होते. "श्रीकांत, त्या दिनकररावांना मी परोपरीने पटवून देण्याचा प्रयत्न करीत होतो- की त्यांना दिसतं, जाणवतं ते केवळ त्यांच्या मनातले भास आहेत- आपल्या मनावर झालेले संस्कार फार प्राचीन असतात. त्यांची पकड जबरदस्त असते. वरवरचा अश्रद्धपणा म्हणजे एक वर्ख असतो. अंतर्मनात, खोलवर त्या निष्ठा आणि श्रद्धा तशाच असतात. केलेल्या वा हातून झालेल्या पापाची केव्हा ना केव्हा तरी फेड करावीच लागणार ही मनाची दृढ धारणा असते. त्याच्यापुरते ते अनुभव कितीही खरे असले तरी प्रत्यक्षात त्यांना बाह्य अस्तित्व नसतं- शब्द! शब्द! शब्द! मग मला त्या घरात काय दिसलं होतं? शरीर असं एखाद्या भट्टीच्या आचेवर धरल्यासारखं का होत होतं? आम्ही वापरतो त्या उपपत्ती काही केसेसमध्ये योग्य असतीलही; पण ही केस त्यातली

नाही. इथे बाहेरचं- मला अगदी एक्स्टर्नल असं काहीतरी उपजलं होतं. कदाचित तो कोणत्यातरी एखाद्या अतिप्रभावी मनाचा प्रक्षेपही असेल- मला काहीच सांगता येत नाही; कारण तो माझा प्रांत नाही- आता या श्यामलाबाई एखादा पेशंट म्हणून माझ्याकडे आल्या- मी त्यांना काय समजावून सांगणार? हे एकदमच काहीतरी वेगळं आहे-"

बोलणं संपल्यावर डॉक्टर डोळे मिटून, मान मागे टेकवून गप्प बसून राहिले. काही वेळाने श्रीकांत म्हणाला, "डॉक्टर, मला तुमचे आभार मानायला हवेत. तुम्हाला परत एकदा त्या अनुभवांची उजळणी करायला लावली याचा मला खरंच खेद होतो; पण ते साधं कुतूहल नव्हतं, ती साधी जिज्ञासा नव्हती. एखाद्या घराण्यातली चार माणसं अशी रहस्यमय मार्गाने बेपत्ता व्हावीत हेच मुळात मोठं विलक्षण आहे- पण श्यामलाबाईंनी जी सविस्तर हकीकत लिहून ठेवली आहे- इतर कोणाला तसले काही अनुभव आले नसते तर कदाचित त्यांचे अनुभव व्यक्तिगत, सब्जेक्टिव्ह असे मानता आले असते; पण त्यांच्याकडे राहायला आलेल्या त्या विद्यार्थिनी, त्यांच्याकडे कामाला असलेल्या त्या विमलाबाई, आणि आता तुम्ही- सर्वांनाच काही ना काही भयप्रद अनुभव आले आहेत- तेव्हा तिथे प्रत्यक्षात काहीतरी आहे- काहीतरी भयानक आहे- डॉक्टर, तुम्हीच म्हणाला आहात तो तुमचा प्रांत नाही; पण सर्वकाही अगदी खुलासेवार सांगितलंत त्याबद्दल मला तुमचे आभार मानायला हवेत. मी आता निघू का?"

"पण श्रीकांत! त्या मनोरमा सदनमध्ये राहायला जाणार असं तुम्ही म्हणाला होतात - त्याचं काय?" डॉक्टरांच्या स्वरात काळजी होती.

"डॉक्टर, खरं सांगू का? खरं तेच सांगतो- तुमची माफी मागून सांगतो- तुम्हाला तिथे काय अनुभव आला याची कल्पना मला आधीपासूनच होती. केवळ तुम्हाला बोलतं करण्यासाठी मी तसं म्हणालो होतो. डॉक्टर, मी एक साधा आसामी आहे. नाही ती साहसं करणारा कोणी साहसवीर नाही; पण हेही खरं- की जमेल त्या मार्गांनी मी त्या मनोरमा सदनमध्ये काय रहस्य आहे याचा शोध घेण्याचा माझा प्रयत्न तर चालू ठेवणारच आहे. तुमच्या सहकार्याबद्दल खरोखरच आभारी आहे."

डॉक्टरांचा निरोप घेऊन श्रीकांत बाहेर पडला.

डॉक्टरांच्या भेटीत नवीन अशी काही माहिती मिळाली नव्हती; पण एक अतिशय महत्त्वाची गोष्ट शाबित झाली होती- श्यामलाबाईंच्या वर्णनाला एक भरभक्कम बाह्य पुरावा मिळाला होता. एकाएकी त्यांच्या शब्दांना वजन आलं होतं. त्यांच्या वर्णनातला कोणताही भाग दुर्लक्ष करून चालणार नव्हतं. केवळ त्यांना काही कारणाने झालेले भ्रम- भास ही साधी सोयिस्कर स्पष्टीकरणाची वाट बंद झाली होती. त्याने मनाशी ठरवलं- या क्षणी तरी येथपर्यंतच विचार करायचा.

मग संध्याकाळची त्या देशपांडेबाईंकडची भेट.

त्यांच्या पत्त्यावर तो बरोबर पाच वाजता हजर झाला. स्वतः देशपांडेबाई होत्या. शिवाय त्यांचे यजमानही होते. समाजातल्या अगदी एकदम वरच्या वर्गात वावरणारे लोक. अर्थात होनपांसारख्या श्रीमंतांचा ग्रूप असाच असणार. दार स्वतः देशपांडेबाईंनीच उघडलं. दारातूनच त्यांना नमस्कार करून तो म्हणाला, "मी श्रीकांत दामले. आज सकाळीच मी तुम्हाला फोन केला होता."

"या ना, बसा." मागे सरत त्या म्हणाल्या. तो आत येऊन खुर्चीवर बसला. विषयाला सुरुवात कशी करायची याचा त्याला जरासा प्रश्नच पडला होता. या देशपांडेबाई त्या कोणा महाराजांकडे जातात- पण ती गोष्ट त्यांच्या यजमानांना माहीत होती का? ते त्यांना पसंत होतं का? नाहीतर त्याच्या चौकशीमुळे त्या दोघांच्यात विनाकारणच वितंडवाद व्हायचा!

"मी तुमचा जास्त वेळ घेणार नाही आहे-" श्रीकांत म्हणाला.

"फोनवरूनही तुम्हाला ते विचारता आलं असतं; पण ते योग्य वाटलं नाही"

"विचारा की -" देशपांडेबाई म्हणाल्या.

"श्यामलाबाई होनपांचे यजमान- दिनकरराव- एकाएकी बेपत्ता झाले. श्यामलाबाई खूपच काळजी करीत होत्या. एक मित्रधर्म म्हणून तुम्ही त्यांना मदतीसाठी म्हणून एका ठिकाणी घेऊन गेला होतात- तशी त्याला आज सात वर्षं होऊन गेली- तुमच्या ते लक्षात आहे?"

त्या जशा गप्पच बसल्या तसा तो पुढे म्हणाला, "शहरात कोणी महाराज नावाचे आहेत- अडीअडचणीत आलेल्याला ते मदत करतात, काही काही मार्ग सुचवतात- त्यांच्याकडे तुम्ही श्यामलाबाईंना नेलं होतंत- आठवतं?"

एकवार आपल्या यजमानांकडे पाहत देशपांडेबाई म्हणाल्या, "हो. आता आठवलं, मी त्यांना एकदा नेलं होतं खरं; पण त्या पुन्हा तेथे गेल्या की नाही, त्यांनी महाराजांना काही विचारलं का- मला पुढचं काहीच माहीत नाही."

"ते ठीक आहे." श्रीकांत म्हणाला. "मला तुमच्याकडून फक्त त्या महाराजांचा पत्ता हवा होता. इतर काहीही नको होतं."

"मी पत्ता देते- पण गेल्या कितीतरी दिवसात मी स्वतः तिथे गेलेलीच नाही आहे- ते अजून तिथे बसतात की नाही तेही मला माहीत नाही-"

"काही हरकत नाही. मला फक्त त्यांचा पत्ता हवा आहे."

देशपांडेबाईंनी पत्ता सांगितला. शहरातल्या एका प्रसिद्ध चौकाचा पत्ता. सहज सापडण्यासारखा. देशपांडेबाईंचे आभार मानून तो बाहेर पडला. कदाचित या महाराजांकडे जाण्यावरून देशपांडे पति-पत्नीत वाद होईलही; पण त्याला त्याची फिकीर नव्हती. ती माहिती मिळणं त्याच्या दृष्टीने महत्त्वाचं होतं.

संध्याकाळी सातच्या सुमारास श्रीकांत त्या पत्त्यावर पोहोचला. माणसं अजूनही येतच होती. त्यांच्या मागोमाग तोही वर गेला. वरच्या मजल्यावर प्रशस्त दिवाणखाना होता. बाल्कनीतून दिवाणखान्यात जायला तीन दारं होती. तो शेवटच्या दारातून आत गेला. भिंतींना लागून खुर्च्यांची रांग होती त्यातली एक त्याने घेतली. दत्ताची आरती झालेली दिसत होती. महाराजांचा एक शिष्य आरतीचं तबक लोकांच्या मधून फिरवत होता. ज्योतीवरून हात फिरवून लोक मुखप्रक्षालन करीत होते. ज्यांची इच्छा होती ते तबकात काही दक्षिणाही ठेवत होते. श्रीकांतनेही ज्योतीवरून हात फिरवला, समोरच्या दत्तप्रतिमेला नमस्कार केला. सर्व वातावरणच गंभीर, पवित्र, मनाला उभारी देणारं होतं. तसा तो देवधर्म, नवससायास इत्यादींच्या वाटेला न जाणारा; पण त्यालाही तो प्रभाव जाणवत होता. आरतीचं तबक परत गेल्यावर सर्व मंडळी बसली आणि आता प्रथमच श्रीकांतला ते महाराज दिसले. श्रीदत्ताच्या मोठ्या तसबिरीसमोरच एका प्रशस्त खुर्चीत बसले होते. पुढे बसलेल्या मंडळींमध्ये एक जागा रिकामी दिसत होती. औचित्यभंगाचा धोका पत्करूनही श्रीकांत त्याच्या खुर्चीवरून उठला. भराभर चालत जाऊन त्याने त्या पुढच्या रांगेतली जागा घेतली. इतरांच्या प्रतिक्रियेकडे त्याचं लक्ष नव्हतं. त्याचं सर्व लक्ष महाराजांवर केंद्रित झालं होतं. श्यामलाबाईंनी केलेलं

वर्णन आज त्यानं पुन्हा एकदा डोळ्यांखालून घातलं होतं. वेष तसाच होता. पांढराशुभ्र कफनीवजा अंगरखा. तीच ती जराशी कृश, उंच शरीरयष्टी, गौरवर्ण. डोळ्यांना सोनेरी फ्रेमचा चश्मा. श्यामलाबाईंच्या भेटीला सात वर्षं होऊन गेली होती. त्यांचा परिणाम जराशा विरळ झालेल्या, चंदेरी झाक आलेल्या केसांत दिसत होता.

दिवाणखाना माणसांनी भरला होता. उघड होतं, सर्वच काही आपल्या अडचणी वा आपत्ती सांगण्यासाठी आले नव्हते. काही महाराजांचे भक्त असतील. काही कोणाकोणाबरोबर आले असतील. काही कुतूहलाने आले असतील. पुढे बसलेल्यांपैकी एकेक आपली मानसिक वा कौटुंबिक वा सामाजिक समस्या सांगत होता. त्यांच्यात आणि आपल्यात एक फरक आहे, श्रीकांतला जाणवलं. या क्षणी तरी त्याची समस्या वैयक्तिक नव्हती. त्यामुळे त्याला इतर सागणारांच्याबद्दल खास अशी एक सहभावना जाणवत नव्हती. हा काही त्याच्या जाणिवेचा बधिरपणा नव्हता; पण निदान या क्षणी तरी तो त्या व्यथित वा पीडलेल्या वा गोंधळलेल्या लोकांपैकी एक नव्हता.

एक गोष्ट तत्क्षणीच त्याच्या ध्यानात आली. प्रत्येक समस्येवर वा प्रश्नावर महाराज काही काही उपाय सांगत होते; पण ते उपाय म्हणजे त्या व्यक्तीने आपल्या आचारात वा दिनक्रमात वा पोशाखात करण्याचे बदल असे होते. महाराज कोणालाही गंडा, दोरा, ताईत, अंगारा, भस्म, मणी, अंगठी, मंत्र असं काहीही देत नव्हते. लोकांच्या समस्या हाताळताना त्यांच्यात एक प्रकारची अलिप्तता होती; पण नवलाची गोष्ट ही होती की, अनेकांच्या सांगण्यातून त्यांना महाराजांच्या सल्ल्याचा किंवा सूचनांचा काही ना काही फायदा झालेला दिसत होता. या प्रकारांमध्ये एक रहस्य आहे, त्याला जाणवत होतं. कोणत्याही गोष्टीत महाराज स्वतः कोणताही हस्तक्षेप करीत नव्हते. केवळ 'काही दिवस देवाला पांढरी फुलं वाहा', किंवा 'काही दिवस लाल रंगाचे कपडे वापरू नका' किंवा 'बाहेर पडल्यानंतर अशी वाट निवडा की, डावं वळण घ्यावं लागणार नाही' अशा साध्या सूचनांनी इतका फरक कसा पडत होता? केवळ महाराजांवरच्या श्रद्धेचा हा परिणाम होता? श्रद्धेमध्ये इतकी शक्ती असू शकते? का महाराज त्यांच्यामधला आत्मविश्वास प्रज्वलित करण्याचं कार्य करीत होते? असं तर नव्हतं की, प्रत्येकाच्याच अंतर्मनात खोल कोठेतरी हा शक्तीचा स्फुल्लिंग असतो

आणि मनाची घडण योग्य त्या मार्गानी बदलली की, तो प्रज्वलित होतो आणि आपल्या शुभ कार्यावर निघतो? त्याच्या ध्यानात आलं, वरवर साध्या दिसणाऱ्या या प्रश्नोत्तरीमागे एक गहन मानसशास्त्रीय रहस्य दडलेलं आहे. आपण त्यात वैयक्तिकरीत्या गुंतलेलो नाही, भावनांच्या प्रक्षोभापासून अलिप्त आहोत, म्हणून असा चौकटीबाहेर येऊन वेगळा दृष्टिकोन स्वीकारू शकतो. क्षणभर तर त्याला वाटलं, आपण एका फार महान आदी सत्याच्या अगदी नजीक आलो आहोत; पण तो अभिज्ञानाचा क्षण मागे गेला- पुन्हा एकदा तो रोजच्या व्यवहाराच्या पातळीवर आला.

वेळ जात होता. साडेआठ वाजून गेले होते. कार्यक्रम संपत आला होता. शेवटचा प्रश्न विचारून झाला, शेवटची सूचना देऊन झाली. मंडळी उठली. आपण आताच धीटपणा दाखवून वेळ साधली पाहिजे, श्रीकांतला वाटलं. महाराजांच्या आसपास बरीच माणसं जमलेली होती. त्यांच्यामधून वाट काढून तो महाराजांच्या समोर पोहोचला. त्याच्या हालचालीने त्यांचं लक्ष त्याच्याकडे गेलंच होतं. दोन्ही हात जोडून त्यांना नमस्कार करीत श्रीकांत म्हणाला, ‘‘महाराज, माझी एक विनंती आहे.’’

‘‘सांग की!’’ त्याच्या चेहऱ्यावर जरासं कुतूहल होतं.

‘‘महाराज, आपल्याशी खाजगीत काही बोलायचं आहे- आपण मला दहापंधरा मिनिटांचा वेळ देऊ शकाल का?’’

महाराजांची नजर त्याच्यावर एकटक खिळली होती. तशी तीक्ष्ण किंवा धारदार नव्हती; पण मनाला अस्वस्थ करणारी होती खास.

‘‘ठीक आहे. घे एक खुर्ची.’’ त्यांनी हाताने एक खूण करताच आसपासचे सर्व लोक बाजूला झाले.

‘‘आपण माझी विनंती मानलीत त्याबद्दल मी फार आभारी आहे.’’ श्रीकांत म्हणाला. ‘‘मला काय सांगायचं आहे ते मी अगदी थोडक्यात सांगतो. तीनचार महिन्यांपूर्वी माझ्या आयुष्यात एक क्रांती झाली. एक संपूर्ण अनपेक्षित घटना घडली. पन्नास लाखांहूनही जास्त किमतीच्या अशा मालमत्तेचा मी एकमेव वारस ठरलो. त्या वास्तूत मला काही काही कागदपत्रं मिळाली. त्या घराण्यातली चार माणसं, आई-वडील, मुलगा आणि सून मोठ्या रहस्यमय रीतीने बेपत्ता झाली आहेत. पुढे त्यांचा काहीही माग लागला नाही. त्यांच्यापैकी शेवटची, त्या

घरची सून, नाव श्यामलाबाई होनप, मदतीसाठी आपल्याकडे आली होती. अर्थात आपल्याकडे तशी शेकड्यांनी माणसं येतात- सर्व आपल्या लक्षात कशी राहणार? तरीही आपण त्या श्यामलाबाईंचा हा फोटो पाहा."

त्याने खिशातला फोटो महाराजांसमोर काही वेळ धरला.

"ठीक आहे. पुढे सांग." ते म्हणाले.

"आपण त्यांना देवपूजेचा मार्ग सांगितलात- सकाळ- संध्याकाळ पूजा, अर्चा; पण त्याहीपेक्षा एक महत्त्वाची नोंद आहे. त्यांच्याशी बोलताना आपण म्हणाला होतात, 'तुमच्या प्रश्नाचं उत्तर माझ्यापाशी आहे; पण ते पेलायची तुमच्या मनाची तयारी आहे का?' आपली सूचना त्यांनी मानली; पण सहासात वर्षांनंतर एका रात्री त्याही बेपत्ता झाल्या. मागे काहीही मागमूस नाही."

"पुढे?"

"त्या घरात सर्वकाही ठाकठीक नाही याचे इतरही अनेक पुरावे मला मिळाले आहेत; पण तरीही चर्चा करण्यात मी आपला वेळ दवडत नाही. माझी आपल्याला एक विनंती आहे- आपण त्या वास्तूला एकवार भेट देऊ शकाल का?"

"हेच का तुला खाजगीत विचारायचं होतं?"

"होय, महाराज."

"पण खाजगीत का?" महाराज जरासे हसत होते.

"माझ्या अल्पमतीला जे काही वाटलं ते सांगतो. इथे जमणाऱ्यांमध्ये आपल्या नावाला एक प्रतिष्ठा आहे, त्यांच्या मनात आपल्याबद्दल खास अशी एक प्रतिमा आहे. हे शक्य आहे की कोणत्यातरी कारणाने आपल्याला ही भेट देणं शक्य होणार नाही. आपला निर्णय मी आनंदाने स्वीकारीन; पण सर्वांच्यासमोर असा नकार देणं आपल्याला कदाचित अवघड जाईल- आणि आपल्या अशा नकाराचा लोकांच्या मनावर काही विपरीत परिणाम होईल अशी मला भीती वाटत होती- हे आपले माझे खाजगी विचार आहेत."

महाराजांच्या चेहऱ्यावरचं हास्य आता अगदी मोकळं झालं होतं.

"एखाद्या आव्हानाला नकार दिला तर येथे येणाऱ्यांच्या मनात काही प्रतिकूल ग्रह निर्माण होईल अशी तुला भीती वाटली? आणि म्हणून नकार देताना माझी पंचाईत होईल अशी तुला भीती वाटली?"

श्रीकांतने मूकपणे केवळ मान हलवली. "हो."

"त्यामागे एक कारण आहे, महाराज." श्रीकांत म्हणाला. "खरोखर मी या विषयात संपूर्ण अज्ञानी आहे; पण त्या श्यामलाबाईंनी त्यांच्या इथल्या एका भेटीचं वर्णन केलं आहे- आणि मीही आज सर्व वेळ हजर होतो- माझ्या लक्षात एक गोष्ट आली. आपण स्वतः कोणत्याही प्रसंगात हस्तक्षेप करीत नाही. ज्याची समस्या आहे त्यालाच काही काही सूचना देता- सर्वकाही त्याच्याच हातून होणार असतं. म्हणून आपल्याला प्रत्यक्ष हस्तक्षेप करण्याची विनंती करतानाही माझ्या मनात शंका होती."

"ही तात्त्विक चर्चा आता पुरे. चल. मी यायला तयार आहे."

महाराजांचे हे शब्द सर्वस्वी अनपेक्षित होते. श्रीकांत तर क्षणभर अगदी अवाक् झाला.

"आता?"

"हो. आता. जायचंच असेल तर मग उशीर कशासाठी?"

"पण महाराज, ती वास्तू कुलूपबंद असते. आपल्या येण्याआधी मला काही ना काही तयारी करावी लागणार नाही का?"

"कसली तयारी? हा काय स्वागत समारंभ आहे? माझ्यासाठी तू काय तिथे पायघड्या घालणार आहेस?"

"नाही, नाही- आपल्या जाण्यायेण्याची मी व्यवस्था करणार होतो-"

"त्याची आवश्यकता नाही. कुलपाच्या किल्ल्या तुझ्या घरी आहेत ना? मग आधी तुझ्या घरी जाऊ, किल्ल्या घेऊ, मग तू म्हणतोस त्या वास्तूला भेट देऊ- चल- माझी गाडी तयार आहे-"

"महाराज! केवळ माझ्या शब्दाखातर-" त्याला पुढे बोलवेनाच.

त्याच्या खांद्यावर हात ठेवत ते म्हणाले, "अरे श्रीकांत! तू किती गोंधळून गेला आहेस! त्या वास्तूला एक भेट! त्यात एवढं काय मोठं विशेष आहे? चल!"

जरा अंतरावर उभ्या असलेल्या एका माणसाला महाराजांनी खूण केली, त्याबरोबर तो दिवाणखान्याबाहेर पडला. बाकीचे पाचसात जण जरा अंतरावर उभे होते. त्यांच्यापाशी जाऊन महाराज काहीतरी बोलले. श्रीकांतला जाणवलं. त्यांच्या कुतूहलाच्या नजरा आपल्याकडे वळलेल्या आहेत.

महाराज निघताच श्रीकांतही त्यांच्यामागोमाग निघाला. ते खाली रस्त्यावर पोहोचतात तोच एक लहान गाडी त्यांच्यासमोर येऊन थांबली. श्रीकांत

ड्रायव्हरशेजारच्या सीटवर बसला. महाराज मागे बसले. श्रीकांतने त्याला आपल्या ब्लॉकचा पत्ता सांगितला. वीस मिनिटात गाडी तिथे पोहोचली. श्रीकांत बाहेर येऊन मागच्या खिडकीपाशी आला.

"किल्ल्या आण, आणि बरोबर एक टॉर्चही आण." महाराज म्हणाले.

वीसपंचवीस मिनिटात गाडी मनोरमा सदनसमोर येऊन उभी राहिली. श्रीकांत गाडीबाहेर आला. सर्वत्र रात्रीचा अंधार पसरला होता. समोरची इमारत म्हणजे निळ्याकाळ्या आकाशाविरुद्ध उभी असलेली एक छायाकृती होती. महाराज गाडीबाहेर येताच श्रीकांत पुढे झाला, त्याने बाहेरच्या फाटकाचं कुलूप उघडलं, कुलूप कोयंड्यात अडकवून ठेवलं आणि तो समोरच्या मोठ्या दारापाशी आला. दाराचं कुलूप काढताना कितीही प्रयत्न केला तरी त्याला आपल्या हातांनी थरथर थांबवताच येत नव्हती. शेवटी दार उघडलं.

"टॉर्च माझ्याकडे दे आणि तू इथेच थांब." महाराज म्हणाले. त्यांनी टॉर्च हातात घेतला, शिलगावला, त्याच्या प्रकाशात घरात प्रवेश केला. टॉर्चचा प्रकाश आत सर्वत्र फिरत होता. मग आतला दिवा लागला.

"श्रीकांत, आत ये." त्यांचा आवाज आला. श्रीकांत आत गेला. ते बाहेरच्या खोलीत उभे होते. तिथल्या एका खुर्चीकडे हात करीत ते म्हणाले, "तू या खुर्चीत बसून राहा. मी घराची पाहणी करून येतो."

खालच्या मजल्यावरच्या प्रत्येक खोलीत ते गेले, त्यांनी आतला दिवा लावला, मिनिट-अर्धा मिनिट खोलीची पाहणी केली, मग दिवा बंद करून ते बाहेर आले. खालच्या सर्व खोल्या पाहून झाल्यावर ते वर निघाले. वर ते दहाबारा मिनिटे तरी होते. वरच्या सर्व खोल्या आणि त्यांच्यावरचा माळासुद्धा त्यांनी नजरेखालून घातला असावा. शेवटी टॉर्चच्या प्रकाशात जिना उतरून ते खाली आले.

"चल, श्रीकांत, माझं पाहून झालं आहे. मी तुला तुझ्या घरी सोडतो." त्याच्यापाशी येऊन ते म्हणाले.

श्रीकांत काहीच बोलला नाही. बाहेरच्या खोलीतला दिवा मालवून त्याने आपल्यामागे मोठं दार बंद केलं, त्याला कुलूप घातलं, मग गेट बंद करून त्यालाही कुलूप घातलं आणि तो परत गाडीत येऊन बसला.

गाडी त्याच्या पत्त्यावर पोहोचली तसा गाडीतून उतरून तो मागच्या खिडकीपाशी आला. ‘‘महाराज,’’ तो पुढे वाकून म्हणाला, ‘‘आपल्याला जरा सवड असली तर वर याल का? एखादा कप कॉफी घ्याल का?’’

‘‘अरे, तुझ्या घरी यायचं म्हणून तर मुद्दाम इथे आलो आहे. चल ना!’’

गाडीचा ड्रायव्हर खालीच गाडीत थांबला. श्रीकांत आणि त्याच्यामागून महाराज वर आले. श्रीकांतने ब्लॉकचं दार उघडलं, दिवा लावला, महाराजांना सोफ्यावर बसायची खूण केली, आत जाऊन फ्रीजमधल्या गार पाण्याचा ग्लास त्यांच्यासमोर टीपॉयवर ठेवला आणि ‘‘दोन मिनिटात कॉफी आणतो हं-’’ म्हणून तो आत आला. खरोखरच तिसऱ्या मिनिटाला नेसकॅफेचे दोन मग घेऊन तो बाहेर आला, त्यातला एक महाराजांच्या हातात दिला. कॉफीचा एक घुटका घेऊन महाराजांनी मग टीपॉयवर ठेवला. शेवटी श्रीकांतनेच धीर करून विचारलं, ‘‘महाराज, आपण त्या वास्तूला भेट दिलीत- आपलं काय मत झालं?’’

‘‘श्रीकांत, एक गोष्ट आधीच सागतो. माझे निष्कर्ष, किंवा माझे तर्क किंवा माझी अनुमानं मी कधीही कोणालाही सांगत नाही. तेव्हा तूही त्याला अपवाद नाहीस; पण आधी मला एक सांग- ती सर्व प्रॉपर्टी तू विकून का टाकत नाहीस? तुझी काही त्या होनप कुटुंबाशी कसलीही बांधिलकी नव्हती, हो की नाही? तू संपूर्ण परका- मग तू स्वतःला या व्यापात कशासाठी अडकवून घेत आहेस?’’

श्रीकांतचं उत्तर अगदी ताबडतोब आलं.

‘‘महाराज, त्या श्यामलाबाईंनी लेखणीच्या एका फटकाऱ्यासरशी मला लक्षाधीश केलं. हे तर त्यांचं माझ्यावर कधीही न फिटणारं ऋण आहेच- तरीही त्यांचं आत्मनिवेदन माझ्या वाचनात आलं नसतं तर त्या मला खऱ्या अर्थाने परक्याच राहिल्या असत्या. सर्व शक्तीनिशी प्रतिकार करूनही शेवटी त्या एका अमानवी अत्याचाराला बळी पडल्या आहेत. त्या अत्याचाराकडे पाठ फिरवून मी या प्रॉपर्टीच्या केवळ पैशामागे लागलो तर तो एक अक्षम्य कृतघ्नपणा होईल. श्यामलाबाईंवर झालेल्या अत्याचाराचं परिमार्जन व्हायलाच हवं, त्याला जबाबदार असलेल्याला योग्य ती शिक्षा व्हायलाच हवी हा मी मनाशी निश्चय

केला आहे. मला त्यात यश येईल किंवा येणारही नाही; पण प्रयत्न करणं तर माझ्या हाती आहेच की!”

मगमधली कॉफी संपवून महाराजांनी मग खाली ठेवला.

“तुला योग्य वाटेल तो मार्ग निवडायचं स्वातंत्र्य अर्थात तुला आहे, श्रीकांत. तुला उत्तेजन देणं किंवा परावृत्त करणं- त्यातलं काहीही मी करणार नाही; पण एक विचार तू केला आहेस का? तू निवडलेला मार्ग जगरहाटीला छेदून काटकोनात जाणारा आहे. आजवरचे अनुभव, बाह्यसृष्टीच्या स्वरूपाबद्दलच्या मनातल्या प्रतिमा आणि मनातले संकेत, सर्वकाही निरर्थक ठरणार आहे- त्या मार्गावर पाऊलखुणा नाहीत, खुणेचे दगड नाहीत, लँडमार्क नाहीत स्थळकाळाची चौकट विस्कटून जाते. अशा मितीत वावरताना मनोधैर्याची, आत्मविश्वासाची कसोटी लागते. केवळ जीवनच नाही, जीवनानंतरचं अनामिक; पण केवळ आयुष्य यांची बाजी लागते. तू याला तयार आहेस?”

“मला दुसरा पर्यायच नाही, महाराज.” श्रीकांत हलकेच म्हणाला.

त्याच्या शब्दांबरोबर महाराजांच्या चेहऱ्यावर एक अत्यंत प्रसन्न, अत्यंत दिलखुलास असं हास्य आलं. त्यांचा चेहरा त्या हास्याने उजळून निघाला-

“छान.” महाराज म्हणाले. “मी तुला आता काही काही गोष्टी करायला सांगणार आहे. बाजारातून श्री दत्तगुरूंची एखादी तसबीर अथवा मूर्ती अथवा प्रतिमा विकत घे. सकाळ -संध्याकाळ तू त्या मनोरमा सदनमध्ये जायचं आहेस. त्या घरातल्या कोणत्याही वस्तूचा वापर करायचा नाही. स्वतःबरोबर पाणी, उदबत्ती, निरांजन, फुलं, काडेपेटी, हळदकुंकू, प्रसाद घेऊन जायचं. प्रसादासाठी साखरफुटाणे घेतलेस तरी चालतील. दाराबाहेरच बूट, चपला काढून ठेव, जवळच्या पाण्याने हात-पाय धुऊन घे. आत प्रवेश कर. बाहेरच्या खोलीत एखाद्या सोयीच्या जागी दत्तप्रतिमा लाव. हळद-कुंकू-फुलं यांनी पूजा कर, मनोमन प्रार्थना कर आणि बरोबरच्या साखरफुटाण्यांचा नैवेद्य दाखव. तो प्रसाद त्याच खोलीत मागच्या बाजूस ठेव. एवढं केलंस की, तुझं काम पूर्ण झालं. मग तू बाहेर पडू शकतोस. सकाळी आठला आणि संध्याकाळी आठला. संध्याकाळी बरोबर टॉर्च आणि मेणबत्ती ठेव- उद्यापासूनच सुरुवात कर आणि तुला मी एक टेलिफोन नंबर देऊन ठेवतो. त्या नंबरावर तू दिलेला निरोप मला ताबडतोब मिळेल.”

"हे किती दिवस करावं लागेल, महाराज?"

"उद्यापासून सुरुवात तर कर. पुढचं पुढे पाहू या." सोफ्यावरून उठत महाराज म्हणाले, "मी आता निघतो तर."

आता बोलण्यासारखं काही राहिलंच नव्हतं. महाराजांना त्यांच्या गाडीपर्यंत पोहोचवण्यासाठी श्रीकांत खाली गेला आणि गाडी आपल्या वाटेने गेल्यानंतर काही वेळ तिथेच उभा राहून मग वर आला.

६.

श्यामलाबाईंची हकीकत वाचल्यावर त्या दोन दिवसातच त्याच्या आयुष्याला एक अनपेक्षित कलाटणी मिळाली होती. आपल्या मनातला विचार त्याने महाराजांपाशी मोठ्या आत्मविश्वासाने बोलून दाखवला होता खरा; पण हा आत्मविश्वास शेवटपर्यंत टिकणार होता का? इतरांसारखंच त्यालाही महाराजांनी काही काही कर्मकांड सांगितलं होतं- ते सर्व त्याला स्वतःलाच करायचं होतं. महाराज त्याच्याबरोबर मनोरमा सदनमध्ये आले होते हीच मोठी नवलाची गोष्ट होती; पण प्रसंगातला त्यांचा अंतर्भाव तिथेच थांबला होता- काय काय करायचं ते त्यांनी श्रीकांतला सांगितलं होतं- त्या सर्व कृत्यात तो एकटाच्या एकटा असणार होता- मदतीला कोणीही नाही. धैर्य आणि आत्मविश्वास यांची खरोखरच कसोटी लागणार होती. त्या कसोटीला तो उतरणार होता का?

सकाळी बरोबर आठ वाजता तो मनोरमा सदनवर पोहोचला होता.

सकाळच्या लख्ख उन्हात ते एक साधं रिकामं घर वाटत होतं.

पण हे साधं रूप फार फसवं होतं हे अगदी थोड्यांनाच माहीत होतं.

फाटकाचं आणि बाहेरच्या दाराचं कुलूप काढल्यावर तो दारापाशीच उभा राहिला. स्लीपर काढून ठेवून बरोबरच्या बाटलीतल्या पाण्याने त्याने हात, तोंड, पाय धुतले, नॅपकीनने पुसले आणि मग तो बाहेरच्या खोलीत आला. प्रकाश लख्ख होता. दिव्याची आवश्यकताच नव्हती. खोलीवरून नजर फिरवता फिरवता त्याला समोरच्या भिंतीवरची एक जागा सोयीची वाटली. पूर्वी कधीतरी भिंतीत एक हूक बसवला होता- त्याला जर तसबीर लावली तर ती आपोआपच

पूर्वाभिमुखी होणार होती. नॅपकीनने त्याने भिंतीचा तो भाग साफ केला. तसबिरीला मागे दोरी होतीच- दोरीने तसबीर हुकावर अडकवली. समोर बसून पूजा करण्यासारखी उंची सोयिस्कर होती. तसबीर रुमालाने साफ करून तो समोर बसला. बरोबर आणलेला हार त्याने तसबिरीला घातला, हळदकुंकू वाहून पूजा केली, प्रसादाची पुडी उलगडून समोर ठेवली. तबकात निरांजन लावलं. उदबत्ती शिलगावली आणि तबक मूर्तीसमोर फिरवताना मनोमन देवाची प्रार्थना केली. मग तबक खाली ठेवून, हात जोडून, डोळे मिटून तो काही मिनिटं तसाच शांत बसून राहिला. मनाचं समाधान झाल्यावर त्याने बैठक मोडली, सर्व आवराआवर केली. प्रसादाची उघडी पुडी मागच्या जिन्याच्या खोलीच्या दाराशी ठेवली आणि तो मनोरमा सदनमधून बाहेर पडला.

दिवसभर त्याला सतत जाणीव होत होती की, यापुढे आयुष्य आता पूर्वीसारखं कधीही असणार नाही आहे. आपण आता एका वेगळ्याच मार्गावर पाऊल टाकलं आहे. अज्ञात, अनिश्चित भविष्याचा मार्ग. इतरांना कोणाला सांगून आपला मोठेपणा वा वेगळेपणा शाबित करण्याची गरजच नव्हती. त्याचं त्यालाच एक विलक्षण आंतरिक समाधान लाभत होतं, तेवढं पुरेस होतं.

संध्याकाळचे आठ वाजले होते. दिवस लवकर मावळला होता, अंधार झाला होता. शहरात इतरत्र दिव्यांचा लखलखाट असेल; पण हा भाग अंधारातच होता. शेजारची व्यायामशाळा बंद होती. रस्त्यावरचा दिवा बऱ्याच अंतरावर होता- त्याचा अगदी अंधूक प्रकाश येथपर्यंत पोहोचत होता. त्या अर्ध प्रकाशात समोर मनोरमा सदनची छायाकृती दिसत होती. बाहेरच्या फाटकाचं कुलूप काढलं, कोयंड्यात अडकवून बंद केलं. मोठ्या दाराकडे येताना मनावरचा वाढत जाणारा ताण त्याला जाणवत होता. बाहेरच्या दाराचं कुलूप उघडलं, ते शेजारच्या कोयंड्यात घालून बंद केलं आणि मग समोरचं दार उघडलं.

घर अंधाराने काठोकाठ भरलं होतं. प्रकाशाची एवढीशीही खूणसुद्धा नव्हती. त्याला एकदा वाटलं, टॉर्चचा प्रकाश आतल्या खोलीवरून फिरवावा; पण तो विचार त्याने रद्द केला. स्लीपर काढून ठेवली, पाण्याने हात-तोंड-पाय धुतले, नॅपकिनने साफ केले आणि दाराबाहेर उभा राहूनच त्याने बरोबर आणलेली मेणबत्ती शिलगावली. 'त्या घरातली एकही वस्तू वापरू नकोस,' महाराजांनी

सूचना दिली होती- तिचं तो तंतोतंत पालन करणार होता. तो त्या घरातला विजेचा प्रकाशसुद्धा वापरणार नव्हता. कदाचित हा अतिरेक असेल; पण त्याने मनाशी तो निर्णय पक्का केला होता.

मेणबत्तीच्या प्रकाशात त्याने घरात प्रवेश केला. आसपासची खोली दाखवायला तो प्रकाश पुरेसा होता. या घराच्या त्याच्या दोनतीनच भेटी झाल्या होत्या. कोठे काय सामान आहे काही कल्पना नव्हती. मेणबत्तीचा प्रकाश कमी असेल; पण खात्रीचा होता. या घरातली वीज केव्हा दगा देईल याची काहीच शाश्वती नव्हती. ज्याला वर्स्ट केस सीनेरीयो म्हणतात तसं तो गृहीत धरून चालणार होता; म्हणजे अचानक तोंडघशी पडायची वेळ येणार नव्हती.

मेणबत्तीच्या प्रकाशात तो श्रीदत्तगुरूंच्या प्रतिमेसमोर येऊन बसला. प्रतिमेवरचा सकाळचा हार त्याने उतरवून ठेवला. प्रतिमा साफ केली. नव्याने आणलेला हार घातला. हळद-कुंकू-गंधाक्षता यांनी पूजा केली. निरांजन लावलं, उदबत्ती लावली, देवाची आरती केली. समोर पाण्याचा चौकोन करून त्यावर साखरफुटाण्याची पुडी उलगडून ठेवली, डोळे मिटून नैवेद्य दाखवला. त्याच्या नकळत देवकार्यावर त्याचं सर्व लक्ष एकाग्र झालं होतं. आसपासचा परिसर तो विसरूनच गेला होता. आरतीचं तबक त्याने पुढे ओढलं, निरांजनातली वात फुंकर मारून मालवली, उदबत्तीचं टोक फरशीवर टेकवून विझवून टाकलं. आता नैवेद्य मागच्या बाजूस ठेवण्याचं काम तेवढं बाकी होतं.

आरतीचं तबक, निरांजन, उदबत्तीचं घर, काडेपेटी, सर्वकाही त्याने बरोबर आणलेल्या पिशवीत ठेवलं. उजव्या हातात नैवेद्याची उघडी पुडी आणि डाव्या हातात मेणबत्ती घेऊन तो खोलीच्या मागच्या बाजूस जाण्यासाठी वळला आणि तसाच जागच्या जागी गोठून उभा राहिला.

मागची जी जिन्याची खोली होती त्या खोलीत उजवीकडून प्रकाशाचा एक मोठा झोत पडला होता. उजवीकडची शेवटची खोली म्हणजे होनपांचं ते देवघर. त्या खोलीतून आता प्रकाश बाहेर फेकला जात होता. आपण घरात प्रवेश केला तेव्हा आत सर्वत्र गुडूप अंधार होता याची त्याला शंभर टक्के खात्री होती.

आणि आता हा दिव्याचा प्रकाश!

कोणत्याही प्रसंगाला तोंड द्यायचा त्याने मनाशी निर्धार केला होता; पण त्याचा कस इतक्या लवकर लागेल याची त्याला अपेक्षा नव्हती.

आता काय?

महाराजांनी सांगितलेलं काम तर पूर्ण करायलाच हवं होतं. त्याला दुसरा पर्यायच नव्हता. तो सावकाश मागच्या दाराकडे निघाला; पण एक एक पाऊल टाकणं किती कठीण जात होतं! दारापाशी पोहोचेपर्यंत त्याची दमछाक झाली होती. मेणबत्ती धरलेला आणि प्रसादाची पुडी घेतलेला, दोन्ही हात थरथर कापत होते. त्याने तो सुटा कागद कसातरी खाली ठेवला. सकाळी ठेवलेल्या कागदाशेजारीच आणि मग उभा राहून तो आतल्या खोलीतल्या त्या प्रकाशाच्या लांबट चौकोनाकडे पाहत उभा राहिला. आता त्याने काय करायला हवं? स्वतःचा श्वास रोखून धरून कानावर काही आवाज येतो का हे पाहण्याचा त्याने खूप प्रयत्न केला; पण त्याच्या स्वतःच्याच छातीची जोराची धडधड कानात एखाद्या पडद्यासारखी घुमत होती. मागे फिरणं शहाणपणा झाला असता; पण ही काही त्याची या जागेस दिलेली शेवटची भेट नव्हती. त्याला रोज रोज इथे यायचं होतं. आज नाहीतर उद्या; पण केव्हातरी या प्रकाराचा सोक्षमोक्ष करायलाच हवा होता - मग आताच का नको? शंकाकुशंकामध्ये, तर्ककुतर्कांमध्ये रात्रभर तळमळत राहण्यापेक्षा आताच उलगडा झालेला बरा.

भीती तर होतीच. या घराच्या आख्यायिका आणि ऐकीव हकीकतीच तशा होत्या. डॉक्टर मेहतांसारखा अनुभवी माणूस - तोही भेदरून, जीवाच्या भयाने कासावीस झाला होता.

पण तरीही - तरीही - मनाच्या कोपऱ्यात कोठेतरी एक विचार होता.

आपण या घराचं काहीही देणं लागत नाही. आपण या घरातल्या अन्नाच्या कणालाही, पाण्याच्या थेंबालाही, संपत्तीच्या दिडकीलाही स्पर्श केलेला नाही. अर्थात त्रयस्थपणा काही सर्व वेळी उपयोगी पडणार नव्हता - पण तरीही -

मनातल्या मनात देवाचं नाव घेत तो त्या खोलीत गेला आणि ज्या दारातून प्रकाश येत होता त्या दारातून आत पाहू लागला. पुढे कितीदा तरी त्याला नवल वाटलं - आणि भीतीने बेशुद्ध कसे पडलो नाही? मनाचे भान टिकवलं कसं?

कारण समोरचं दृश्य जीव गोठवणारंच होतं.

आत प्रकाश होता. समोरच्या भिंतीपाशी मोठा देव्हारा होता आणि त्या देव्हाऱ्यासमोर एका स्त्रीची पाठमोरी बसलेली आकृती दिसत होती.

वास्तविक त्याच्या पावलांचा आवाज झाला नव्हता किंवा त्याचा मेणबत्तीचा प्रकाश त्या खोलीतल्या दिव्याच्या प्रकाशाच्या तुलनेत अगदीच क्षीण होता.

तरीही तिला त्याच्या येण्याची जाणीव झाली.

बसल्या जागेवरूनच तिने मान मागे वळवून त्याच्याकडे पाहिलं.

त्या चेहऱ्याची ओळख पटायला श्रीकांतला दोनतीन सेकंद लागले.

मग ओळख पटली. श्यामलाबाई! श्यामलाबाई होनप!

त्या देव्हाऱ्यासमोर बसल्या होत्या, मागे वळून त्याच्याकडे पाहत होत्या, आणि हसत होत्या, कसलं हास्य! आणि कसला चेहरा!

कापडावर पॅचवर्कने काढावा तसा किंवा कागदावर कोलाजने काढावा तसा-

तुकडे तुकडे एकत्र करून झालेला चेहरा-

किती वेळ त्याचा श्वास छातीत रुकला होता त्याला माहीत नव्हतं. श्वास बाहेर आला तो एखाद्या स्फोटासारखा आला. मनात एकच विचार होता. सुटका! सुटका!

त्या जर आणखी हलल्या किंवा एखादा शब्द बोलल्या तर आपण खासच भयाने किंचाळायला लागू, याची त्याला खात्री झाली.

अजून सुटकेची संधी होती. कदाचित. कदाचित.

त्याने त्या हिडीस चेहऱ्यावरची नजर खाली घेतली, एक पाऊल मागे घेतलं.

समोरचा देखावा तसाच गोठलेला राहिला.

तो वळला, (मनात धावावंसं वाटलं होतं तरीही) पाऊल पाऊल करीत बाहेरच्या खोलीत आला, तयार केलेली पिशवी उचलली, खोलीच्या बाहेर पडला.

मेणबत्ती खाली पायरीवर ठेवली.

कापणाऱ्या हातांनी दार ओढून घेतलं, दाराला कुलूप घातलं आणि मग मेणबत्ती विझवून टाकत बाहेरच्या फाटकाची वाट धरली.

रस्त्यावर आल्या आल्या चांगली हुडहुडी भरली तेव्हा त्याच्या ध्यानात आलं, आपलं सर्व अंग घामाने निथळत आहे. छातीशी हातांची घट्ट जुडी करून तो भराभरा पावलं टाकत होता. पावलापावलांबरोबर मनाशी जय श्री गुरुदत्त-जय श्री गुरुदत्त असा अखंड नामजप चालला होता. मघाशी दिसलं ते काही

भास वगैरे होतं असल्या फालतू विचारात त्याने वेळ दवडला नाही. त्याच्याआधी श्यामलाबाईंना, त्याच्या आधी डॉक्टर मेहतांना आणि त्यांच्याही आधी त्या चार विद्यार्थिनींना अगदी हेच दृश्य दिसलं होतं. दिनकररावांना दोन आकृत्या दिसल्या होत्या, श्यामलाबाईंना तीन (त्यांच्यात ते दिनकररावही होते) आणि आता त्याला प्रत्यक्ष त्या श्यामलाबाईच दिसल्या होत्या- अर्थ एकच होता- या घरात बेपत्ता झालेला एक एक त्या भुतावळीत सामील होत होता! का आणि कसं- दोन्ही प्रश्न त्याच्या समजापलीकडचे होते. त्या मुलींनी वेळीच काळजी घेतली नसती तर, त्या विमलाबाईंना श्यामलाबाईंनी अगदी लगोलग कामावरून काढलं नसतं तर- तर त्यांचाही या कठपुतळयांच्या रांगेत समावेश झाला असता? मागे केव्हातरी त्याने त्या नारायण धारपांची 'चंद्राची सावली' नावाची एक विलक्षण भयकथा वाचली होती- त्या कथेत एका निखळ दुष्ट प्रेरणेच्या प्रभावाखाली एका मोठ्या रिंगणातले सांगाडे, मृत-सडकी-नासकी शरीरं चंद्राचा प्रकाश पडताच सचेतन होत आणि त्या रिंगणात गोल गोल चकरा मारीत- निरर्थक, पण भयानक! पण त्या राक्षसी चेतनेला तिथे निदान चंद्रप्रकाश तरी आवश्यक असायचा- इथे तर पार गुडूप अंधारात या तुकड्या तुकड्यांनी घडलेल्या, माणसाच्या चेहऱ्यामोहऱ्याची विकृत नक्कल करणाऱ्या कठपुतळयांचा सर्वत्र वावर सुरू होता- त्या प्रतिमाही माणसांच्या भ्रष्ट नकला होत्या आणि त्यांच्या हालचालीही मानवी हालचालींच्या भ्रष्ट नकला होत्या- नाहीतर त्या श्यामलाबाई त्या रिकाम्या देव्हाऱ्यासमोर कशासाठी बसल्या असत्या? तो स्वतः श्रीगुरुदत्तांच्या प्रतिमेसमोर बसत होता त्या कृतीचीच ही भ्रष्ट नक्कल नव्हती का? विडंबन नव्हतं का? आणि त्याच्यासाठी खास रचण्यात आलेलं एक नाटक- ही काही निरर्थक क्रिया नव्हती- त्यामागची प्रेरणा दुष्ट होती; पण ती मानवी व्यापार-व्यवहार-वहिवाट जाणणारी होती. त्याच्या पूजाअर्चा यातला फोलपणा दाखवण्यासाठीही ते नाटक असेल. कदाचित तो धमकीवजा इशाराही असू शकेल- तू इथे लुडबुड करू नकोस! दूरच राहा! नाहीतर - नाहीतर -

पाणी त्याच्या डोक्यावरून गेलं होतं. सर्वच त्याच्या समजापलीकडचं होतं.

महाराजांसारखा एखादा ज्ञानीपुरुषच त्याला मदत करू शकणार होता, त्याला सल्ला देऊ शकणार होता.

तो ब्लॉकवर परत आला तेव्हा नऊ वाजून गेले होते. स्वतःसाठी त्याने एक मग कडक कॉफी बनवून घेतली. आता त्याची काहीही खायची इच्छा नव्हती- पुढच्या कृतीचा विचार आवश्यक होता.

महाराजांच्या कानांवर कालचा अनुभव तर घालायलाच हवा; पण त्याआधी एक करायला हवं. मनोरमा सदनचा संपूर्ण इतिहास त्यांना माहीत व्हायला हवा. त्या इतिहासातच कोठेतरी या घातकी दुःखात मालिकांचा उगम होता. हे शक्य होतं की, त्यांना त्यामागचं रहस्य उमगेलही; पण स्वतःच्या एका अनुभवावरून आणि त्या श्यामलाबाईंनी वर्णन केलेल्या दोन बैठकींवरून आतापर्यंत तरी निदान एक गोष्ट उघड होत होती. महाराजांनी आपली भूमिका केवळ सल्लागारापुरतीच मर्यादित ठेवली होती. त्याच्या बाबतीत ते अपवाद करणार होते का? स्वतःची एक तटस्थ भूमिका सोडून ते घटनांत प्रत्यक्ष हस्तक्षेप करणार होते का? एक गोष्ट खरी होती, त्यांनी स्वतः मनोरमा सदनला भेट दिली होती. आवश्यकता पडली तर वापरण्यासाठी एक फोन नंबरही देऊन ठेवला होता.

मनाशी शंकाकुशंका करीत बसण्यात काय अर्थ होता? त्याच्या मनात आलं होतं ना - त्यांच्यापर्यंत ते श्यामलाबाईचं हस्तलिखित पोहोचवायचं? मग ते तो करणार होता. मग पुढे जे काय व्हायचं असेल ते होईल.

त्याने महाराजांनी दिलेला नंबर फिरवला. चारपाच रिंगा वाजल्यानंतर फोन उचलला गेला. एक पुरुषी आवाज आला.

"हॅलो?"

"मी श्रीकांत दामले."

"येस?"

"महाराजांनी - म्हणजे मी त्यांना महाराज म्हणून ओळखतो- त्यांनी मला हा नंबर दिला आहे. त्यांना काही निरोप द्यायचा असला तर वापरण्यासाठी."

"बरोबर आहे. तुमचा काय निरोप आहे?"

"निरोप नाही; पण त्यांच्या हातात काही कागदपत्रं पडावेत अशी माझी इच्छा आहे. ते काम होऊ शकेल का? असा एखादा पत्ता द्या की जिथे मी स्वतः येऊन ते कागद आपल्यापाशी देऊ शकेन- किंवा मी माझा पत्ता देतो- तिथून हे कागद घेऊन जाता येतील- आपल्याला काय सोयीचं आहे?"

"तुमचा पत्ता द्या. कागद न्यायला माणूस येईल. तुम्हाला कोणती वेळ सोयीची आहे तेही सांगा."

"ठीक आहे. माझा पत्ता सांगतो. उद्या सकाळी सात वाजता?"

"सांगा पत्ता. सात वाजता माणूस येईल त्याच्याबरोबर एक पत्र असेल. ठेवू फोन?"

फोन खाली ठेवला गेला.

श्रीकांतने श्यामलाबाईंच्या हस्तलिखिताची वही काढली. त्या वहीच्या वेष्ठणाखालीच त्याने स्वतःचं पत्र ठेवलं.

आदरणीय महाराजांचे चरणी,

श्रीकातंचे शत प्रणाम. सोबतची हकीकत आपण आपल्या नजरेखालून घालावी अशी विनंती आहे. मी आज संध्याकाळच्या आरतीच्या वेळी येत आहे. त्यावेळी आपली पाचसात मिनिटांची भेट झाल्यास मला फार आनंद होईल.

कळावे.

आपल्या चरणी नतमस्तक,

श्रीकांत

कागद वहीत सरकवताच त्याला आपल्या शिरावरची एक फार मोठी जबाबदारी उतरवून ठेवल्याची भावना झाली. काय करायचं किंवा काही करायचं का नाही हा निर्णय आता त्याने घ्यायचा नव्हता- त्याच्यासाठी तो निर्णय त्याच्यापेक्षा जास्त ज्ञानी आणि अनुभवी व्यक्ती घेणार होती.

संध्याकाळचे सर्व कार्यक्रम आटोपल्यावर झोपण्याची तयारी करता करता त्याने काम्पोजची एक गोळी घेतली. त्या मनोरमा सदनमधला तो विलक्षण अनुभव सारखा सारखा डोळयांसमोर येणारच होता- कारण तो काही साधा, विसरण्यासारखा अनुभव नव्हताच. जिवाला बसलेला चटका साधा नव्हता. केवळ ती आठवणही अंगावर काटा आणत होती. औषधाच्या मदतीनेच झोप आली तर येणार होती- नाहीतर त्याचं दुबळं मन त्याच त्या भोवऱ्यात सतत गटांगळ्या खात राहील. शेवटी कल्पनाशक्ती ही माणसास मिळालेली एक अमूल्य देणगी आहे, तशीच ती कधीकधी शापही ठरू शकते. काय काय होऊ

शकलं असतं याची भयानक चित्रं मनासमोर ही कल्पनाशक्तीच रंगवीत होती. मनाला अलिप्त करण्याची क्षमता त्याच्यात नव्हती.

रात्री केव्हातरी झोप लागली आणि सुदैवाने ती झोप वेड्याविद्र्या स्वप्नांनी चाळवली गेली नाही. सकाळी जाग आली तेव्हा त्याला आवश्यक ती विश्रांती मिळाली होती- शरीराला आणि मनालाही.

बरोबर सात वाजता ब्लॉकची घंटी खणखणली.

श्रीकांतने दार उघडलं. दाराबाहेर एक मध्यमवयीन माणूस उभा होता. श्रीकांतने दार उघडताच त्याने एक लिफाफा समोर केला. मागे सरत श्रीकांत म्हणाला,

"या ना आत."

"नको." तो म्हणाला. (तोच तो कालचा टेलिफोनवरून आवाज). "ते पत्र वाचा आणि तुमचे काय कागद असतील ते द्या."

"ठीक आहे." श्रीकांत आत आला. महाराजांनी दिलेल्या नंबरावर हाच गृहस्थ होता. शंका घेण्याचं काही कारणच नव्हतं. कागदात गुंडाळलेली ती वही त्याच्या हाती देता देता श्रीकांतने त्याच्यावरून एक नजर फिरवली. त्यांची साधीसाधी कामं करणारा माणूस असावा. वही हातात घेऊन "जातो." म्हणत तो वळून निघूनही गेला. दाराला कडी लावून श्रीकांत आत आला आणि मग त्याने ते पाकीट (जे बंद केलं नव्हतं) उघडलं.

आतला कागद बाहेर काढून त्याच्या घड्या उलगडताच त्याच्या आसपास कस्तुरी, चंदन, मोगरा यांच्यासारखाच एक अत्यंत मंद; पण आल्हाददायक सुगंध पसरला. काही क्षण त्याने डोळे मिटून घेतले. त्यानंतर क्षणभर वाटलं, आपण एखाद्या मंदिराच्या गाभाऱ्यातच उभे आहोत- जिथे सतत फुलांनी, सुगंधी द्रव्यांनी देवाची पूजाअर्चा होत असते.

मग त्याने डोळे उघडून हातातल्या कागदाकडे नजर टाकली.

कागदावर मजकूर काहीच नव्हता.

मध्यभागी फक्त एक सुबक आकृती होती, श्री गुरुदत्त.

आणि कागदाच्या तळाशी (केशराच्या पाण्याने उठवल्यासारखा वाटणारा) एका मुद्रिकेचा ठसा होता. महाराजांची खूण. आता ते कागद योग्य त्या जागी पोहोचतील. आता आपण काय करायला हवं यावर त्याने क्षणभरच विचार

केला; पण आपण काय करणार आहोत हे त्याला आधीच समजलं होतं. सकाळची मनोरमा सदनची भेट तो टाळणार नव्हता. एकतर आता दिवसाची, लख्ख प्रकाशाची वेळ होती (पण डॉक्टर मेहता तर सकाळी अकरा वाजता वरच्या मजल्यावर गेले होते!) - आणि तो महाराजांच्या शब्दावर विश्वास ठेवून जात होता. त्यांनी मनोरमा सदनची खालपासून पार वर माळ्यापर्यंत पाहणी केली होती आणि नंतरच त्याला त्या सूचना दिल्या होत्या. आज संध्याकाळी त्यांची गाठ पडेलच - मग पुढचं पुढे. आता तर तो जाणारच होता.

आठ वाजून पाचसात मिनिटांनी त्याने मनोरमा सदनचं बाहेरचं दार उघडलं. शेवटी तो एक साधा माणूस- या नाही नाही त्या मार्गाकडे ढुंकूनही न पाहणारा. सर्वस्वी अनभिज्ञ. मनातले विचार कितीही ठाम असले, तरी त्यांचा शरीराच्या विकारांवर परिणाम होत नव्हता. भीती ही येतच होती, आपल्या अनुषंगाने धडधडती छाती, रुकलेला श्वास, थरथरणारे हात, सर्वकाही लक्षणं घेऊन आली होती.

दार उघडताच पूर्वेकडच्या सूर्याच्या उन्हाचा लांबच्या लांब चौरस झोत आत पडला. दाराबाहेरच्या पायरीवर त्याने स्लीपर काढून ठेवले, बरोबर आणलेल्या पाण्याने चेहरा, हात, पाय धुतले, नॅपकीनने पुसून काढले आणि मग त्याने आत प्रवेश केला. डावी-उजवीकडे न पाहता तो सरळ समोरच्या प्रतिमेकडे गेला. काल संध्याकाळी चढवलेला हार उतरवून ठेवला, प्रतिमा स्वच्छ केली, नवा हार चढवला, उदबत्ती- निरांजन शिलगावलं, पाण्याचा चौकोन काढला, त्यावर प्रसादाची पुडी ठेवून डोळे मिटून नैवेद्य दाखवला. काही वेळ मनातल्या मनात प्रार्थना करीत तो तसाच ध्यानस्थ बसून राहिला आणि मग डोळे उघडून त्याने सामानाची आवराआवर करून सर्व वस्तू पिशवीत कोंबल्या आणि मग नैवेद्याची उघडी पुडी घेऊन तो खोलीच्या मागच्या भागाकडे आला. कालचे दोन कागद त्याने तिथेच भिंतीपाशी ठेवले होते; पण आता तिथे कागदाचे चुरमडलेले दोन बोळे होते. दिसायला दोन साधे कागदाचे बोळे; पण त्यांच्यामागची कारणपरंपरा जिवाचा थरकाप करणारी होती - कारण या घरात रात्रीच्या अंधारात काय काय वावरतं याची त्याला एक अगदी दाहक झलक काल संध्याकाळी दिसली होती- जो आकार प्रत्यक्ष वस्तुमात्रात हस्तक्षेप करू शकतो त्याला केवळ मानसिक

प्रक्षेप कसं म्हणणार? जे तुकडेजोड हात कागदाच्या चोळामोळा करू शकतात ते हात -

भीतीला भरती यायला लागली. शेजारच्या दारातून एक पाऊल आत टाकून त्या रिकाम्या देवघरात एक नजर टाकण्याचा त्याने विचार केला होता- तो कोठच्या कोठे भिरभिरत गेला होता.

या घरात एक क्षणभरही जास्त थांबायला नको.

कागदाची उघडी पुडी भिंतीपाशी ठेवून तो मागे वळला, सामानाची पिशवी घेऊन सरळ घराबाहेर पडला.

पूर्वीचा दिनक्रम केव्हाच उधळला गेला होता. त्यावेळी प्रसंगाना एक निश्चित काळ आणि वेळ होती- आता आयुष्य म्हणजे घड्या घड्या घातलेला एक कागद झाला होता- एक एक घडी उलगडली की, काहीतरी नवीन समोर येत होतं. नुसतं नवीन नाही- अविश्वसनीय, थरारक, भीतिदायक असं काहीतरी. जणू त्याच्या आयुष्याचं सुकाणू त्याच्या हातातून गेलंच होतं- आयुष्य कसं आणि कोणतं वळण घेईल याला काही मर्यादाच राहिल्या नव्हत्या- तेव्हा पुढच्या घटनांचा विचार करण्यात काही अर्थच नव्हता. एक घटना मात्र निर्विवादपणे होणार होती. आज संध्याकाळी तो महाराजांची गाठ घेणार होता. त्यानंतर- त्यानंतर काहीही होऊ शकत होतं. संथ, साध्या गतीने सतत चालणाऱ्या एखाद्याला भरधाव वेगाने दौडायला लावण्यासारखंच हे होतं. त्याची सहनशक्ती कोठपर्यंत टिकते याचीच त्याला शंका होती. अशा दमछाक गतीने आयुष्य जगणं काही दिवसांतच अशक्य होणार होतं. काहीतरी तुटणार होतं. शेंडी किंवा पारंबी.

संध्याकाळपर्यंतचा वेळ त्याने जमला तसा घालवला. कधी टीव्ही पाहा, कधी एखादं विनोदी व्यंगचित्रांचं पुस्तक वाच, नाहीतरी कधी एखादी रेकॉर्ड लाव. लक्ष कशातच नव्हतं. अतिशय कंटाळवाणा दिवस; पण शेवटी तोही अखेरीस आला. महाराजांना भेटायला जायची वेळ आली. खाजगीत बोलायचं म्हणजे सर्व मंडळी गेल्यानंतर म्हणजे आठ तरी वाजणार. त्यानंतर मनोरमा सदनला भेट द्यायची होती. (आपण महाराजांना दिलेला शब्द मोडण्याचा विचारही त्याच्या मनाला शिवला नव्हता.) तिथे जो काही पूजा- अर्चा- प्रार्थना विधी करण्याचा, त्यासाठीचं सामान सुरुवातीपासूनच जवळ ठेवायला हवं. मागाहून वेळ मिळणार

नव्हता. नैवेद्याचं तबक, प्रसादाची पुडी, उदबत्तीचा पुडा, मेणबत्ती, टॉर्च, काडेपेटी, निरांजनाची चपटी डबी, पाण्याची बाटली, नॅपकीन हे सर्व त्याने पिशवीत घातलं. मग जाताना वाटेत हार विकत घेतला. बरोबर सात वाजता तो चौकातल्या महाराजांच्या बैठकीच्या ठिकाणी पोहोचला.

गॅलरीतून हॉलमध्ये जाणाऱ्या तिन्ही दारांसमोर चपलाबुटांचे ढीग होते. शेवटच्या दारातून तो आत गेला, भिंतीजवळच्या खुर्चीवर बसला. तेवढ्यात दत्ताची आरती सुरू झाली. तो डोळे मिटून उभा होता. आरतीचे शब्द मनातल्या मनात म्हणत होता. आरती झाल्यावर तबक त्याच्यापर्यंत यायला जरासा वेळ लागला. पुढच्या भागातले लोक खाली बसलेच होते. तबक घेतलेला माणूस त्याच्यावरून पुढे जाताच श्रीकांतची नजर समोर गेली. महाराज त्यांच्या खुर्चीत बसले होते आणि त्यांची नजर त्याच्यावरच होती. त्यांनी एकदाच मान जराशी हलवली. त्या एका खुणेत एवढा अर्थ होता- तुझे कागद मी वाचले आहेत, आपण मागाहून भेटू.

लोक महाराजांसमोर आपापल्या समस्या, अडचणी, संकटं मांडत होते. महाराज त्यांना काहीकाही साधे उपाय सुचवत होते. काहींची दुसरी किंवा तिसरी भेट होती. मागे दिलेल्या सूचनांचा काही फायदा झाला की नाही सांगत होते; पण श्रीकांतचं आज तिकडे लक्ष नव्हतं. तो आपल्याच विचारात मग्न होता. खूप लोकांच्या हालचालींचा आवाज कानांवर आला तसा तो एकाएकी भानावर आला. बैठक संपली होती आणि मंडळी निघायच्या तयारीला लागली होती. दिवाणखाना जवळजवळ रिकामा होईपर्यंत तो आपल्या जागीच बसून राहिला आणि महाराजांभोवती शेवटची नेहमीची पाचसात माणसं जमताच खुर्चीवरून उठून तो पुढे आला. महाराजांनी काहीतरी खूण केली असावी. तो मोठ्या तसबिरीपाशी पोहोचेपर्यंत मंडळी दूर झाली होती. त्याने श्रीदत्त महाराजांना नमस्कार केला आणि मग महाराजांना खाली वाकून नमस्कार केला. एका खुर्चीकडे बोट करीत महाराज म्हणाले,

"आण ती खुर्ची इकडे आणि बस."

तो खुर्चीवर बसल्या बसल्या महाराज म्हणाले, "तू पाठवलेलं सर्वकाही वाचलं मी, श्रीकांत." ते काही वेळ गप्प बसले. तो स्वतः काहीही विचारणार नव्हता.

"मोठी चमत्कारिक हकीकत आहे खरी. बऱ्याचशा गोष्टींचा आता उलगडा झाला आहे. निसर्गात प्रत्येक घटनेमागे काही ना काही कारण हे असतंच- असायलाच हवं. काही वेळा समोर दिसतं, काही वेळा अज्ञात असतं. कारणाशिवाय काहीही घडत नाही. या नियमाला अपवाद नाही. ठीक आहे. ते नंतर. आता कालचं काय? मी सांगितल्याप्रमाणे तिथे गेला होतास? सांगितलं ते केलंस?"

"हो आणि त्या संबंधातच काही सांगायचं आहे."

"मग सांग ना."

आदल्या संध्याकाळी त्याला मनोरमा सदनमध्ये आलेला अनुभव त्याने सांगितला. महाराज काहीच बोलले नाहीत. "आजही सकाळी मी तिथे गेलो होतो, महाराज." श्रीकांत म्हणाला. "खरं तर मनात जराशी धाकधूक होतीच. पण दिवसाउजेडी मनाला धीर होता. सर्व कार्यक्रम व्यवस्थित पार पडला; पण मी मागच्या भिंतीपाशी गेलो तेव्हा कालच्या प्रसादाच्या पुड्यांच्या कागदाचे पार बोळे करून टाकलेले दिसले."

"कागद दिसले- पण काल प्रसादासाठी ठेवलेले साखरफुटाणे? ते कोठे खाली फरशीवर दिसले का?" महाराजांच्या आवाजात जराशी उत्सुकता होती.

"नाही."

"नक्की नाही?"

"नक्की नाही. मी अगदी बारकाईने पाहिलं. एखादा जरी पांढरा दाणा पडला असता तरी माझ्या नजरेतून तो सुटला नसता."

महाराज मागे खुर्चीत टेकून बसले. त्यांनी त्याला पुढचा प्रश्न विचारला तेव्हा ते त्याच्याकडे मोठ्या विलक्षण नजरेने पाहत होते.

"मग आता काय ठरवलं आहेस? म्हणजे असं, की काल संध्याकाळी तुला एक जरासा भीतिदायक अनुभव आला. आता काय करणार आहेस?"

श्रीकांतने हातातली पिशवी दाखवली.

"आपण सूचना दिली आहे ती पाळणार आहे, महाराज."

"काल एवढा प्रकार झाल्यावरही!"

"हो." श्रीकांतने डोळे मिटून घेतले होते. महाराजांच्या चेहऱ्यावरचे बदलते भाव त्याला दिसलेच नाहीत.

"तिथे संध्याकाळी, अंधारात जायला तुला भीती नाही वाटत?"

"त्या घराच्या नुसत्या विचारानेही जीव भयाने गोळा होऊन येतो; पण मी जाणार आहे. काय व्हायचे असेल ते होऊ देत. तुमचे शब्द पाळणार आहे."

महाराज खुर्चीवरून उठले, त्याच्या खांद्यावर हात ठेवून म्हणाले, "ठीक आहे. तुझा कार्यक्रम तू कर. शेवटी श्रद्धा आणि आत्मविश्वास- दोन्हीमध्ये प्रकाराप्रकारची शक्ती असतेच. आणि तू देवकार्यावर जात आहेस. मनात विश्वास ठेवून जा."

त्यांची मुलाखत संपली होती.

महाराजांना एकवार नमस्कार करून श्रीकांत बाहेर पडला.

अगदी शेवटच्या क्षणापर्यंत त्याला आशा वाटत होती- महाराज सांगतील, सध्या ते संध्याकाळचं पूजेचं काम काही दिवस थांबव; पण ते काहीच बोलले नाहीत. तेव्हा आता शब्द पाळणं भागच होतं.

एव्हानाच अंधार झाला होता. तो मनोरमा सदनपाशी पोहोचला तेव्हा तर अंधार आणखीच गडद झाला होता. त्या बाजूला रहदारी नव्हती आणि दिवेही नव्हते. मनोरमा सदनची अंधारलेली वास्तू आपल्या काळोखाच्या कोशात उभी होती.

फाटकाचे कुलूप उघडून तो आत गेला. मोठ्या दाराचं कुलूप उघडलं, ते कोयंड्यात अडकवून बंद केलं, स्लीपर काढून ठेवली. हात-तोंड-पाय धुण्यापुसण्याचा कार्यक्रम पार पडला. मेणबत्ती शिलगावली आणि मग दार जरासं लोटलं. अगदी अलगद आत उघडलं. मनाशी देवाचं नाव घेत त्याने उंबरठा ओलांडला. नजर समोर ठेवण्याचा कितीही प्रयत्न केला तरी डावीकडे दृष्टिक्षेप जातच होता - तिकडे काही प्रकाश दिसतो का पाहण्यासाठी - क्षणभर त्याला आपल्या भित्रेपणाची शरम वाटली - पण मग असंही वाटलं - तो काय कोणी साधू - महंत - महात्मा - योगी होता - असल्या अमानवी अघोरी शक्तींशी मुकाबला करायला? तो एक साधा मानव- तो भ्यायला तर ते नैसर्गिकच होतं; पण त्या भीतीवर मात करायला हवी, महाराजांनी सोपवलेलं काम पूर्ण करायला हवं - शेवटी त्यांचाच शब्द त्याला प्रमाण होता, त्यांचाच त्याला आधार होता. तू देवकार्यावर जात आहेत, ते म्हणाले होते. मग त्या कार्यावरच सर्व लक्ष एकाग्र करायला हवं.

प्रतिमेसमोर बसून त्याने मेणबत्ती खाली ठेवली तेव्हाच तिची थरथर थांबली. रोजचे सरावाचे झालेले कार्यक्रम एकामागोमाग एक पार पाडले. सकाळी चढवलेला हार काढला. प्रतिमा पुसून साफ केली, जागेवर लावली, नवा हार चढवला. निरांजन, उदबत्ती शिलगावली, प्रतिमेची हळदकुंकवाने पूजा केली, आरतीच्या तबकाने तीन वेळा ओवाळलं, आणि मग शेवटी पाण्याचा चौकोन काढून त्या चौकोनावर प्रसादाची पुडी ठेवली, उघडली. डोळे मिटले आणि मनोमन प्रार्थना करून नैवेद्य दाखवला. मनाच्या कोपऱ्यात कोठेतरी वेळेची गिनती चालली होती. आता हा प्रसाद भिंतीपाशी नेऊन ठेवला की आपलं काम संपलं - किती वेळ लागेल? जास्तीत जास्त दोन मिनिटं; पण तरीही त्याने कोणतीही कृती घाईने, उरकून टाकायची म्हणून कशीतरी केली नाही. सर्व सामान आवरून पिशवीत ठेवलं. नैवेद्याची उघडी पुडी उचलली, ती घेऊन तो भिंतीपाशी आला. सकाळची पुडी तिथे तशीच होती - ती हलवलेली, नासाडलेली दिसत नव्हती - तेवढंच एक लहानसं समाधान. त्या पुडीशेजारीच त्याने आताची पुडी ठेवली, तो परत आला, पिशवी उचलली, आणि मेणबत्ती उचलण्यासाठी वाकला - आणि त्याच पवित्र्यात गोठून उभा राहिला -

इतक्या वेळची घरातली शांतता एकाएकी भंग पावली होती.

वरच्या मजल्यावरून आवाज येत होते.

दारं दणादण उघडली जात होती.

पावलांचे आवाज येत होते - आणि त्या मागोमाग जिन्यावरून पावलांचे आवाज यायला लागले - पावलांची एक जोडी नाही, अनेक जोड्या -

मेणबत्ती उचलून घराबाहेर धूम ठोकण्याचा अर्धवट विचार मनात आला-

पण तोही तसाच थिजून गेला -

(मनात भीतीची भरती येत असतानाही त्या क्षणार्धात मनात उलटसुलट विचार येऊन गेले - मेणबत्ती उचलता उचलता घाईगर्दीत विझली तर? दाराची दिशा तरी सापडेल का? गुडूप अंधारात पावलं नाही तिकडेच जायची - नको त्याच दारापाशी पोहोचायची - आणि अगदी मोठं दार सापडलं तरी सुटका शक्य आहे का? ते जर बंद झालं असलं तर? किंवा आधीच तिथे कोणी पोहोचलं असलं तर?)

मग सर्वच विचार थांबले.

कारण खोलीच्या दारातून ते येत होते.

एकामागून एक असे.

आधी श्यामलाबाई - मग दिनकरराव. मग मनोरमाबाई आणि मग शेवटी अनंतराव. खोलीत येऊन दोन पावलांवर त्यांची रांगच्या रांग त्याच्यासमोर उभी राहिली होती. त्यांची रूपं स्पष्टपणे दाखवण्याइतका मेणबत्तीचा प्रकाश पुरेसा होता - त्याला तर वाटलं जरुरीपेक्षा जास्तच प्रकाश आहे - इतका प्रकाश नको होता; कारण त्या प्रकाशात त्याला समोरच्या आकारांतले सर्व बारकावे दिसत होते - जिगसॉ पझलचे तुकडे नीट जोडले गेले नाहीत की त्या चित्रावर अनियमित वेड्यावाकड्या रेषा दिसतात तशा समोरच्या आकृत्यांवर दिसत होत्या - डोळे काय, कान काय, एखाद्या मिलिमीटरचाच फरक असेल; पण त्या अगदी अरुंद फटी काळीज कापत जात होत्या - ठिगळांच्या गोधडीसारख्या समोरच्या या आकृत्या तुकड्यातुकड्यांनी बनल्या होत्या - म्हणूनच जास्त भयानक -

तर मग हा त्याच्या आयुष्याचा शेवटचा क्षण होता तर?

आधी अनंतराव आणि मग त्यांच्यामागोमाग एकामागून एक असे ते सर्वजण त्या भुतावळीत सामील झाले होते -

आणि आता त्याची पाळी होती!

आता धावपळीला, किंचाळण्याला काही अर्थ नव्हता.

मनात खोल कोठेतरी असं काहीतरी भयानक होणार ही अपेक्षा होतीच -

आतापर्यंतच्या सर्व खुणा तेच दाखवत होत्या -

अंत कसा होणार होता त्याला कल्पना नव्हती - कदाचित सर्व भावभावना गोठवल्या जाऊन त्याची मानवता नष्ट होईल - कदाचित -

त्याला पाचसात सेकंदच मिळणार असतील -

पुढे होऊन त्याने देवाची प्रतिमा उचलली आणि ती छातीशी घट्ट धरली-

ज्या कोणत्या अमानवी, अनैसर्गिक, अज्ञात मितीत त्याचा प्रवेश व्हायचा असेल तो होऊ देत - त्याची मनातील शेवटची आठवण ही असू देत की, माझा देव मी माझ्या हृदयाशी कवटाळलेला आहे -

त्याने डोळे मिटून घेतले.

आसपासची हवा एका क्षणी अगदी चटका बसण्याइतकी गरम झाली; पण दुसऱ्याच क्षणी आसपास अगदी जीवघेणी थंडी होती - आसपास अनेक

अपरिचित; पण घाणेरडे, नाकघसा खवखवणारे दुर्गंध होते - मिटलेल्या डोळ्यांसमोर लाल-हिरव्या-निळ्या-जांभळ्या रेषांच्या गरगर फिरणाऱ्या चक्राकृती होत्या - सर्व शरीर थरथर कापत होतं -

कदाचित चारी बाजूंनी त्यांनी त्याला घेरलं असेल आणि आता ते चारी बाजूंनी एकच येतील - आणि मग -

खरोखरच त्याला सर्व बाजूंनी लपेटलं गेल्याची स्पष्ट जाणीव झाली -

जाणिवेची ठिणगी मालवली जाण्याचा अखेरचा क्षण -

श्री दत्तगुरू! श्री दत्तगुरू! तो मनातल्या मनात नामोच्चार करीत होता -

पुढच्या क्षणार्धात कितीतरी गोष्टी झाल्या -

अंगाभोवती लपेटलेलं वस्त्र कोणीतरी हिसकावून घ्यावं तसं वाटलं -

आसपास धडपडीचे आवाज होते -

अमानवी, भेसूर आवाजात काढलेले हेल होते -

धडपडत लडथडत लांब लांब जाणारी पावलं होती -

मग एक विलक्षण (कल्पनेपलीकडची) शांतता होती -

मग नाकाला एक मंद सुगंध जाणवत होता - ओळखीचा वाटणारा - मोगऱ्याचा सुगंध.

उद्या मोगऱ्यांचा हार त्याने आताच प्रतिमेवर चढवला होता.

त्याने सावकाश डोळे उघडले.

तो खोलीत एकटा उभा होता. छातीशी प्रतिमा कवटाळलेली होती.

खरं तर मानवी मनांसाठी असे भावनातिरेकाचे झोके नाहीतच -

आपण आता शुद्ध हरपून खाली कोसळणार आहोत, त्याला वाटलं -

आणि त्याच क्षणी मोठ्या दारातून महाराज आत आले. अगदी झपाट्याने पावलं टाकीत त्याच्यापाशी येऊन पोहोचले.

हे तर सर्वांत अनपेक्षित होते.

सर्व भान हरपून तो खाली कोसळला.

त्याला परत शुद्ध आली तेव्हा तो भिंतीला पाठ लावून बसलेला होता.

आणि त्याच्यासमोरच महाराज बसले होते.

त्यांची चिंतातुर नजर त्याच्यावर खिळलेली होती.

त्याने डोळे उघडताच त्यांच्या चेहऱ्यावर एक हास्य आलं.

"आलास का शुद्धीवर, श्रीकांत?" त्यांनी विचारलं. शब्द जुळवणंसुद्धा किती कठीण जात होतं! एक हात वर करून महाराज म्हणाले,

"श्रीकांत, आता काहीही सांगण्याचा - बोलण्याचा प्रयत्न करू नकोस." त्यांनी पाण्याची बाटली पुढे केली. "दोन घोट पाणी पी. डोळे मिटून शांत बसून राहा. मनाशी एक खूणगाठ बांध - आता तू अगदी पूर्णपणे सुरक्षित आहेस."

मिनिटाभरातच श्रीकांतचे डोळे उघडले.

"महाराज! तुम्ही जर ऐन वेळी आला नसतात तर -"

"तर काय झालं असतं?"

"काहीतरी भयंकर खास - पण तुम्ही हजर झालात-"

"श्रीकांत, मी इथे केवळ हजर झालो आहे - मी काहीही केलेलं नाही-"

"असं कसं म्हणता, महाराज?"

"खरं तेच सागतो आहे. श्रीकांत, जे काय करायचं होतं ते तू स्वतःच केलं आहेस - तुझ्या आयुष्यातला शेवटचा असा वाटणारा क्षण तुला आठवतो?"

"हो - ते कसं विसरणार?"

"त्या क्षणाला सामोरं जाण्यासाठी तू कसा सिद्ध झाला होतास?"

"मी काय करणार? फक्त देवाची प्रतिमा छातीशी घेतली -"

"तेच! तेच तर महत्त्वाचं आहे!"

"केवळ एक प्रतिमा! तिच्यात एवढी शक्ती असेल?"

"श्रीकांत, प्रतिमा हा देवत्वाचा केवळ एक संकेत आहे. त्या प्रतिमेत शक्ती येत असेल ती आपल्या श्रद्धेने येते - त्या शेवटच्या क्षणी इतर सर्वकाही पार पार विसरून तू आपला सर्व जीव, सर्व आत्मा, सर्व प्रणव, सर्व अस्मिता, सर्व काही त्या प्रतिमेवर एकवटलंस - अरे, सूर्याचे किरण एक इंची भिंगातून एकत्र केले तर त्यांच्यात कागद पेटवण्याची शक्ती येते - मानवाच्या मनःशक्तीचा कधी कोणास अंदाज आला आहे का? अशी अनिरुद्ध, प्रकांड शक्ती त्या प्रतिमेत एकवटली होती - आणि त्या पशुबुद्धीच्या विकृत छायकांनी तुझ्याभोवती गराडा घातला - आणि पवित्र तेजाने लवलवणारी ती प्रतिमाच उराशी कवटाळली! त्यांची पार दाणादाण उडाली! वाऱ्यावरच्या कपट्यांसारखे ते भिरभिरत गेले!"

"पण महाराज, तुम्ही इथे हजर झालात -"

"मला व्हायलाच हवं होतं, नाही का? अरे, तुला काय वाटलं तुझ्यासारख्या साध्या, असंरक्षित जीवाला, ज्याने माझ्यावर परिपूर्ण विश्वास ठेवला आहे त्याला, अशा घातकी जागेत एकट्याने पाठवीन? अरे, मी हजर असायलाच हवं होतं - आणि वेळ पडली असती तर हस्तक्षेपही केला असता- शेवटी ती माझीच जबाबदारी नाही का? पण देवकृपेने ती वेळ आलीच नाही- ते राहू दे. तू आता सावरलास का?"

"हो."

"चल, मी तुला तुझ्या ब्लॉकवर सोडतो. चल."

खालची मेणबत्ती महाराजांनी उचलली, पिशवी उचलून श्रीकांत त्यांच्या मागोमाग निघाला. दार आणि फाटक यांना कुलूप घातलं.

उजवीकडे पाचसात पावलांवर महाराजांची गाडी उभी होती.

ब्लॉकपाशी पोहोचल्यावर श्रीकांतने काही सुचवण्याआधीच महाराज म्हणाले, "चल- मी तुझ्याबरोबर वर येणार आहे."

आत आल्यावर श्रीकांतने आपल्यामागे दार लोटून ठेवलं होतं. बाहेरच्या खोलीत सोप्यावर महाराज बसले होते. समोरच्या खुर्चीकडे बोट दाखवीत ते म्हणाले, "श्रीकांत, बस. तुला काही काही सांगायचं आहे."

श्रीकांत त्यांच्यासमोर बसला.

"श्रीकांत, मनोरमा सदनमधल्या प्रकरणाचा शेवट झालेला नाही. असं समज की लढाईतली ती पहिली झटापट होती - अजून बरंच काम बाकी आहे. मनोरमा सदनाच्या किल्ल्या मी तुझ्याकडून मागून घेणार आहे आणि सकाळीच त्या जागेला एक भेट देणार आहे."

"पण महाराज! मला तर तुम्ही सकाळ-संध्याकाळ तिथे जाऊन-"

"हो, सांगितलं होते ते सुरुवातीचे उपाय होते. त्यांचा तो काय उपयोग व्हायचा तो झाला आहे."

"मग मी -"

"उद्या सकाळी तुला तिथे काहीही काम नाही. मात्र उद्या संध्याकाळी - रात्रीच म्हण हवं तर - तुला तिथे यायचं आहे. मी तिथं असणार आहे." त्यांच्या आवाजात केवढा आत्मविश्वास होता! "आता मी निघतो - आज रात्री झोपताना झोपेची एखादी गोळी घे - नाहीतर झोप वेड्यावाकड्या स्वप्नांनी चाळवली जायची. चांगली विश्रांती घे आणि उद्या रात्री नऊदहाच्या सुमारास मनोरमा

सदनवर ये. या दीर्घ आणि दुःखद प्रकरणातला शेवटचा अध्याय कदाचित उद्या पूर्ण होणार असेल - ठीक आहे - तू ये - मी वाट पाहत आहे तिथे."

त्यांना पोहोचवण्यासाठी श्रीकांत त्यांच्या गाडीपर्यंत गेला होता. गाडी वळून दिसेनाशी झाल्यावर तो सावकाश सावकाश वर आला, आपल्या मागे ब्लॉकचं दार बंद करून सोप्यावर आरामात बसून राहिला. त्याची नजर वर घड्याळाकडे गेली. दहा वाजले होते. जेमतेम दोन तास; पण तेवढ्या अवधीत त्याला किती विलक्षण अनुभवांतून जायची वेळ आली होती! नजर फिरवून टाकणाऱ्या एका खोल खोल गर्तेच्या काठावर तो पोहोचला होता - त्या गर्तेत त्याचा कपाळमोक्षच व्हायचा- ऐनवेळी महाराज हजर झाले नसते तर -

पण ते तर म्हणत होते त्यानेच आपला स्वतःचा बचाव केला होता -

हे शब्द खरे होते का केवळ त्याच्या समाधानासाठी उच्चारले गेले होते?

तो प्रांत त्याचा नव्हता. वेळ येईल तेव्हा त्याला सर्वकाही समजेल; पण महाराजांचा एक शब्द मात्र खरा होता - रात्री त्याला नेहमीसारखी आपोआप झोप येणं केवळ अशक्य होतं. एखाद्या पोतडीत तिच्या क्षमतेपेक्षा खूपच जास्त काही काही कोंबलं तर पोतडीच्या कडा उसवायला लागतील - त्याचं तसंच झालं होतं -

मघाशी आलेले अनुभव सामावून घेण्याची त्याच्या मनाची क्षमताच नव्हती. आठवणी विसरता येत नव्हत्या आणि त्यांचा काही अर्थही लागत नव्हता.

शेवटी महाराजांचाच शब्द मानायला हवा.

त्याने एक कप कॉफी बनवून घेतली, कॉफीबरोबर झोपेची गोळी घेतली आणि बिछाना गाठला.

झोप यायला काही वेळ जावा लागला; पण शेवटी झोप लागली.

७.

झोप रात्री चाळवली गेली नव्हती. जाग आली तेव्हा अपेक्षित हुशारी नव्हती, पण जाणवण्यासारखा थकवाही नव्हता. रोज सकाळी (निदान गेले दोन दिवस तरी) त्याच्यामागे सकाळचे कार्यक्रम उरकायची घाई असायची; कारण स्नान वगैरे उरकून आठ वाजता मनोरमा सदनवर हजर असायला हवं होतं ना! आज तिकडे जायचं नव्हतं - तेव्हा आराम करायला काय हरकत होती?

पण मनाच्या एका भागाला हे पटत नव्हतं. केवळ संकटाच्या वेळीच देवाची पूजा-अर्चा-प्रार्थना करण्याची आणि आवश्यकता नसली तर त्याला पार विसरून जायचं हा सोयिस्कर स्वार्थीपणा नव्हता का? देव म्हणजे काय एखादा टॉर्च होता की, फक्त अंधार पडला की लावायचा? खासच नाही. तो भक्तीचा दीप सतत मनात तेवत राहिला पाहिजे. शरीराला जसा नियमित व्यायामाने एक घाट येतो तसा नियमित देवअर्चनेने मनालाही एक घाट येत असला पाहिजे - त्यातूनच संकटाला सामोरं जाण्याची शक्ती मनात निर्माण होते; पण हे सर्व मानसशास्त्रीय व्यापार त्याच्या समजापलीकडचे होते आणि तो त्यासाठी डोकं शिणवून घेणार नव्हता. सकाळची पूजा-अर्चा-नैवेद्य हा कार्यक्रम तो चालू ठेवणार होता.

ब्लॉकमध्ये आल्या आल्या त्याने (इतका वेळ छातीशीच घट्ट धरलेली) श्री दत्तगुरूंची प्रतिमा हॉलमधल्या टेबलावर ठेवली होती. आता बाहेर जाऊन तो ती प्रतिमा घेऊन आला, हातात घेऊन कोचावर बसला. समोर प्रतिमा धरून तो निरखून पाहू लागला. रात्री चढवलेला हार सुकला होता, त्यातली काही फुलं गळून पडली होती; पण प्रतिमा जवळ आणताच अजूनही मोगऱ्याचा तो मंद सुगंध जाणवत होता- त्या प्रलयंकारी संकटातून सुखरूपपणे वाचल्यानंतर जाणवलेली पहिली संवेदना- तो मोगऱ्याचा सुगंध! त्याला वाटलं, यापुढे हा सुगंध प्रत्येक वेळी ती आठवण जागवणार आहे -

मरगळ झटकून तो उठला, प्रतिमा साइड बोर्डावर ठेवली. चहा करून घेतला; पण स्नानासह सकाळचे सर्व कार्यक्रम उरकले. संध्याकाळीच आणून ठेवलेला मोगऱ्याचा हार फ्रीजमधून काढला, पिशवीतून आरतीचं बाकीचं सारं सामान काढलं, कपाटातली पुडी काढली, सर्वकाही साइड बोर्डावर ठेवलं.

प्रतिमा नॅपकीनने साफ करून घेतली. साइड बोर्डावर पूर्वाभिमुख अशी ठेवली. हळद-कुंकू-गंधाक्षता यांनी पूजा केली, हार चढवला आणि समोर प्रसादाची पुडी ठेवून नैवेद्य दाखवला आणि मग क्षणभर डोळे मिटून मन त्या देवाकृतीवर एकाग्र केले. पाऱ्यासारखं चंचल मन - पूर्ण एकाग्रता सवयीशिवाय कशी शक्य होती? आणि तो भलतासलता प्रयत्नही त्याने केला नाही.

मिनिटाभराने त्याने डोळे उघडले तेव्हा त्याचा त्यालाच आपल्या मानसिकतेत झालेला बदल जाणवला. ती मरगळ आणि तो अनुत्साह यांची आता खूणही नव्हती. ही 'वेलनेस'ची, सर्वकाही छान स्थिती आहे, ही जाणीव समजून सांगावी लागत नाही; पण तिची निर्विवाद अनुभूती क्षणाक्षणाला येत असते.

दिवस कंटाळवाणा जाणार ही कल्पना होतीच- तेव्हा त्याने त्याचा फारसा त्रास करून घेतला नाही. शेवटी निसर्गक्रमाने सूर्य हा पश्चिमेकडे कललाच, दिवसाची रात्र झालीच. रात्री आठ वाजता त्याने पुन्हा एकदा श्री दत्तगुरूंची पूजा केली, नैवेद्य दाखवला.

नऊ वाजता तो निघाला तेव्हा बरोबरच्या पिशवीत त्याने मेणबत्ती, काडेपेटी, टॉर्च, एक पूलओव्हर आणि त्याबरोबरच सकाळ- संध्याकाळचे दोन वेळचे नैवेद्य पुड्यांमधून घेतले होते. मनोरमा सदनवर पोहोचल्यावर त्या दोन्ही पुड्या तो त्या ठरावीक ठिकाणी ठेवणार होता - महाराजांनी संमती दिली तरच, अर्थात!

मनोरमा सदनपाशी पोहोचल्यानंतर त्याला दिसलं की, खालच्या खोलीत प्रकाश आहे. त्या एका प्रकाशाच्या चौकोनाने मनाला केवढा धीर येत होता!

म्हणजे महाराज आत होते आणि त्याच्यासाठी थांबले होते. पायरीवरच तो क्षणभर घोटाळला, मग पायात स्लीपर तसेच ठेवून आत गेला. खोलीतला छतातला फक्त एकच दिवा जळत होता; पण तेवढा प्रकाश पुरेसा होता. डाव्या हाताच्या भिंतीपाशी दोन खुर्च्या मांडल्या होत्या. एकीत महाराज बसले होते, बसल्या जागेवरूनच त्याच्याकडे पाहत होते. तशी त्याने स्वागत हास्याची अपेक्षा केलीच नव्हती; कारण कुठे तो आणि कुठे महाराज! तरीही त्याला त्यांचा चेहरा जरासा कठोर वाटला. कदाचित वरून येणाऱ्या प्रकाशाची दिशाही त्याला कारणीभूत असेल.

"आलास का श्रीकांत?" महाराज म्हणाले. "ये, बस."

तो त्यांच्या शेजारच्या खुर्चीत बसला.

"पिशवीत काय काय आणलं आहेस?"

"पिशवीत? टॉर्च आहे, काडेपेटी आहे, मेणबत्ती आहे - इथे प्रकाश नसला तर बरोबर असावी म्हणून. शिवाय पूलओव्हरही आहे - रात्री उशीर झाला तर गारठा वाढण्याची शक्यता आहे."

"श्री दत्तगुरूंची प्रतिमा?"

"ती?" श्रीकांत नवलाने म्हणाला, "ती नाही आणली; पण आज सकाळी आणि आता येताना पूजा मात्र केली - दोन्ही वेळचा नैवेद्य बरोबर आणला आहे."

पिशवीतून पुड्या काढून त्याने त्या महाराजांकडे दिल्या.

“मला कशासाठी देतोस?” ते जरा घाईने बोलले. त्याला त्यांच्या वागण्याचा संदर्भच लागत नव्हता. गेल्या तीनचार भेटीत ते त्यांच्याशी असे तुटकपणाने, जेवढ्यास तेवढं, असं कधीच बोलले नव्हते.

“ठीक आहे.” तो जरा वरमून म्हणाला, “रोजच्या जागी ठेवतो.”

तो खुर्चीवरून उठला, भिंतीपाशी गेला, दोन्ही पुड्या उलगडून त्याने त्या भिंतीपाशी ठेवल्या आणि परत तो त्याच्या जागेवर येऊन बसला.

पालथ्या मुठीवर हनुवटी टेकवून महाराज विचारमग्न नजरेने समोर पाहत होते.

“तुला खरं तर ती प्रतिमा आणायला सांगायला हवं होतं - मीच नको म्हणालो असेन तर ती चूकच झाली. इथे पूजाअर्चा व्हायलाच हवी.” समोरच्या कोपऱ्याकडे बोट दाखवीत महाराज म्हणाले, “शेवटी काहीतरी पर्याय शोधावाच लागतो, नाही का? पूजा करताना आपण म्हणतोच की - चंदनार्थे अक्षतां समर्पयामि! कोणतीही वस्तू उपलब्ध नसली तर तिच्याऐवजी अक्षताच वाहतो, नाही का? जा, ती पिशवी आण - पिशवीत एखादी पोथी असली तर सुरुवातीस आर्टपेपरवर देवप्रतिमा असेल - बघ -”

श्रीकांतने ती पिशवी आणली आणि आत हात घातला. हाताला खरोखरच एक पोथी लागली - ती बाहेर काढून वरचं पुठ्ठ्याचं कव्हर उचलताच आतली आर्टपेपरवरची श्री गजाननाची सुबक प्रतिमा दिसली. ते चित्र त्याने महाराजांसमोर धरलं - तिकडे एकच दृष्टिक्षेप टाकून ते म्हणाले, “ठीक आहे- प्रतिमा आहे - दीप आहे - तुझी मेणबत्ती आहे ना? मग ठेव ते चित्र नेहमीच्या जागी आणि कर मनोभावे पूजा -”

श्रीकांतने स्लीपर काढून ठेवली, ते चित्र भिंतीपाशी तिरकं लावलं, तो चित्रासमोर मांडी घालून बसला, मेणबत्ती शिलगावली -

मागे एकदम दार मोठ्याने लावल्याचा आवाज झाला.

त्याने मागे वळून पाहिलं. खुर्चीवर महाराज नव्हते.

आणि घराचा बाहेरचा दरवाजा बंद झाला होता.

मेणबत्ती तशीच हातात घेऊन तो दारापाशी पोहोचतो न पोहोचतो तोच त्याला दाराला बाहेरून कडी-कुलूप घातल्याचा आवाज आला. हा सर्व प्रकारच त्याला इतका अनपेक्षित होता की काही क्षण त्याचा मेंदूच कार्य करीत नव्हता.

आणि मग त्याला दाराशेजारच्या उघड्या खिडकीत महाराजांचा चेहरा दिसला. त्या चेहऱ्यावर दिव्याचा अंधूक प्रकाश आणि मेणबत्तीचा हलका प्रकाश

पडला होता - त्या हलत्या प्रकाशात त्या चेहऱ्यावरून सावल्या सरकताना दिसत होत्या.

"महाराज! हे काय?" श्रीकांतला बोलताना मोठे कष्ट पडत होते.

"ती गोष्ट काल रात्री जमली नाही ती आज जमणार आहे." महाराज बोलले; पण त्यांचा आवाज किती वेगळा येत होता!

"मला काही समजतच नाही!"

"समजेल ना! मिनिटभरातच समजेल! ते सारे तुझ्यासाठी आले म्हणजे समजेल! काल रात्री मोठ्या अपेक्षेने आलो होतो - काम फत्ते झालं असेल आणि माझ्या श्रमांचा मोबदला मिळेल या अपेक्षेने आलो होतो -"

"महाराज! तुम्ही तर मला मदत करण्यासाठी आला होतात!"

"मदत करण्यासाठी! हॅ! केवढी व्याजोक्ती! अरे, तुझा बळी गेला का नाही ते पाहण्यासाठी मी आलो होतो! त्या बदल्यात मला एक अकल्पनीय शक्ती मिळणार होती - जाऊ दे! त्या गोष्टी तुझ्या समजापलीकडच्या आहेत- त्यासाठी तर काल रात्रीच सारा बनाव रचला होता; पण अगदी शेवटच्या क्षणी तू सुटलास ना! सारे श्रम मातीमोल झाले! पण आज सर्व व्यवस्थित होणार आहे!"

"महाराज! अजूनही माझा विश्वास बसत नाही -"

"मनात असतं त्यावरच माणसाचा विश्वास बसतो -" महाराज कडवट आवाजात म्हणाले. "माझ्या प्रार्थनेची जागा न सोडणारा मी - गेले दोनतीन दिवस तुझ्यासाठी एवढी धावपळ काय उगीच करत आहे? दोनदा तुझ्या घरी आलो, दोनतीनदा या जागेवर आलो - अरे, इथे पहिली भेट देताच काय प्रकार आहे ते समजलं आणि हेही समजलं की, एक आयतं घबाड आपल्या पायाशी चालत आलं आहे - या वास्तूतली दुष्ट शक्ती माणसाचा बळी घेण्यासाठी वखवखलेली आहे - आता त्यांना त्यांचा बळी मिळणार आहे आणि मला- मला- जा! जा! तुझी वेळ आली आहे! फालतू गोष्टीत दवडायला मला वेळ नाही!"

खिडकीतून दिसणारा त्यांचा चेहरा एकाएकी दिसेनासा झाला.

श्रीकांत जागच्या जागी गोठल्यासारखा उभा होता. सर्व शरीरभर एक बधिरपणा पसरत होता. महाराजांच्या अनपेक्षित शब्दांनी सारं जगच त्याच्याभोवती उलटंपालटं झालं होतं. पायाखालचा आधारच निखळला होता- आता तो आपला तोल कसा सावरणार? समोर एक आदरणीय, उदात्त, मनाला धीर

आणि विश्वास देणारं चित्र दिसलं होतं; पण आता ते चित्र एकाएकी काटकोनातून फिरलं होतं आणि ती धारदार कड त्याचं काळीज कापत गेली होती- फूल म्हणून उचललं त्याचा धगधगता निखारा झाला होता- नक्षीदार संगमरवरी फरशीवर टाकलेलं पाऊल दलदलीत फसलं होतं-

एवढा दारुण विश्वासघात!

या पछाडलेल्या घातकी जागेत त्यांनी त्याला रात्रीचा बोलावला होता आणि आता बाहेरून कुलूप लावून कैदी करून ठेवला होता! त्या घरातून बाहेर पडायला दुसरा मार्गच नव्हता आणि या आडबाजूला त्याने कितीही आरडाओरडा केला तरी त्याचा काय उपयोग होणार आहे? त्याचा आक्रोश कोणाच्या कानावर जाणार आहे?

तो अगदी अगदी एकटा, अगदी असहाय होता.

वागण्यात त्याच्याकडून भोळसटपणा झाला असेल; पण मूर्खपणा खासच नाही.

तो एक साधा माणूस होता. रोजच्या व्यवहाराच्या सीमेपलीकडच्या या अज्ञात जगात वावरणाऱ्या अमानवी राक्षसी पिसाट अस्तित्वांची, त्यांना देण्यात येणाऱ्या बळींची, त्या बदल्यात मिळणाऱ्या 'देणग्यां'ची त्याला काय कल्पना असणार?

ते त्याचं जगच नव्हतं.

पण आता तो त्या जगात सापडला होता, अडकला होता आणि आजपर्यंत या घरात जसे मनोरमाबाई, अनंतराव, दिनकरराव, आणि शेवटी श्यामलाबाई यांचे बळी गेले, तसाच त्याचाही जाणार होता-

खरोखर त्याच्यावर हा अन्याय होता- त्याचा काहीही गुन्हा नव्हता- प्रत्यक्ष नाही, अप्रत्यक्षही नाही. त्याने काही या होनपांच्या संपत्तीची हाव धरली नव्हती- ती हातात आल्यावर तो हुरळूनही गेला नव्हता- उलट अजून त्याने त्यातली कवडीही खर्च केली नव्हती- मग कोणाच्या तरी सैतानी महत्त्वाकांक्षेचा त्याने बळी का व्हावं?

या जगात काही न्याय होता की नाही?

त्याची नजर सावकाश सावकाश भिंतीला लावून ठेवलेल्या देवप्रतिमेवर गेली.

काल त्या जागी एक काचेची तसबीर होती, आज एक साधा कागद होता; पण बाह्यस्वरूपाने देवात काही फरक पडत होता का? मानवाने आजवर कशाकशाची पूजा केलेली नाही? नर्मदेतल्या गोट्यालाही त्याने देव्हाऱ्यात आणून

ठेवलं. पाषाणाच्या तांदळ्याभोवतीही त्याने मंदिरं बांधली. देव शोधायला मानवाला कधीच अडचण पडली नाही- मग त्याच्यासमोर तर देवाचा चित्रसंकेतच होता.

शेवटी शरीरात चेतना आली.

पाऊलपाऊल करीत तो श्रीगणेशाच्या चित्रासमोर आला.

हातातली मेणबत्ती त्याने खाली ठेवली आणि ते चित्र उचलून दोन्ही हातांत घेतलं. कदाचित त्याला या देवत्वाची मदत होईलही- त्याला काय माहीत होतं? काहीही नाही. त्याला जशी त्या पिशाच्चसृष्टीची काही कल्पना नव्हती तशी या पवित्र देवसृष्टीचीही कल्पना नव्हती. काल संध्याकाळी इथे काहीतरी चमत्कार घडला होता खास- ते- आता बदनाम झालेले- महाराज म्हणाले होते, त्या शक्तीचा उत्सर्ग त्याच्याच अंतरंगातून झाला होता- तसंही असेल- किंवा प्रत्यक्ष देवही त्याच्या साहाय्याला धावून आला असेल- त्याचा देवावर विश्वास होता, पण तो या अंतिम क्षणी देवावर विसंबून राहणार नव्हता-

वाघ-सिंहासारख्या हिंस्र पशूंना आकर्षित करण्यासाठी रिंगणात बकरा बांधतात आणि मचाणावर शिकारी दबा धरून बसलेला असतो- इथेही नेमकं तेच घडत नव्हतं का?

पण तो असा बळीचा बकरा बनणार नव्हता!

त्या वखवखलेल्या भुतावळीची वाट पाहत तो इथे शुंभासारखा थांबणार नव्हता- त्याचं भवितव्य काय असेल ते असो- तो ते असं अगतिकपणे स्वीकारणार नव्हता- कच खाऊन मागे तर सरणार नव्हताच- उलट नेटाने, निर्धाराने, आत्मविश्वासाने पुढेच जाणार होता-

आयुष्याचा अंतच व्हायचा असेल तर तो सन्मानाने तरी होऊ दे!

घरातली तेवढी ती एकच खोली प्रकाशित होती. जिन्याच्या खोलीच्या दारापर्यंत पोहोचेस्तवरच प्रकाश कमी झाला होता- त्यापुढे फक्त त्याची मेणबत्ती.

दारातून तो आत गेला. नजर उजवीकडे गेली- जाणारच. ते पूर्वीचे देवघर. त्या देवघरातच रिकाम्या देव्हाऱ्यासमोर बसलेल्या श्यामलाबाई त्याला दिसल्या होत्या. देवघराच्या दारापाशी उभा राहून त्याने मेणबत्ती पुढे धरली- खोली रिकामी होती.

शेजारीच वरच्या मजल्याकडे जाणारा जिना होता. जिन्याची दोन्ही दारं सताड उघडी होती. प्रकाश चार पायऱ्यापर्यंत पोहोचत होता. त्याच्यापुढे अंधार.

इतर वेळी दिवसासुद्धा तो या जिन्याने वर गेला नव्हता.

पण आता, अंधारात, केवळ एका मेणबत्तीच्या प्रकाशात तो वर चालला होता.

करेज ऑफ डेस्परेशन.

निर्वाणीची वेळ आली की, दुर्बळातला दुर्बळ जीवसुद्धा आक्रमक बनतो. त्याला माहीत होतं त्या सैतानी शक्तीसमोर आपला टिकाव लागणार नाही.

पण आता दुसरा पर्यायच होता कुठे?

जिन्याच्या पायऱ्या संपल्या. पायांखाली गुळगुळीत मोझेक टाइल लागली. डावीकडे दार होतं. दारातून तो मधल्या लांबट खोलीत आला. डावीउजवीकडे दोनदोन दारं होती आणि डावीकडच्या पहिल्या दाराला ते नळ्या-मण्यांचे पडदे लावलेले होते- ती पहिली भेट त्याला अजूनही आठवत होती.

आता तो त्याच दारासमोर उभा होता.

उजव्या हाताने त्याने दार आत लोटलं.

नळ्या-मण्यांचा पडदा किणकिणला.

रात्रीच्या शांततेत केवढा मोठा वाटणारा आवाज!

त्या पडद्यातून त्याने आत पाऊल टाकलं.

(आत खोलवर कोठेतरी ती असलीच पाहिजे-नाहीतर त्या दृश्याने तो किंचाळलाच असता.)

मधल्या धुळीने माखलेल्या गोल टेबलाभोवतालच्या तुटलेल्या वेताच्या चार खुर्च्यांत ते चौघे बसले होते.

अनंतराव, मनोरमाबाई, दिनकरराव, श्यामलाबाई.

अंधारातच बसले होते. त्यांना प्रकाशाची काय जरुरी होती? त्यांच्या चेहऱ्यावरचे डोळेसुद्धा तडे गेलेल्या कवड्यांसारखे होते. पापण्यांचीसुद्धा उघडझाप होत नसेल- सगळीच नक्कल- भ्रष्ट नक्कल.

पण फटाक्यावरसुद्धा व्यंगचित्र रंगवता येतं.

पण त्याच्या आत स्फोटकशक्ती खच्चून भरलेली असते.

पाशवी शक्तीने काठोकाठ भरलेले हे भ्रष्ट मानवी आकार त्याचं आयुष्य संपवण्यासाठी आले होते- त्याचा काहीही अपराध नसताना!

आत, खोलवर कोठेतरी संतापाची एक ठिणगी पडली.

त्याच्या आगमनाची त्यांना जाणीव झाली असली पाहिजे.

ते चार चेहरे त्याच्याकडे वळले. मानवांच्या सर्व हालचालींची त्यांना नक्कल करता येत होती- मग हसण्याची का येणार नाही?

त्या चारही चेहऱ्यांवर एक भेसूर हास्य होतं.

त्याच्याकडे पाहत पाहत ते खुर्च्यांवरून उठून उभे राहत होते.

कदाचित फरपटत्या पावलांनी पुढे येतील, त्याच्याभोवती गराडा घालतील-

मनात खोलवर पडलेली संतापाची ठिणगी - तिची आता एक भडकती ज्वाळा झाली होती - त्या ज्वाळेत मनातल्या भीती, विषाद, खेद या सर्व भावना पार होरपळून गेल्या होत्या - उरला होता फक्त संताप.

ते (बदनाम झालेले) महाराज म्हणाले होते - तुझ्या मदतीला देव धावून आला होता -

असेलही तसं- आताही त्याच्या हातात देवप्रतिमा होतीच - देव मदतीला येणार असलाच तर ते त्याला थोडंच कळणार होतं? देव काय शंखनाद करीत, घंटीचा खणखणाट करीत, वेदमंत्रांच्या गर्जना करीत येणार होता? आतापुरती त्याला जवळची ती देवाची प्रतिमा पुरेशी होती - बाकी सर्व तो विसरून गेला-

ते चौघं त्यांच्याभोवती जमले होते -

विस्फारलेले डोळे, वासलेले जबडे, पंज्यांसारखे आकड्या झालेले हात-

पण घटना किती मंदगतीने घडत होत्या! का त्याच्या काळाच्या जाणिवेतच बदल झाला होता? का एकएक क्षण काचेच्या धाग्यासारखा ताणला जात होता? पोलादच काय, अगदी कातळसुद्धा तापवीत नेला की शेवटी वितळतो, वहायला लागतो-

मग काय त्या भावनातिरेकाने त्याच्या जाणिवेतच असा काही मूलभूत बदल झाला होता? कदाचित ही स्वतःची फसवणूकही असेल - अंतिम नाशाचा तो क्षण जास्तीत जास्त लांबणीवर टाकण्याचीही ही मानसिक धडपड असेल - तर मग ती व्यर्थ ठरली होती -

मंदगतीने का होईना, शेवटी त्यांच्या गराड्यात तो सापडलाच -

तीच ती गरम गरम हवा, तीच ती दुर्गंधी, तेच ते अंगावरून जाणारे शहारे, तोच तो शरीराचा थरकाप -

त्या शेवटच्या प्रहाराच्या अपेक्षेने त्याने डोळे घट्ट मिटून घेतले, सर्व शरीर आतल्या आत आखडून घेतलं -

पण तो प्रहार आलाच नाही -

आसपासची स्फोटक बनलेली शांतता भंगली -

पण ती पशूंच्या चीत्कारांची नाही -

तर संथ शांत आवाजातल्या मंत्रोच्चाराने -

घट्ट मिटलेल्या डोळ्यांतूनही त्याला सभोवतालचा प्रखर प्रकाश जाणवला-

त्याने डोळे उघडले.

खोलीत लख्ख प्रकाश होता - वरचे दिवे लागले होते.

आणि त्याच्यासमोर महाराज उभे होते. त्याच्याकडे पाहून हसत होते आणि त्याने डोळे उघडताच त्यांनी एक बोट खाली फरशीकडे केलं -

त्याची नजर खाली वळली.

खाली मळकट काळ्या रंगाची राख विखरून पडली होती.

आपल्याभोवती सर्व सृष्टीच उलटीपालटी झाल्याची ही भावना मनाला भोवंड आणणारी होती -

त्याला घरात कोंडणारे महाराज आता त्याच्यासमोर उभे होते -

आणि त्याच्या स्वाहाकारासाठी त्याच्याभोवती कोंडाळं करणाऱ्या त्या वखवखलेल्या सैतानी भुतावळीची राख राख झाली होती -

मनाचा तोल राखणं किती कठीण जात होतं!

"महाराज!" तो कसातरी म्हणाला, "तुम्ही-"

"हो, मीच!" ते हसत म्हणाले. "विश्वास बसत नाही ना? तुला सर्वकाही समजलं की बसेल; पण श्रीकांत, अजून एका भयानक अनुभवातून तुला जायचं आहे - मनाची तयारी कर - ये -"

ते वळले, भिंतीतल्या एका कपाटाकडे गेले. त्यांनी कपाटाचं दार उघडलं.

आत फुटकळ सामानाने भरलेले तीन खाने होते.

महाराजांनी मधली फळी धरली आणि जोर लावून ती बाहेर ओढली.

तीनही खान्यांचं कपाटच्या कपाट बाहेर येऊन एका बाजूला वळलं.

म्हणजे गुप्त जागेकडे जाणारी ही एक चोरवाट होती तर.

आणि ते दार उघडताच दुर्गंधीचा एक भपकारा आला होता.

"ये. मन घट्ट करून आत पाहा." महाराज म्हणाले.

श्रीकांत हलके हलके पुढे आला. त्या उघडलेल्या चौकोनातून त्याने मेणबत्तीचा हात पुढे नेला आणि आत नजर टाकली -

जे दिसलं त्याची त्याने कधीकधी ही कल्पनाही केली नसती -

आत ते चौघे होते. अनंतराव, मनोरमाबाई, दिनकरराव, श्यामलाबाई.

त्यांची मृत शरीरं वेड्यावाकड्या अवस्थेत पडली होती.

त्यांचे जीवनप्रवास अखेर इथे संपले होते.

त्या एका दृष्टिक्षेपानंतर श्रीकांतला तिकडे पहावेनाच. कितीतरी वर्षांपासून हे अवशेष इथे पडले होते. आता त्यांची अवस्था -

मागे सरून डोळे मिटून भिंतीला पाठ लावून तो उभा राहिला. श्वास धापांनी येत होता. चक्कर येऊन कोसळतो का काय अशी भीती वाटत होती.

चोरदरवाजा बंद केल्याचा, कपाट बंद केल्याचा आवाज आला.

त्याच्या खांद्याला एक हलकासा स्पर्श झाला.

"श्रीकांत," महाराज म्हणाले, "एकामागोमाग एक अशा महाविलक्षण प्रसंगांतून तुला आज रात्री जावं लागलं आहे; पण त्या गोष्टी त्याच वेळी, त्याच क्रमाने व्हायला हव्या होत्या - दुसरा मार्गच नव्हता." त्याचा खांदा जरासा हलवत ते म्हणाले, "चल, खाली जाऊ या."

त्यांनी त्याच्या हातातली मेणबत्ती घेतली, खोलीतला दिवा मालवला आणि त्याला आधार देत देत खाली आणलं. खालच्या खोलीतला दिवा लावलेला होता. महाराजांनी श्रीकांतला एका खुर्चीवर बसवलं आणि एका कपाटातून थर्मास आणि प्लॅस्टिकचे कप काढले. थर्मास उघडून त्यांनी कपात गरम कॉफी ओतली, एक कप श्रीकांतच्या हातात आणून दिला. त्या क्षणीही त्याला जाणवत होतं, खरं तर हे सर्व आपण करायला हवं; पण त्याला काही सुचतच नव्हतं आणि हालचाल करता येईल का नाही याचीही शंका होती. गरमागरम कॉफीच्या एकेका घोटाबरोबर शरीराचा तोल सावकाश सावकाश सावरायला लागला. इतपत सावरला की, दोघांची कॉफी संपल्यावर दोघांचे कप चुरमडून पिशवीत टाकायलाही तो उठला.

"श्रीकांत," महाराज म्हणाले, "मी आता तुला तुझ्या घरी सोडणार आहे. झाल्या प्रकाराबद्दल आताच्या क्षणी कोणतीही चर्चा करायची नाही. चर्चा करायला मागाहून हवा तेवढा वेळ आहे. मनाशी एक खात्री बाळग- मनोरमा सदनमधला प्रश्न पूर्णपणे सुटलेला आहे. आता पुढचं ऐक. वरच्या प्रकाराची माहिती आपल्याला पोलिसांना द्यावी लागणार आहे. ते काम मी उद्या सकाळी करणार आहे - आणि त्यांना इथे साधारण साडेनऊच्या सुमारास बोलावणार आहे - तेव्हा नऊच्या सुमारास तू उद्या सकाळी इथे हजर हो. तुझा तर या

प्रकरणाशी काडीइतकाही संबंध नाही - आणि तुला कोणताही त्रास होणार नाही याची हमी मी देतो. ठीक आहे. आता घरी जाण्याच्या अवस्थेत आलास का?"

"हो." श्रीकांत म्हणाला.

"चल तर." खोलीतला दिवा मालवून दोघं बाहेर पडले. बाहेरच्या दाराला आणि फाटकाला महाराजांनी कुलूप घातलं, किल्ल्या श्रीकांतच्या हातात दिल्या.

गाडी स्वतः महाराजच चालवत होते.

श्रीकांतच्या इमारतीपाशी गाडी थांबल्यावर ते म्हणाले, "मला माहीत आहे तुझ्या डोक्यात सतत विचार येत राहणार - ते काही तू थांबवू शकणार नाहीस - आणि थांबवण्याचा प्रयत्नही करू नकोस. यापुढे काळजीचं काहीही कारण नाही. एवढी मनाची खात्री ठेव - मग टेन्शन हळूहळू कमी होईल. ठीक आहे तर. उद्या सकाळी नऊला मनोरमा सदनवर भेटू या."

त्यांच्या गाडीचा लाल दिवा अंधारात दिसेनासा होईपर्यंत श्रीकांत तिथेच उभा होता आणि मग तो सावकाश वर आला. आत आल्या आल्या त्याची नजर घड्याळाकडे गेली. साडेअकरा. नऊ ते साडेअकरा. अडीच तासच फक्त; पण अवधीला काय महत्त्व असतं? एक क्षणसुद्धा आयुष्य उलटंपालटं करू शकतो. महाराज म्हणाले होते, मनावर बंधनं घालण्याचा प्रयत्न करू नकोस; पण मनासमोर येणाऱ्या आठवणीच इतक्या भयानक होत्या की, दरवेळी शरीर शहारत होतं. जेव्हा स्वतःचे सर्व उपाय थकतात तेव्हा शेवटी माणूस देवाकडेच वळतो.

हातपाय धुऊन मग तो त्या श्रीदत्त प्रतिमेसमोर उभा राहिला. संध्याकाळी चढवलेल्या मोगऱ्याच्या हाराचा सुगंध अजूनही आसपास दरवळत होता. तिकडे मनोरमा सदनमध्ये त्याच्या हातात गणेशाची प्रतिमा होती - आता समोर श्रीदतगुरूंची होती; पण त्याने काही फरक पडणार नव्हता. शेवटी ही हाक मानवी जाणिवांच्या पलीकडे असणाऱ्या एका पवित्र, अविनाशी, दयार्द्र आणि करुणाशील अशा एका अमूर्त तत्त्वाला होती. ते तत्त्व सर्व विश्वात एकच होतं. काही सेकंदातच त्याचं मन नामस्मरणात आणि चिंतनात तल्लीन होऊन गेलं.

त्याने डोळे उघडले. तशी घड्याळाची पाचसातच मिनिटं गेली होती; पण त्याला वाटत होतं आपण कितीतरी वेळपर्यंत नामस्मरणात दंग झालो होतो -

अर्थात तो त्याचा स्वनिष्ठ काळ होता - बाह्य जगतातल्या काळापेक्षा वेगळ्या गतीने क्रमणा करणारा.

पण त्याला जाणवलं, मनावरचा ताण बराच हलका झाला आहे. स्मृती पुसल्या गेल्या नव्हत्या; पण त्यांच्याकडे पाहण्याचा त्याचा दृष्टिकोन बदलला होता.

रात्री झोप लागण्याची आशा वाटायला लागली होती.

८.

रात्री झोपेत काही स्वप्नं पडली असली तर ती त्याला आठवत नव्हती. त्याच्या रोजच्या सकाळच्या कार्यक्रमात आणखी एकाची भर पडली होती.

श्री दत्तगुरूंची पूजा-अर्चा-प्रार्थना.

तो बाहेर पडला तेव्हा साडेआठ वाजले होते, मनोरमा सदनपाशी पोहोचला तेव्हा नऊला दहा मिनिटं कमी होती. मोठं दार उघडून आत पाय टाकताना तो जरासा तरी अडखळलाच.

बरोबर नऊ वाजता महाराज आले आणि त्यांच्याबरोबर पोलिसांची जीपसुद्धा होती. आत आल्याआल्या महाराजांनी त्याची ओळख करून दिली.

"हे श्रीकांत दामले. या प्रॉपर्टीचे सध्याचे मालक. श्रीकांत हे इन्स्पेक्टर दाभाडे. चल."

त्या दोघांच्या मागोमाग श्रीकांत वर गेला.

महाराजांनी कपाट उघडलं, आतले खाने ज्या फिरत्या पॅनेलवर बसवले होते ते पॅनल उघडलं आणि तिकडे हात करीत ते म्हणाले, "पाहा."

इन्स्पेक्टरांनी बरोबर टॉर्च आणला होता. त्यांनी पुढे वाकून टॉर्चचा प्रकाश आत टाकला. नकळत त्यांच्या तोंडून एक शीळ निघाली. ज्यांनी मृत्यूची अनेक रूपं पाहिली होती त्यांनाही त्या दृश्याने धक्का बसला होता.

"माझी माणसं एवढ्यात येतीलच." ते म्हणाले. "त्यांच्या पद्धतीने त्यांचा तपास सुरू होईल. तुम्ही खाली थांबलात तरी चालेल. त्यांचं काम मार्गी लागलं की, मी तुमचे जाब-जबाब घेतोच."

महाराज आणि श्रीकांत खालच्या खोलीत येऊन बसले.

पाचदहा मिनिटातच वाड्यासमोर पोलिसांची निळी व्हॅन, शववाहिका, त्यांचे डॉक्टर असे सगळे हजर होते. महाराज आणि श्रीकांत यांच्याकडे एक नजर टाकून ते सर्व लोक भराभर वरच्या मजल्यावर गेले. अर्ध्या तासाने इन्स्पेक्टर दाभाडे खाली आले. त्यांनी समोरचीच एक खुर्ची घेतली. जिन्यावरून धाडधाड आवाज करीत दोघंजण स्ट्रेचर घेऊन खाली आले. शववाहिकेपर्यंत त्यांना चार फेऱ्या माराव्या लागल्या. शेवटच्या वेळी त्यांच्याबरोबर डॉक्टर होते. दाभाड्यापाशी थांबून ते म्हणाले, "तासाभरात तुमच्याकडे प्राथमिक अहवाल पाठवतो; पण तो नुसता अंदाजच असणार. पोस्ट मॉर्टेम नंतर पाहू; पण खरं सांगू का, इतकी वर्षं गेल्यानंतर निष्कर्ष जरा कठीणच जाणार आहेत; पण मोठी स्ट्रेंज केस आहे खरी."

ते गेल्यावर दाभाडे या दोघांकडे वळले.

"तुम्ही -" (दाभाड्यांच्या जिभेवर महाराज हा शब्द अडला असावा.)

"तुम्ही तुमची हकीकत पुन्हा एकदा सांगता का?" दाभाड्यांनी विचारलं.

"हो." महाराज म्हणाले. "हा श्रीकांत दामले. अनेक गोष्टीत माझा सल्ला घेत असतो. ही प्रॉपर्टी त्याच्याकडे कशी आली हे मी तुम्हाला सांगितलंच आहे. त्याबाबतची सर्व कायदेशीर कागदपत्रं तो तुम्हाला केव्हाही दाखवीलच. या प्रॉपर्टीसंबंधात त्याला माझा सल्ला हवा होता. मी काल या इमारतीची आतून बाहेरून पाहणी करीत होतो. एकूण विस्तार, रिकामी जागा, खालचं वरचं बांधकाम याचं निरीक्षण करीत होतो. खाली सहा खोल्या, मध्ये हॉल. मागे जिन्याची खोली- वरतीही तशीच रचना; पण मला काहीतरी खटकत होतं. मी पुन्हा एकदा खालच्या आणि वरच्या खोल्या नीट पाहिल्या आणि मग एक मोठी नवलाची गोष्ट माझ्या लक्षात आली. वरच्या मजल्यावरच्या उजवीकडच्या शेवटच्या दोन खोल्या आकाराने लहान वाटत होत्या; पण बाहेरून तर बांधकाम सलग दिसत होतं. पुन्हा एकदा मी वर आलो - साधा अंदाज केला तरी जवळजवळ साठ चौरस फुटांचा फरक पडत होता. मोठी कोड्यात टाकणारी गोष्ट होती, नाही का? चोरजिने, गुप्तजागा हे सारं आजकाल केवळ कथा-कादंबऱ्या-सिनेमा यांच्यातच दिसतं, नाही का? अर्थात हे शक्य होतं की काही ना काही हेतूने तो भाग विटांच्या भिंतीने बंदच करून टाकला असेल; पण तरीही मी प्रयत्न सोडला नाही आणि अखेर काल संध्याकाळी मला त्या गुप्तदाराचं रहस्य

उलगडलं. श्रीकांतला फोन करून मी इथे ताबडतोब बोलावून घेतलं. आतलं दृश्य पाहून त्यालाही फारच शॉक बसला. आम्ही कशालाही स्पर्श केलेला नाही. अखेर आज सकाळी मी तुमच्याकडे रिपोर्ट केला."

दाभाडे स्वत:शीच मान हलवत होते.

"इन्स्पेक्टर," महाराज म्हणाले, "शेवटच्या मालक या श्यामलाबाई होनप होत्या - सहासात महिन्यांपूर्वी त्या मोठ्या रहस्यमय रीतीने बेपत्ता झाल्या होत्या - खरं तर म्हणूनच या श्रीकांतकडे एक दूरचा; पण शेवटचा वारस या नात्याने ही प्रॉपर्टी आली आहे. त्यांनी आपल्या अज्ञात वारसासाठी एक चिठ्ठी लिहून ठेवली होती - त्यांना आपल्यावर काहीतरी भयानक आपत्ती येणार आहे याची काहीतरी पूर्वकल्पना होती. 'माझ्या वारसाने या वाड्यात राहू नये' असा इशारा त्यांनी त्या आपल्या शेवटच्या चिठ्ठीत दिला होता. मला सांगायचं आहे ते हे की, प्रॉपर्टी ताब्यात आल्यापासून ते आजपर्यंत, या श्रीकांतने या वाड्यात एक रात्रही काढलेली नाही. दिवसाउजेडीच ज्या काही भेटी दिल्या असतील तेवढ्याच."

"वरचा मजला खूप वर्षं वापरात नव्हता हे तर दिसतंच आहे." दाभाडे म्हणाले. "आणि या गोष्टी बऱ्याच पूर्वी - काहीतरी कितीतरी वर्षांपूर्वी घडलेल्या आहेत - त्यांचे पुरावे आता कोठून सापडायला?"

"इन्स्पेक्टर," श्रीकांत म्हणाला, "प्रॉपर्टीची मूळ कागदपत्रं माझ्या ताब्यात देण्यात आली - त्यावरून काही काही माहिती मला मिळाली. मुळात अनंतराव होनप यांनी ही वास्तू बांधली. त्यांची पत्नी मनोरमा - म्हणून त्यांनी या वास्तूला मनोरमा सदन हे नाव दिले. त्यांच्यानंतर ही प्रॉपर्टी त्यांचा मुलगा दिनकर याच्याकडे आली आणि या श्यामलाबाई होनप या दिनकररावांच्या पत्नी होत्या. आतल्या हॉलमध्ये अनंतराव आणि मनोरमाबाई यांचे फोटो आहेत."

दाभाडे मानेनेच नाही - नाहीची खूण करीत होते.

"तुम्ही मृतदेह जवळ जाऊन पाहिले नाहीत ना?"

श्रीकांतने जोरजोरात मान हलवली. नाही. नाही.

"छान केलंत. तुम्हाला पाहावलंच नसतं. तुम्ही म्हणता त्या एक श्यामलाबाई सोडल्या तर बाकीच्या बॉडीज अतिशय वाईट अवस्थेत आहेत. अगदी पार डीकम्पोज झाल्या आहेत. ओळखण्याच्या पलीकडे गेल्या आहेत. श्रीकांत दामले, नाही का? मि. दामले, तुमचा पत्ता आणि टेलिफोन नंबर मला देऊन ठेवा. मि. दामले, आताच सांगतो- फक्त या कोण श्यामलाबाई होनप आहेत ना- केवळ

त्यांच्याच मृत्यूची घटना घडली असती तर तुम्ही मोठ्याच अडचणीत आला असतात. त्यांना इतर कोणीही वारस नाही, त्यांची स्थावर जंगम अशी खूप मोठी प्रॉपर्टी आहे- पैशांच्या लोभापायी माणसं काहीही - अगदी काहीही- करतात. केवळ तुमचा शब्द विरुद्ध परिस्थितिजन्य पुरावा - तुमची पोझिशन फारच डिफिकल्ट झाली असती; पण हे बाकीचे तीन मृतदेह- एकूणच प्रकार फार फार मागे जातो- कदाचित तुमच्या जन्माच्याही आधीपर्यंत- तेव्हा माझी तर खात्रीच झाली आहे, तुमची यात कोणतीही इन्व्हॉल्व्हमेंट नाही- एखादवेळी चौकीवर बोलावणं येईलही; पण त्या काहीतरी फॉर्मॅलिटी असतील-"

दाभाड्यांनी एक जबाब तयार केला होता. तो वाचून श्रीकांतने त्याखाली आपली सही केला. पाचदहा मिनिटातच दाभाडे आणि पथकातले उरलेले एकदोघं निघून गेले.

खोलीत श्रीकांत आणि महाराज, दोघंच तेवढे राहिले.

"श्रीकांत," महाराज म्हणाले, "बऱ्याच गोष्टींचा खुलासा करायचा आहे. आधी काल रात्रीचा प्रसंग." त्यांच्या चेहऱ्यावर जरासे हसू आलं. "माझ्या वागण्यातला अचानक बदल पाहून तुला शॉक बसला असेल, नाही?"

"शॉक?" हात पुढे करीत श्रीकांत म्हणाला. "मला तर सारं जगच उलटंपालटं झाल्यासारखं वाटलं. तुम्ही- ज्यांच्यावर माझी सारी भिस्त होती, ज्यांच्या शब्दाखातर मी कोठेही गेलो असतो, काहीही केलं असतं असं एकाएकी पांढऱ्याचं काळं झालेलं पाहून धक्का बसणारच!"

"तुझ्या लक्षात आलं असेलच, मी ते मुद्दामच केलं; पण का केलं असावं याची तुला काही कल्पना येते की?"

श्रीकांत केवळ मानच हलवू शकला, नाही.

"माझ्यावर हा तुझा जो विश्वास आहे ना, त्याचाच अडसर बनण्याचा मला शंका येत होती - म्हणजे असं मी बरोबर असताना तू अगदी निश्चिंत राहणार, हो की नाही? त्यात चूक काही नाही; पण ते खरं आहे ना?"

श्रीकांत ते नाकबूल कसं करणार?

"तसं मला व्हायला नको होतं - तुझी अगदी पुरी पुरी खात्री पटायला हवी होती की, तुझ्या मदतीसाठी या घरात कोणी कोणी येणार नाही - तू अगदी संपूर्ण एकटा आहेस - तुझ्या मदतीला कोणीही नाही आणि ही तुझी खात्री

पटली तेव्हा स्वतःवर, स्वतःच्या धैर्यावर, स्वतःच्या शक्तीवर विसंबून राहण्याव्यतिरिक्त तुला दुसरा कोणता पर्यायच राहिला नव्हता.

"श्रीकांत, मी जे काही केलं ते अत्यंत नाखुशीने केलं - केवळ त्या वेळी त्याला काही पर्यायच नव्हता म्हणून मी ते केलं. तुझ्या मनावर केवढा ताण येणार आहे याची मला पूर्ण कल्पना होती - परवाची रात्र आठव. तेव्हा तुला कल्पना नव्हती मी हजर होणार आहे - मी म्हणालो होतो ना - करेज ऑफ डेस्परेशन- आपल्या मनावर हजारो वर्षांचे संस्कार झालेले असतात - आजचा सुसंस्कृत माणूस आणि पंचवीस हजार वर्षांपूर्वीचा आदिमानव - शारीरिकदृष्ट्या दोघंही सारखेच आहेत; पण मानसिक पातळीवर? आपल्या मनावर आपल्या नकळत अनेक बंधनं पडलेली आहेत - आपल्या ज्या आदिप्रेरणा आहेत, ज्या प्रीमीव्हल इन्स्टिंक्टस आहेत त्या आपण खोल दडपून टाकल्या आहेत - सार्वजनिक हितासाठी माणसाला संपूर्ण आत्मकेंद्रित होता येत नाही - तो सतत दुसऱ्यांचा विचार करीत असतो - ही जाणीव त्या आदिमानवास नव्हती - आत्मसंरक्षण हा त्याचा एकमेव स्थायिभाव होता - आचार, विचार, कृती, सर्वकाही त्या एका आणि एकाच कार्यासाठी होत्या - त्याच्या वागणुकीवर कोणतंही बंधनं नव्हतं - तिथे इतर कोणत्या विचाराला जागाच नव्हती -

"श्रीकांत, तू त्या पातळीवर पोहोचायला हवा होतास. आजच्या मानवाला ते सहज शक्य नाही. विकारांच्या तीव्रतेची ती पातळी फार फार क्वचित वेळ गाठता येते - परवा रात्री तुला ते अनाहूतपणे जमलं - काल रात्रीही जमलं; पण तेव्हाच की जेव्हा तुझी खात्री झाली - तुझ्या बचावासाठी तू आणि फक्त तूच एकटा काही करू शकतोस - त्या एका क्षणापुरता मनातला सर्व क्षोभ, सर्व संताप एकवटला आणि समोरच्या शत्रूवर भिरकावला गेला - तेवढा एक क्षण मला पुरेसाच होता."

महाराज काही वेळ बोलले नाहीत. मग -

"पण हा शत्रू कोण? इथे, या घरात, मनोरमा सदनमध्ये होतं तरी काय? त्याची उत्पत्ती किंवा निर्मिती फार फार पूर्वी झाली आहे. श्यामलाबाईंच्या हकिकतीवरून त्याची आपल्याला काही प्रमाणात कल्पना येऊ शकते. अनंतरावांनी वाममार्गाने, गोरगरीब अडाणी लोकांची फसवणूक केली. त्यांच्यावर फार मोठे अन्याय केले. त्यांच्या तोंडचे घास हिरावून घेतले. शासन यंत्रणेतल्या काही त्रुटींचा फायदा घेऊन, आणखी काही स्वार्थी लोकांना हाताशी धरून त्यांनी ही

सर्व कृष्णकृत्ये केली. पंचेचाळीसपर्यंत महायुद्ध आणि त्यानंतर भारताचा स्वातंत्र्यासाठीचा लढा - अनंतरावांच्या प्रकरणाकडे त्या धामधुमीच्या काळात दुर्लक्षं झालं - आणि वरकरणी तरी ते सहीसलामत राहिले.

"पण ज्यांच्यावर अन्याय झाला होता, जे देशोधडीला लागले होते, त्यांच्यापैकीच कोणीतरी ही सुडाची ठिणगी मनोरमा सदनमध्ये टाकली यात शंका नाही. इतक्या वर्षांपूर्वीच्या घटनांचे तपशील मिळणं आता कठीण आहे- कोणी स्वतः केलं, का कोणाकरवी करवून घेतलं हेही अज्ञातच राहणार आहे- पण सत्य आपल्या समोर आहे. एखाद्या इमारतीच्या ओल्या दरजेत वड- पिंपळ अशा एखाद्या वृक्षाचं बी येऊन पडतं - त्याची वाढण्याची क्रिया अगदी इनसिरियस असते - अगदी सूक्ष्मवर्धी असते - दिसते न दिसतेसे तंतू दरजेतून आत घुसत असतात - त्याला घाई नाही. वेळ हवा तेवढा आहे. अशी ही विषवल्ली मनोरमा सदनमध्ये कणाकणाने, अंशाअंशाने वाढत होती - सुरुवातीस ते एक नुसतं अस्तित्व होतं - अमूर्त - इमपाल्पेबल पंचेंद्रियांच्या जाणिवेपलीकडचं - सुरुवातीस वरच्या माळ्याचा सर्व अवकाश त्याने व्यापून टाकला होता - अगदी अगदी विरळ धुराने एखादी खोली भरून गेली असावी तसं -

"अनंतरावांना त्याची काही जाणीव झाली होती का? कळायला काही मार्ग नाही; पण अठ्ठावन्न एकोणसाठच्या सुमारास मनोरमाबाईंना त्याची जाणीव व्हायला लागली. त्यांचा अस्वस्थपणा श्यामलाबाईंना दिसत होता. एखादी साथ आली की, सगळेच काही त्या संसर्गात सापडत नाहीत. प्रत्येकाची शरीरप्रकृती, प्रतिकारशक्ती हेही घटक महत्त्वाचे असतात. मनोरमाबाई त्या संपत्तीचा उपभोग घेत होत्या; पण त्या आकर्षणाला बळी पडल्या नव्हत्या. अनंतरावांच्याबद्दल त्यांच्या कानांवर काही काही आलंच होतं- कदाचित त्यांना ते पसंत नसेलही; पण त्यांच्या हातात काय होतं? पन्नास वर्षांपूर्वीची सामाजिक स्थितीच तशी होती. जे आयुष्य समोर आलं होतं तेच जगण्यावाचून त्यांना दुसरा काही पर्यायच नव्हता. तरीही त्यांचा सुस्वभाव, दुष्कर्माची चीड आणि कुमार्गाने आलेल्या संपत्तीची अनासक्ती त्यांच्या बचावाला यांचं काही प्रमाणात साहाय्य झालं आणि मग बासष्टमध्ये श्यामलाबाईंचे वडील मनोरमा सदनमध्ये राहायला आले. निःसंग, सदाचारी, पुण्याचरणी, देवमार्गावरून चालणारा माणूस. नवल नाही ते आपली पूजाअर्चा- ध्यानधारणा, पवित्र मंत्रोच्चार यांसह घरात येताच त्याचा प्रभाव मनोरमाबाईंना जाणवला. श्यामलाबाईंचे वडील इथे होते तोपर्यंत त्या तापसी शक्तीला खूपच मर्यादा पडल्या होत्या.

“पण श्यामलाबाईंचे वडील गेले आणि ती शक्ती मुक्त झाली. वर्षा दीड वर्षातच त्या शक्तीने आपला पहिला बळी घेतला - मनोरमाबाई. वरच्या मजल्यावरची ती बंद जागा कधी आणि का बांधली गेली याचं कारण आपल्याला कधीही समजणार नाही; पण त्या हिंस्र शक्तीला दबा धरून बसायला अगदी आदर्श जागा! ज्या जागेच्या अस्तित्वाचीही (अनंतराव सोडून) कोणास कल्पनाही नाही, जिथून सर्व घरभर अगदी मुक्त प्रवेश आहे अशी जागा. मनोरमाबाई त्या शक्तीच्या तावडीत कशा सापडल्या याचा आपण केवळ तर्कच करू शकतो. कदाचित रात्रीच्या झोपेत त्या शक्तीच्या प्रभावाखाली त्या आपल्या पावलांनी वर गेल्या असतील- आणि वरच्या त्या खोलीत येताच त्या चोरखोलीत खेचल्या गेल्या असतील आणि मागे ते गुप्तदार बंद झालं असेल- स्वतःला वाचविण्यासाठी त्यांनी प्रतिकार केलाही असेल- पण त्या अबलेचा तो क्षीण प्रतिकार त्या सैतानी शक्तीसमोर कसा तग धरणार? मनोरमाबाई त्यानंतर कोणालाही दिसल्या नाहीत. त्या अरुंद, बंद, अंधाऱ्या खोलीतच त्यांच्या आयुष्याची अखेर झाली- सुरुवातीस अज्ञानाने आणि नंतर सत्य समजल्यावर अगतिकपणे त्यांना त्या डागाळलेल्या संपत्तीच्या वापरात भाग घ्यावाच लागला होता-विष ते विषच! अनवधानाने घेतलेलं असो अथवा जाणूनबुजून घेतलेलं असो- त्याचा परिणाम व्हायचा तोच होणार!

“अनंतरावांपाशी मनोरमाबाई काहीतरी बोलल्या होत्या खास. त्या भीतीचा संसर्ग अनंतरावांच्या मनाला झाला होताच आणि मनोरमाबाई अशा अचानक गायब होताच त्या भीतीची तीव्रता वाढली. शेवटी शेवटी त्यांनी धार्मिक आणि आध्यात्मिक ग्रंथांची पारायणं करायला सुरुवात केली होती; पण शब्द मनाची धाटणी बदलू शकत नाहीत- त्यासाठी प्रदीर्घ प्रयत्न आणि सातत्याची साधना लागते आणि अर्थात ते अनंतरावांच्या पलीकडचं होतं.

“आणि एका रात्री अनंतराव नाहीसे झाले. मनोरमाबाईंच्या नाहीसं होण्याचा संबंध अनंतरावांनी स्वतःच्या पूर्वायुष्यातील पापकर्माशी लावला की नाही, माहीत नाही; पण शेवटी माणसाला कॉन्शन्स हा असतोच - अनंतरावांचं मन स्वतःच्या पापांच्या जाणिवेने आतून पोखरून निघालं असलं पाहिजे - अशा दुर्बळ मनाला फसवणं किती सोपं गेलं असेल! आणि आता त्याच्यापाशी - मी त्याला नाव देणार नाही आहे - आणखीही एक साधन आलं होतं. मनोरमाबाई. त्या गेल्या होत्या; पण मागे आपलं मृत शरीर ठेवून गेल्या होत्या - आता त्याला

त्या शरीराचा एक टेम्प्लेट म्हणून. एक साचा म्हणून वापर करणं सहज शक्य होतं. कितीतरी मार्गांनी त्याचा वापर शक्य होता आणि सर्व एकजात क्रूर आणि भयंकर - उदाहरणार्थ, समज, एखाद्या रात्री अनंतरावांना कशाने तरी जाग आली आणि खोलीच्या दारात त्यांना मनोरमाबाई दिसल्या - का नाही ते फसणार? 'मनोरमा!' 'मनोरमा!' करीत त्या आकृतीमागे का नाही जाणार? आधी बाहेरच्या खोलीत, मग जिन्याने वरच्या मजल्यावर, मग त्या खास खोलीत आणि मग त्या आकृतीमागे त्या उघड्या चोरदरवाजातून आत... संपला खेळ! ही माझी आपली एक कल्पना आहे; पण ती अशक्य कोटीतली खास नाही - तू स्वतःच त्या ठिगळांच्या आकृती पाहिल्या आहेसच! ते चोरदार बंद झाल्यावर आतल्या बंद अवकाशात काय काय घडलं असेल यावर आपण विचार करू नये हेच उत्तम!

''पुढे जवळजवळ तीस वर्षं मनोरमा सदनमध्ये काहीही झालं नाही. का? तिथे आकारलेली दुष्ट शक्ती मनोरमा सदन सोडून गेली होती. अनंतरावांचा बळी घेतल्यावर तिला एक पाशवी समाधान मिळालं होतं? काय सांगणार? कदाचित आपली काळाची गणना त्या मितीत गैरलागूही होत असेल. दिव्याजवळच्या एक इंच लाब पट्टीची साखळी भिंतीवर दहा फूटसुद्धा पडू शकते; पण दिनकररावांना यायला लागलेल्या अनुभवांवरून उघड होतं की, ती शक्ती मनोरमा सदनमध्येच होती आणि आपल्या राक्षसी कार्यावर पुन्हा एकदा निघाली होती.

''दिनकररावांना काय काय दिसलं- किंवा दिसल्याचा भास झाला- याचं अगदी त्रोटक वर्णन श्यामलाबाईंच्या हकिकतीत आहे. त्यातला अनैसर्गिकपणा दिनकररावांना जाणवला होता - आपल्यापरीने त्यांनी ती समस्या सोडवण्याचे प्रयत्न केले - त्यांनी घरी ते कोण मांत्रिक आणले होते आणि त्यांनी काय काय विधी केले ते कळायला आपल्याला काहीच मार्ग नाही. त्याचा उपयोग झाला नाही ही गोष्ट सत्य आहे. मग दिनकरराव त्या डॉक्टर मेहतांकडे गेले - डॉक्टरांबरोबर आणखी काही मीटिंग झाल्या असत्या, तर दिनकररावांच्यात सुधारणा झाली असती असं डॉक्टर मेहता म्हणतात - ते त्यांच्या शास्त्राच्या मार्गावरून चालले होते. त्यांच्या शास्त्रात सर्व अनुभव दोनच प्रकारचे असतात. एक प्रकारचे अनुभव पंचेंद्रियांनी होणाऱ्या बाह्यसृष्टीच्या जाणिवेचे, आकलनाचे असतात. त्या व्यतिरिक्तचे सर्व अनुभव ते भ्रम-भास- डिल्यूजन इत्यादींच्या वर्गात घालतात. या अनुभवांचा उगम बाह्यसृष्टीत होत असेल, त्यांच्यामागे एखादी अनैसर्गिक

घटना असू शकेल या कल्पनेला त्यांच्या शास्त्रात जागाच नाही. भिंगाने बाह्यसृष्टीची प्रतिमा कागदावर साकारते- त्या कागदाला काळा रंग देऊन ती प्रतिमा झाकून टाकल्याने काय होणार आहे? त्या प्रतिमेचा उगम शरीरबाह्य आहे ही गोष्ट ते मान्य करायलाच तयार नाहीत. तेव्हा डॉक्टर मेहता दिनकररावांना काहीच मदत करू शकले नाहीत.

"आणि एका रात्री दिनकररावांना आपल्या भवितव्यास सामोरं जावं लागलं. भीती, प्रलोभन, भुलावण, संमोहन - त्याला कितीतरी पर्याय उपलब्ध होते! दिनकररावांच्या आयुष्याची परिणती यात व्हायचीच होती; कारण त्यांच्या शक्तीचा ऱ्हास व्हायला लागला होता आणि त्यांच्या शत्रूची शक्ती वाढत होती - आता त्याच्या तपशिलात जाऊन काय फायदा होणार आहे? दिनकरराव गेले.

"श्यामलाबाई माझ्याकडे आल्या. अर्थात त्यावेळी मला होनप घराण्याचा हा दुदैवी आणि शोकपूर्ण इतिहास माहीत नव्हता- माहीत असता तर? जर-तरच्या चर्चेला काहीही अर्थ नसतो. प्रत्यक्ष श्यामलाबाईंना स्वतःलाही याची काहीही कल्पना नव्हती; पण श्यामलाबाई माझ्यासमोर आल्या. आजवर मी या गोष्टी कोणालाही सांगितल्या नाहीत; पण तुला सांगणार आहे - कारण या श्यामलाबाईंशी तुझा संबंध आहे आणि दुसरं, तुझ्या कृतीने त्या जाणून घेण्याचा हक्क तू मिळवला आहेस. तर या श्यामलाबाई माझ्यासमोर आल्या आणि त्यांच्या मागे मला तीन आकार दिसायला लागले. माणसांचेच; पण काटक्यांचे आकार. अगदी लहान मुलं माणसाचं चित्र कसं काढतात? डोक्याच्या जागी एक गोळा, त्याखालच्या सरळ रेषेला दोन बाजूला दोन दोन रेषांचे हात पाय-तसले आकार. दिनकररावांचं नाहीसं होणं ही साधी विस्मरणाची केस असू शकत होती; पण मला तसं वाटत नव्हतं. साधारणपणे माणसाच्या समस्या साध्या असतात, त्यांच्यावरचे इलाजही साधे असतात. शेवटी मी वावरतो ती दुनिया संकेतांची आहे. असो. तो भाग वेगळा आहे. श्यामलाबाईंना मी देवपूजा-अर्चना- नैवेद्य असे साधे उपचार सांगितले. त्यांनी पुन्हा दिनकररावांबद्दल विचारलं तेव्हा मी त्यांना प्रतिप्रश्न केला- तुमच्या प्रश्नाला उत्तर आहे; पण ते पेलण्याची मनाची तयारी आहे का? भविष्यातल्या शोकांतिकेसाठी त्यांचं मन तयार व्हावं हीच इच्छा होती; कारण मनोमन माझी खात्री झाली होती - हे दिनकरराव काही परत येणार नाहीत.

"त्याची शक्ती किती वाढली होती! ज्यांनी त्या डागाळलेल्या संपत्तीचा वर्षानुवर्षे उपभोग घेतला होता त्यांच्यावर तर त्याची हुकमत होतीच; पण ज्यांनी केवळ नाममात्र फायदा घेतला होता त्यांच्यापर्यंतही ते आता पोहोचू शकत होते. त्या घरात राहिलेल्या त्या विद्यार्थिनी- त्यांना त्या खोलीत ते तिघं दिसले होते. डॉक्टर मेहता- ज्यांनी दिनकररावांच्याकडून उपचारांचा मोबदला म्हणून काही हजार रुपये घेतले होते - त्या मेहतांनाही त्या वरच्या खोलीत तिघे दिसले. मनोरमा सदनमध्ये केवळ काही महिने राहिलेल्या - त्या विमलाबाई - त्याही किती सहज त्याच्या प्रभावाखाली आल्या! स्वतः श्यामलाबाईंना घरात काय प्रकार चालतो याची थोडीशी कल्पना आलेली होती. त्यांनी जरी होनप कुटुंबाच्या संपत्तीचा उपभोग घेतला असला तरी त्यांची अनासक्ती त्यांना काही प्रमाणात बळ देत होती. अर्थात शक्य असतं तर त्यांनी मनोरमा सदन सोडलं असतं; पण ते शक्य नव्हतं. रिसॉर्टमध्ये त्यांना आलेला अनुभव! सूक्ष्म का होईना; पण त्याचा एक फास त्यांच्या मनात रुतून बसलेला होता आणि त्या कोठे का जाईनात - त्या फांसावरून सरसरत त्या अभद्र आकृती त्यांच्यापर्यंत पोहोचू शकत होत्या! त्यांना सुटका नव्हती! आणि जेव्हा हा कोंडमारा त्यांना असह्य झाला तेव्हा त्यांनी त्यांचा शेवटचा आणि निर्वाणीचा निर्णय घेतला. भीतीच्या ओझ्याखाली वर्षानुवर्षं पिचत राहण्यापेक्षा त्यांनी हा पर्याय स्वीकारला. एका सत्शील, सरळमार्गी स्त्रीला केवळ अजाणतेपणी झालेल्या चुकीमुळे आपले प्राण गमवावे लागले. याच गोष्टीचा मला फार खेद होतो. त्यांना मदत करण्याची मला जर संधी मिळाली असती तर- असो. श्री दत्तगुरुंची इच्छा."

"असा तुझा या प्रकरणात प्रवेश झाला, श्रीकांत. तुझ्या हाती श्यामलाबाईंचं हस्तलिखित येणं हा एक फार चांगला योगायोग आहे. अर्थात ज्या घटना आपण योगायोग म्हणून स्वीकारतो तशा त्या विनाकारण, अपघाताने घडलेल्या नसतात. कोणत्यातरी प्रसंग शृंखलेचा तो शेवट असतो किंवा ती सुरुवात असते. त्यांच्या त्या हस्तलिखितातच तुला माझा संदर्भ मिळाला आणि तू माझी गाठ घेतलीस. नाहीतर माझा या प्रकरणात प्रवेश झालाच नसता. श्रीकांत, तू एक चांगली गोष्ट केलीस - त्या इन्स्पेक्टरांशी बोलताना या हस्तलिखिताचा उल्लेख केला नाहीस. त्यांना कल्पनाही आली नसेल की या वाड्याचा आणि या होनप घराण्याचा गेल्या जवळजवळ पन्नास वर्षांचा इतिहास तुला माहीत आहे. नाहीतर त्यांच्या मनात नाही नाही त्या शंका, संशय असं काही आलं असतं. ते ठीक झालं.

“तर तू माझ्याकडे आलास- त्याच संध्याकाळी मी तुझ्याबरोबर येथे आलो आणि खालपासून वरपर्यंत, सर्व खोल्या नजरेखालून घातल्या. मी काय अनुमानं बांधतो किंवा काय तर्क करतो याबद्दल मी काही बोलणार नाही. त्या कल्पना मला कशा सुचतात किंवा मनासमोर साकार होतात यावरही मी अवाक्षरही बोलणार नाही. या वाड्याची सर्व वास्तू, अगदी खालपासून पार वरपर्यंत, एका अति तामसी क्रूर शक्तीने व्यापली आहे ही माझी खात्री झाली, तुला इथं सकाळ-संध्याकाळ देवपूजेसाठी पाठवणं हा एक प्रोब होता, अंधारात सोडलेला तीर होता. इथे जे काही वावरत होतं त्याला डिवचण्याचा तो मार्ग होता. तुझ्याही मनाचा कस लागणार होता. राणा भीमदेवी गर्जना करणं फार सोपं असतं; पण त्या गर्जना प्रत्यक्ष कृतीत आणायला फार मोठं मानसिक धैर्य लागते. श्यामलाबाईंच्या मृत्यूला जबाबदार असणाराला कठोर शिक्षा व्हायला हवी, असं तू म्हणाला होतास... पण त्यासाठी प्रत्यक्ष तू कोठवर जायला तयार होतास याचीही ती एक चाचणी होती. देवाचा नैवेद्य मागच्या खोलीपाशी ठेवण्यामागेही एक उद्देश होता. ते नैवेद्याचे कण म्हणजे इथल्या तामसी अंधकारात चमचमणाऱ्या ठिणग्या होत्या. देवशक्तीने पवित्र झालेले ते कण म्हणजे इथल्या अस्ताव्यस्त पसरलेल्या क्रूर शक्तीला टोचणारे काटे होते, टोचणाऱ्या सुया होत्या - त्याची प्रतिक्रियाच बोलकी होती, नाही का? त्याने नैवेद्याचे कण कण चिरडून टाकले, कागदांचा चोळामोळा केला - पण तो देवस्पर्श सहजासहजी पुसला जात नाही. श्यामलाबाईंच्या मनात त्याचा फास रुतला होता - आपलाही फास त्याच्यात रुतला होता आणि पहिल्या संध्याकाळी तुला ते बीभत्स दर्शन झालं - तुझ्या हालचालींची विकृत विटंबना करणारी ती श्यामलाबाईंची आकृती -

“दुसऱ्या संध्याकाळी तू माझ्याकडे आला होतास- तुझी नैसर्गिकच अपेक्षा असेल की मी तुला ‘आता थांबा’ सांगेन, किंवा ‘मीच तुझ्याबरोबर येतो’ म्हणेन- पण मी ते केलं नाही - तुला एकट्यालाच परत इथे पाठवला; पण अर्थात तुझ्यामागोमाग मीही इथे हजर झालो होतो. तुला पार आतपर्यंत खोलवर जाणीव असायला हवी होती की तू एकटाच आहेस - काय करायचं ते तुला एकट्यालाच करायला हवं - श्रीकांत, त्या विलक्षण ताणाखाली तुझ्या अंतर्मनावरची आवरणं गळून पडली - सर्व निर्मितीच्या तळाशी, सर्वांना समान असलेला जो शक्तीचा अमर्याद साठा आहे तो तुला क्षणभरासाठी खुला झाला - देवप्रतिमा हा एक संकेत होता - अगदी शेवटच्या क्षणापर्यंतही मनाला कार्यकारणभाव

आवश्यक वाटतो - त्या क्षणापर्यंत तुझी खात्री होती - ही प्रकांड शक्ती त्या देवतत्वातून निर्माण झाली आहे - कारण मानवाला आपल्याला उपलब्ध असलेल्या अकल्पित शक्तिभांडाराची कल्पनाही नसते. ते विद्रूप आकार लडथडत, हेल काढत आपल्या मितीत गडप झाले. तूही त्या क्षणापुरता जवळजवळ बेशुद्धच झाला होतास - तो ताण सहन करणं सोपं नाही - काही क्षणांपुरतं तुझं शरीर एका अमोघ, अनिरुद्ध शक्तीस्रोताचं वाहक बनलं होतं ना!

"तुला घरी पोचवला, इथल्या किल्ल्या मी घेतल्या आणि काल इथे येऊन पुन्हा एकदा तपास केला - आणि त्या वरच्या गुप्तजागेचा शोध लागला. त्या चोरजागेतलं दृश्य - माझ्यासारख्यालासुद्धा ते पाहून धक्का बसला. तीसहून अधिक वर्षं ती मृत शरीरं त्या अंधाऱ्या जागेत पडलेली होती - आणि नुसती मृत शरीरंच नाहीत - अनंतराव, मनोरमाबाई, दिनकरराव यांच्या शरीराचे तर अवशेषच बाकी होते; पण श्यामलाबाई! मी जास्त खोलात जाऊन तपशील सांगत नाही; पण त्यांच्या शरीरावर ज्या खुणा होत्या त्यावरून त्यांचा कसा वापर करण्यात आला होता ते ध्यानात आलं. या नाचणाऱ्या, ठिगळांच्या त्वचेचं बाहुलं बनवण्यासाठी! पण ते तुझ्यासाठी नाही -

"तुला काल रात्री इथे यायला सांगितलं होतं. तू अगदी एकटा आहेस, तुझ्या मदतीला कोणीही नाही ही तुझी पुरी खात्री व्हायला हवी होती - श्रीकांत, त्यासाठीच काल मला ते विश्वासघाताचं नाटक करावं लागलं. मी तुझा मित्र, हितचिंतक तर नाहीच, उलट तुझा शत्रू आहे ही तुझी खात्री पटवण्यासाठी. माझे दोन्ही हेतू साध्य झाले. माझ्या इथे असल्याला तुझ्या दृष्टीने एक कारणही मिळालं आणि तुझं मन ज्या एका रिस्पॉन्सिव्ह, सुसंवादी अवस्थेत जायला हवं होतं तेही साध्य झालं. तुझी पाठ वळताच मी दाराचं कुलूप काढलं होतं, दारातून आत आलो होतो; पण तू इतका आत्मकेंद्रित झाला होतास की, बाह्यजगाची तुझी जाणच हरपली होती -

"हातात मेणबत्ती घेऊन तू वळलास, आतल्या खोलीत गेलास, तिथून वर गेलास- आणि तुझ्या पाठोपाठ मीही येत होतो. समोरच्या दुष्ट शक्तींचा प्रतिकार अशक्य आहे, शेवटी जावनाची अखेर आहे हे माहीत असूनसुद्धा तू आपल्या पावलांनी त्या मृत्यूच्या सापळ्यात चालला होतास - श्रीकांत, त्या क्षणी मला तुझा खरोखर अभिमान वाटला!

“वर ती राक्षसी भुतावळ होतीच; पण त्यांना काय कल्पना की, तुझ्या रूपाने त्यांचा काळच त्यांच्या भेटीला आला आहे! शेवटी तो प्रलयंकारी क्षण आलाच! तुझ्या सर्व ज्ञानेंद्रियांचे लंबक वेडेवाकडे हिंदकळले असतील; कारण त्या जाणिवा मानवी मनाच्या आकलनाच्या पलीकडच्या आहेत - अशा अकल्पनीय शक्तीच्या प्रभावाने प्रत्यक्ष स्थळ-काळाचा पटसुद्धा विस्कळीत होतो - अवकाश आकुंचन पावतो, काळ ताणला जातो - प्रत्यक्षात हजारांश सेकंदसुद्धा गेला नसेल - ती अवस्था शब्दांनी वर्णन करून सांगताच यायची नाही - साधा सुगंध, साधा कर्णमधुर स्वर, साधा सोनेरी सूर्योदय - कोणत्या शब्दांत याचं वर्णन करता येईल? पण ती शक्ती आपल्या मार्गावरून जाते; पण जाताना मागे एक वारसा ठेवून जाते - त्या मनात काहीतरी मूलभूत बदल होतो - आता हे तुला नुसते शब्द वाटतील; पण लवकरच तुला त्याची प्रचीती येईल - मी सांगतो; कारण मला त्याचा अनुभव आहे -”

आता महाराज प्रथमच विश्रांतीसाठी थांबले. कितीतरी वेळ ते बोलत होते आणि श्रीकांत मध्ये एक शब्दही बोलला नव्हता. शेवटी जरासे हसून महाराज म्हणाले, “श्रीकांत, जवळजवळ सर्व घटनांचं स्पष्टीकरण मी दिलेलं आहे - तुला काही शंका असतील तर विचार- आता नाही, तर मागाहून सुचल्या तरी विचार- ठीक आहे?”

“हो.” श्रीकांत म्हणाला.

“आता एक शेवटची; पण महत्त्वाची गोष्ट करायची बाकी आहे.”

“काय?”

तू मनोरमा सदनमधल्या सर्व खोल्यांतून जाऊन यायचं आहेस - सर्व खोल्यांतून आणि माळ्यावरसुद्धा.”

“पण आता काय आवश्यकता आहे? महाराज, तुम्हीच म्हणालात ना, की इथली ती दुष्ट प्रेरणा आता नाश पावली आहे - मग आता -”

“श्रीकांत, असं पाहा - शरीर विकार आणि विचार अशा दोन पातळ्यांवर काम करीत असतं. दोन्हींचे उगम वेगवेगळे आहेत आणि दोन्हीत सुसंवाद असतोच असं नाही. विचारांना पटलेली तर्कशुद्ध गोष्ट शरीर विकारांच्या- भावनांच्या - ज्याला ग्लँड्यूलर रिस्पॉन्स म्हणतात त्या पातळीवर स्वीकारीलच याची खात्री नाही. तुला हे करायलाच हवं. आता. आणि एकट्यानेच.”

महाराजांनी त्याला काही पर्यायच ठेवला नव्हता.

अखेरीस श्रीकांत खालच्या मजल्यावरच्या एकेका खोलीत जाऊन आला. ते देवघर - आता रिकामा देव्हारा असणारं - त्या खोलीत पाय टाकताना अडखळलाच. या रिकाम्या देव्हाऱ्यासमोर बसूनच त्या श्यामलाबाईंच्या रूपातल्या कठपुतळीने देवपूजेचं नाटक मांडलं होतं - दोन मिनिटं आत काढून मग तो बाहेर आला. जिथे त्या अभद्र शक्तीचा अगदी अल्पकाळ वावर झाला होता तिथे जर त्याची ही गत होत होती तर मग वर? जिथे तर त्यांचा वर्षानुवर्षे ठिय्याच होता - तिथे?

पण महाराजांचा शब्द म्हणजे आज्ञा. तो पाळावाच लागणार होता.

पायरी पायरी करीत तो वर पोहोचला. वर दुपारचा लख्ख प्रकाश होता. डावीकडची दुसरी खोली. मणी-नळयांच्या किणकिणत्या पडद्याची खोली. त्याने आत पाऊल टाकलं. मग त्याच्या ध्यानात आलं, आत पाय टाकताना आपण डोळे मिटून घेतले होते. श्वास रोखून धरला होता - तो आता एखाद्या स्फोटासारखा बाहेर आला. डोळे उघडले.

खोली रिकामी होती. मधल्या गोल मेजाभोवती त्या चार जुन्या वेत तुटलेल्या खुर्च्या होत्या. आता रिकाम्या. समोरच्या भिंतीतलं कपाटातलं दार उघडं होतं - दारापाशी जाऊन आता रिकाम्या झालेल्या खोलीवरून त्याने एक घाईची नजर फिरवली आणि मग तो खोलीबाहेर आला.

वरच्या मजल्यावरच्या सर्व खोल्यांतून तो जाऊन आला.

आणि आता माळा. पार वरपर्यंत जायला हवं.

तो वर येऊन जिन्याच्या तोंडाशीच उभा होता. उतरत्या छपराच्या कडेला रचलेली अडगळ वगळता सारा माळा रिकामा होता. खालची जमीन धुळीने भरलेली होती. आता त्याला धुळीत काही फराटे आहेत का वगैरे पाहण्याची अजिबात इच्छा नव्हती. तो जिन्यावरून खाली आला आणि खालचा जिना उतरून तळमजल्यावर आला.

बाहेरच्या खोलीत महाराज त्याची वाट पाहत बसले होते.

"सर्व खोल्यांतून गेला होतास?"

"हो." तो प्रामाणिकपणे बोलू शकला.

"माळ्यावर गेला होतास?"

"हो."

महाराज खुर्चीवरून उठले.

"श्रीकांत, आता आपलं इथलं काम संपलेलं आहे. चल, आपण निघू या. मी तुला तुझ्या ब्लॉकवर सोडतो. चल."

गाडी त्याच्या इमारतीसमोर थांबली.

"महाराज, पुन्हा आपली भेट कधी?" श्रीकांतने विचारलं.

"का? संध्याकाळी आरतीसाठी ये की!" महाराज हसत म्हणाले.

"शिवाय तुझ्यापाशी एक टेलिफोन नंबर देऊन ठेवलेला आहे ना? मग काय- तू केव्हाही माझ्याशी कॉंटॅक्ट करू शकतोस."

तो गाडीतून उतरला, त्यांच्या खिडकीपाशी उभा राहिला.

"निघू?" त्यांनी विचारलं.

त्याने नुसते हात जोडून नमस्कार केला.

गाडी सुरू झाली, आपल्या वाटेने निघून गेली.

बराच वेळ तो त्या हळूहळू अदृश्य होत जाणाऱ्या गाडीकडे पाहत उभा होता, आणि मग एक सुस्कारा सोडून तो वळला, आत आला, वर त्याच्या ब्लॉकमध्ये आला. दुपारचे दोन वाजले होते. खाण्यापिण्याचा विचारही न करता त्याने कॉटवर अंग लोटून दिलं.

९.

त्याने डोळे उघडले तेव्हा आधी त्याचा जरासा गोंधळच झाला. अवेळी झोपल्याने मनातलं वेळेचं गणितच चुकल्यासारखं वाटत होतं. संध्याकाळचे सहा वाजत आले होते. म्हणजे जवळजवळ चार तास त्याने झोपेत काढले होते. कदाचित ते आवश्यकही असेल. गेले तीन दिवस त्याने विलक्षण मानसिक तणावाखाली काढले होते. आता एकाएकी मनावरचा सर्व ताण गेला होता आणि त्यात शरीराची ही प्रतिक्रिया होती. सकाळी फक्त चहा घेऊन तो मनोरमा सदनवर गेला होता. त्यानंतर पोटात अन्नाचा कणही गेला नव्हता. भूक तर सडकून लागलीच होती; पण त्याखेरीज मनात विलक्षण समाधानाची अशी एक जाणीव होती. काहीतरी फार चांगली गोष्ट घडली आहे किंवा आपल्या हातून एक फार मोठं सत्कृत्य घडलं आहे अशी ती मोठी सुखकारक जाणीव होती. त्या जाणिवेमागचं कारण समजत नव्हतं; पण त्या जाणिवेला पुरावाही आवश्यक नव्हता.

स्वतःशीच गुणगुणत तो उठला. स्वतःसाठी त्याने चांगली दीड कप कॉफी बनवली. कॉफीबरोबर टेबलावर कुकी, खारी बिस्किटं, टोस्ट हेपण घेतलं. खरं तर त्याला माहीत होतं आपल्या हातून काही फार चविष्ट कॉफी होत नाही; पण आता मात्र ती अगदी लाजबाब वाटत होती. त्याच्या मनात अशी एक चमत्कारिक कल्पना येऊन गेली- आताच्या क्षणी आपल्यासमोर हुरडा, लाह्या किंवा फुटाणे आले असते तरी ते अगदी लज्जतदार लागले असते.

संध्याकाळी आरतीच्या वेळी महाराजांची भेट होणारच होती. ब्लॉकवर परतायला कदाचित उशीरही होण्याची शक्यता होती- तेव्हा श्रीदत्तगुरूंच्या पूजेचा कार्यक्रम आताच उरकून घ्यायचं त्याने ठरवलं. फ्रीजमध्ये खालच्या काचेवर छोट्या करंडीत हार होता - शेवटचाच. उद्या आणखी चार आणून ठेवायला हवेत. मग इतर सर्व सामान जमा केलं. तबक. त्यात निरांजन, उदबत्तीचं घर, काडेपेटी, लहान ताटलीत नैवेद्यासाठी चार साखरफुटाणे, पाणी.

ठरलेल्या क्रमाने सर्व विधी उरकल्यावर नैवेद्याचे फुटाणे त्याने तोंडात टाकले, सामानाची आवराआवर केली आणि तो बाहेर पडला.

तो तिथे पोहोचला तेव्हा आरती नुकतीच सुरू झाली होती. तबक सगळीकडे फिरवून झाल्यावर मंडळी खाली बसली आणि एकेकाने महाराजांसमोर आपापल्या समस्या मांडायला सुरुवात केली. चारच दिवसांपूर्वी आपण इथे अशीच एक समस्या घेऊन आलो होतो - चारच दिवसांपूर्वी! त्यानंतर केवढं रामायण घडलं होतं! आकाशपाळण्यात बसल्यासारखं झालं होतं. विलक्षण वेगाने तो वर गेला होता आणि खाली झेपावताना श्वास छातीत रुकला होता आणि मग परत तो खाली जमिनीवर आला होता. मनाला तसाच विलक्षण झोका बसला होता. भावनांचा कडेलोट झाला होता - मग ते तुफान घोंघावत पुढे निघून गेलं होतं आणि तो परत एकदा रोजच्या साध्या जगात आला होता. प्रत्येक (किंवा जवळजवळ प्रत्येक) घटनेचं महाराजांनी स्पष्टीकरण दिलं होतं; पण ते वैचारिक पातळीवर होतं. मनाला चटका देऊन गेलेल्या भावना विकाराच्या पातळीवर होत्या. त्या दाहक अनुभवाला शब्दांच्या स्पष्टीकरणाची आवश्यकता नव्हती. हाच विचार आणि विकार यांच्यामधला भेद, महाराजांनी त्याला सांगितलं होतं.

तासाभरानंतर तो उठला, मागच्या दरवाजाने बाहेर गॅलरीत आला.

महाराज त्यांच्या दैनंदिन कार्यक्रमात गुंतलेले होते. त्यांनी त्याला पाहिलं असेल किंवा नसेलही. आताच्या क्षणी विनाकारण त्यांची गाठ घेऊन त्यांचा वेळ घेण्याची आवश्यकता नव्हती.

बाहेर जेवण करून तो ब्लॉकवर परत आला होता. अवेळी झोप झाल्याने रात्री लवकर झोप लागेल का नाही याची शंकाच होती. समोर टीव्ही होता; पण आताच्या क्षणी एखादा स्पोर्ट चॅनेल पाहण्यात किंवा एखादी रटाळ मालिका अगर एखादा सिनेमा पाहण्यात मन रमणार नाही, त्याची खात्री होती. मालिकांमधून किंवा सिनेमामधून अनेक थरारक- क्वचित अशक्यप्राय वाटणाऱ्या - घटना दाखवल्या जात असत; पण त्याला स्वतःला गेल्या दोन तीन दिवसांत आलेल्या अनुभवांच्या पासंगाला तरी त्या पुरतील का?

त्याच्या छोट्याशा बाल्कनीत त्याने एक आरामखुर्ची ओढत आणली, आतले दिवे बंद केले आणि तो खुर्चीत आरामात बसून राहिला. इमारत साइडवनवेवर होती. सगळा भाग रेसिडेन्शियलच होता. जी काय वाहतूक होती ती स्थानिक रहिवाशांचीच होती - तेव्हा एकूण परिसर शांतच असायचा. विचार शांतपणे करता येत होता आणि त्याला तर अनेक गोष्टींवर विचार करावा लागणार होता. महाराज म्हणाले होते, ती वास्तू आता 'स्वच्छ' झाली आहे, तिथे आता त्या दुष्ट शक्तीचा अंशही शिल्लक नाही - आणि त्यांच्या शब्दांवर विश्वास ठेवायलाच हवा होता.

पण आता तो काय करणार होता?

डोळयांसमोर लाखांची दौलत दिसत होती; पण त्याच्या मनात मोहाचा स्पर्शसुद्धा होत नव्हता. एक प्रकारच्या थंड अलिप्ततेने तो त्यावर विचार करू शकत होता. अगदी नाइलाज झाला तेव्हा श्यामलाबाईंनी या जगाचा निरोप घेतला होता आणि जाता जाता त्याला लखपती करून टाकलं होतं.

त्या संपत्तीवर त्याचा खरोखरीचा हक्क होता का?

त्या संपत्तीचा उपभोग घ्यायची त्याची खरोखरीची इच्छा होती का?

त्या लाखो रुपयांनी त्याला सुख-समाधान-शांती मिळणार होती का?

आणि अंतर्मनातून सर्व प्रश्नांना एकच उत्तर येतं होतं,

नाही. नाही. नाही.

अशा आयत्या हाती आलेल्या संपत्तीच्या उपभोगात तो जर मश्गूल झाला तर त्याच्यातल्या गुणांची, कर्तृत्वाची, जिद्दीची कधी कसोटी तरी लागणार होती का? हेच पन्नाससाठ लाख रुपये त्याला एखाद्या लॉटरीत लागले असते तर त्याने ते नक्कीच घेतले असते. लाखो लोकांनी पाचपाच, दहादहा रुपयांची तिकिटं घेतली होती, त्यातून ही रक्कम उभी राहिली होती - ज्यांचे पैसे गेले

होते त्यांना निराशा जाणवली असेल; पण राग- मनस्ताप असं काही जाणवणार नाही. त्यांचा तो जुगार होता, स्वेच्छेने लावलेला आणि फायदा-तोटा, दोन्हीसाठी त्यांची तयारी होती.

मनासमोर एकाएकी एक अतिशय स्पष्ट असा विचार आला,

आपण ही दौलत स्वीकारायची नाही.

त्याचक्षणी त्याला जाणवलं, आपला हा निर्णय अगदी पक्का आहे. मनात खोलवर कोठेतरी तो विचार असलाच पाहिजे- तो आता पृष्ठभागावर आला होता इतकंच. त्या निर्णयाने मनाला खेद तर नव्हताच, उलट एक विलक्षण समाधान वाटत होतं. जणू काही त्याच्या मार्गात एक अपारदर्शक भिंतच उभी होती किंवा अडथळा होता - तो आता दूर झाला होता, त्याचा मार्ग मोकळा झाला होता.

एकदा हे ठरल्यानंतर मग पुढची व्यवस्था कशी करायची याने विचार सुरू झाले. त्या घरात शेकड्यांनी पुस्तकं होती - ती एखाद्या वाचनालयाला देणगी म्हणून देता येतील. त्या घरात गाद्या-उश्या-चादरी-कपडेलत्ते होते. घरातल्या वापराची भांडी होती- हे सर्व एखाद्या वृद्धाश्रमास अथवा बालकाश्रमास देणगी म्हणून देऊन टाकता येईल. घरातलं टेबलं-कॉट-खुर्च्या-गिझर-पंखे-रेफ्रिजरेट-गॅसची शेगडी इत्यादी सर्व सामान तसल्या जुन्या वस्तूंचा व्यापार करणाराला विकून टाकता येईल आणि मग प्लॉटवरील इमारतीसह ती निर्वेध मालमत्ता एखाद्या बिल्डर- डेव्हलपरला विकून टाकता येईल. श्यामलाबाईंचे सोन्या-मोत्याचे दागिने विकून टाकता येतील. बँका, कंपन्या यामधल्या एफ.डी.आर., वेगवेगळ्या फंडातली युनिट्स, जी आता त्याच्या नावावर झाली होती. त्या सर्व गुंतवणुकी रोखीत वसूल करता येतील. घरातले सर्व देव एखाद्या देवळात पोहोचते करता येतील. हे तर दिसतच होतं की या सर्वांतून खूपच मोठी रक्कम उभी राहणार होती. ती सर्व रक्कम तो एक अथवा अनेक सुप्रसिद्ध विश्वासार्ह अशा सेवाभावी संस्थांना देणगीच्या- अर्थात श्यामलाबाई होनप यांच्याच नावे- देऊ शकत होता - किंवा त्याहूनही चांगली कल्पना - तो श्यामलाबाई होनप यांच्या स्मरणार्थ त्यांच्याच नावाचा एखादा धर्मादाय ट्रस्टही निर्माण करू शकत होता आणि या ट्रस्टचे ट्रस्टी म्हणून जबाबदारी घेण्याची विनंती तो महाराजांनाच करणार होता. त्यांच्यापेक्षा आणखी योग्य व्यक्ती शोधूनही सापडणार नव्हती.

मनाशी त्याने एकदा हा निर्णय घेतला आणि त्याला एकदम अगदी हलकं वाटायला लागलं. तो जेव्हा आत आला तेव्हा त्याच्या नकळत त्याच्या तोंडून एक शीळ निघत होती. त्याने घड्याळात पाहिलं - जेमतेम नऊ वाजत होते. घड्याळावरून नजर खाली आली ती श्रीदत्तगुरूंच्या तसबिरीवर गेली. चार-पाच दिवसांपूर्वी त्याच्या दिनक्रमात देवपूजा, अर्चना, आरती, नैवेद्य या गोष्टींना अजिबात स्थान नव्हतं. तीर्थयात्रा, ठरावीक वारी ठरावीक देवांच्या मंदिरात जाणं असल्या विचारांनाही त्याच्या मनात स्थान नव्हतं. मग काय त्याचं आयुष्य अपूर्ण होतं का? पापं जशी प्रत्यक्ष- अप्रत्यक्ष असू शकतात - म्हणजे सिन्स ऑफ कमिशन आणि सिन्स ऑफ ओमिशन - तशी पुण्यंही असू शकतील की! तुम्ही अगदी चोवीस तास देवनामाचा गजर केला नाहीत, देवांच्या चरणी नाक घासलं नाहीत, तरीही तुम्ही सन्मार्गाने वागला असाल, कोणाचा द्वेष- संताप- हेवा- मत्सर केला नसेल, कोणालाही कधीही फसवलं नसेल, कोणाच्याही असहायतेचा गैरफायदा घेतला नसेल, तर त्याचीही गणना पुण्यकर्मातच व्हायला हवी, नाही का?

पण मनातले पाचसहा दिवसापूर्वीचे हे सर्व विचार आता इतिहासजमा झाले होते. गेल्या चारपाच दिवसांत तो चित्राच्या चौकटीबाहेर पडला होता. तात्त्विक काथ्याकूट अनुभवाच्या कठीण कातळावर आपटला होता आणि त्याचा चक्काचूर झाला होता. नाशात कोसळत गेलेली काळी गर्ता त्याने पाहिली होती आणि अखेरच्या क्षणी वाचवणारा देवत्वाचा सुवर्णस्पर्शही अनुभवला होता. आता आयुष्य पूर्वीसारखं कधीही होणार नव्हतं.

दिवे मालवून तो कॉटवर झोपेसाठी आडवा झाला.

झोपेत स्वप्न होतं आणि स्वप्नात मनोरमा सदन आलं होतं.

पण किती वेगळ्या रूपात!

सर्वत्र दिवे लागले होते. खाली जाजमं पसरली होती. जाजमांवर फुलांचा सडा पडला होता. घरभर उदबत्ती- अत्तराचा सुगंध होता. बारीक आवाजात रेडिओवर संगीत चाललं होतं. कोणता तरी आनंदाचा, मंगल सोहळा उरकून एवढ्यातच माणसं गेली अशी जाणीव होत होती किंवा कदाचित शेजारच्या खोलीतही असतील.

पण मनाची खात्री पटत होती की, या घरावर कोणतीही अभद्र छाया पडणार नाही.

सकाळी जाग आली तेव्हा मन शांत झालं होतं. सर्व निर्णय झाले होते.

प्रॉपर्टीच्या विक्रीची जाहिरात वर्तमानपत्रात दिली होती.

मग ट्रस्ट स्थापन करण्यासाठी कोणकोणत्या प्राथमिक गोष्टींची पूर्तता आवश्यक होती याची माहिती घेण्यासाठी त्याने एका ॲडव्होकेटची गाठ घेतली होती. ट्रस्टचं डीड तयार करून चॅरिटी कमिशनरच्या ऑफिसात त्याचं रजिस्ट्रेशन करावं लागणार होतं. एक नामवंत ग्रंथालय, एक विश्रामगृह, एक जुन्या सामानाचा व्यापारी यांच्या भेटी झाल्या. त्यांच्या भेटीच्या वेळा ठरवून घेतल्या.

संध्याकाळी देवपूजा करून तो महाराजांच्या भेटीसाठी गेला.

आठ वाजेपर्यंत दिवाणखाना जवळजवळ रिकामा झाला आणि मगच श्रीकांत पुढे गेला. महाराजांनी त्याला आधीच पाहिलं होतं, हाताने खूण केली होती.

"महाराज, जरा बोलायचं होतं." श्रीकांत म्हणाला.

"अरे मग बस की!" खुर्चीकडे बोट करीत महाराज म्हणाले.

"महाराज, मनोरमा सदनमध्ये घडलेल्या प्रसंगावर मी कालची रात्र आणि आजची सकाळ विचार केला. मी काय ठरवलं आहे हे मी आपल्याला आता थोडक्यात सांगतो."

त्याने आपल्या मनातले सर्व बेत त्यांना सांगितले.

"त्या ट्रस्टमार्फत समाजामध्ये काहीतरी कल्याणकारी, विधायक कार्य व्हावं अशी माझी इच्छा आहे. समाजकार्याचा मला अनुभव नाही. महाराज, मी आपल्याला अशी विनंती करणार आहे की, आपणच ट्रस्टी म्हणून त्या ट्रस्टची जबाबदारी घ्यावी."

"काय?" महाराज आपलं आश्चर्य लपवू शकले नाहीत. श्रीकांत जसजसा बोलत होता तसतसे त्यांच्या चेहऱ्यावरचे भाव बदलत गेले होते. आधीची स्थितप्रज्ञता जाऊन तिची जागा कुतूहलाने, मग नवलाने आणि मग कौतुकाने घेतली होती.

"होय, महाराज." श्रीकांत म्हणाला. "माझ्यासमोर तरी दुसरं कोणतंच नाव येत नाही."

"पण एक सांग - हा निर्णय तू इतका अचानक कसा घेतलास?"

"अचानक नाही, महाराज."

"प्रॉपर्टीची एकूण किंमत किती असेल, काही कल्पना आहे?"

"साठ-पासष्ट लाखांपेक्षा कमी नक्कीच नसणार."

"श्रीकांत, तू स्वतःशी क्षणभर तरी असा विचार केलास का - की तुझं हे वागणं जरा अनैसर्गिक आहे? पायाशी चालत आलेल्या लक्षावधी रुपयांच्या दौलतीवर तू आपल्या हाताने पाणी सोडत आहेस?"

"महाराज, त्या पैशांवर माझा हक्क कधीच नव्हता आणि आता तर त्या संपत्तीचा विचारही नकोसा होतो."

"श्रीकांत, जरा अंतर्मुख होऊन तू स्वतःसंबंधात काही विचार तरी केलास का? आपल्या वागण्यात, विचारात, जगाकडे पाहण्याच्या दृष्टीत काही बदल झाल्याची जाणीव तुला होत नाही का?"

"मला एकच जाणवतं, महाराज. एक प्रकारचं विलक्षण समाधान सतत वाटत असतं. कोणत्याही काळज्या नाहीत, विवंचना नाहीत, मनावर कोणतंही दडपण नाही अशी जाणीव सतत असते."

"श्रीकांत, मागे तुला सांगितलं नव्हतं - ते असाधारण अनुभव आपण वारसा मागे ठेवून जाणार आहेत? तुला तो अनुभव दोनदा आला आहे. काही क्षणांपुरता तू मानवी मनाचा साचा तोडून बाहेर आला होतास, एका अमानवी, दैवी, अतिप्रभावी शक्तीचा तुला काही क्षण स्पर्श झाला होता - त्या विलक्षण संयोगाचा परिणाम झाल्याखेरीज कसा राहील? अरे, साधा कोळसा; पण अतिउच्च तपमान आणि प्रचंड दाब यांच्या प्रभावाखाली त्याचा हिरा होतो! साधं लोखंड; पण अग्निस्पर्शाने त्याचं पोलाद होतं- ही तर निर्जीव, जड द्रव्याची उदाहरणं! मानवी मन तर अत्यंत तरल, संवेदनक्षम - त्याच्यावर परिणाम झाल्याखेरीज कसा राहील? खरोखर, तू मोठा भाग्यवान आहेस, श्रीकांत लाखोलाखात एखाद्याच्याच नशिबी असा सुवर्णसंयोग येत असतो. ही अवस्था प्राप्त करून घेण्यासाठी योगी- साधक- तपस्वी यांना वर्षावर्षांचे परिश्रम करावे लागतात."

"महाराज, मला तर आपल्या एकाही शब्दाचा बोध झालेला नाही."

"त्याची प्रचीती तुला आपोआपच यायला लागेल."

"पण महाराज, माझ्या विनंतीचे काय?"

"अरे श्रीकांत, खरोखरच तो व्याप मला पेलणार नाही. गेली कित्येक वर्षं माझा एक जीवनक्रम चालत आलेला आहे - आता त्यात बदल कसा शक्य आहे? पण तू स्वतः ती जबाबदारी का घेत नाहीस? खरं तर तो तुझा अधिकारच आहे - आणि मला वाटतं, तू त्यात कोठेही कमी पडणार नाहीस."

"महाराज, त्या दौलतीशी मला संबंध ठेवायचा नाही. एकदा आणि अखेरचा तो पार तोडून टाकायचा आहे. मी किती आशेने तुमच्याकडे आलो होतो!" श्रीकांत म्हणाला. "मग आपण मला एखादं नाव तरी सुचवा. समाजातील विविध स्तरांत आपला वावर असतो - माणसांची आपल्याला पारखही आहे - आपण जे नाव सुचवाल ते अगदी योग्यच असेल!"

खुर्चीवरून उठत महाराज म्हणाले, "ठीक आहे. तू म्हणतोस त्याप्रमाणे तुला नाव नक्कीच सुचवीन. आता माझ्याबरोबर चल."

कोठे आणि का हे प्रश्न विचारायचं श्रीकांतच्या मनातही आलं नाही.

शहराचा मध्यभाग सोडून गाडी उपनगराच्या दिशेने चालली होती. वाटेत एका मोठ्या फाटकातून गाडी आत शिरली आणि वळण घेऊन एका आलिशान दोनमजली इमारतीच्या पोर्चमध्ये थांबली. गाडीतून उतरता उतरता महाराज म्हणाले, "श्रीकांत, आपण माझ्या घरी आलेलो आहोत. ये."

श्रीकांत गाडीतून उतरला, त्यांच्यामागोमाग दाराकडे निघाला.

उजव्या बाजूस प्लॅस्टरमध्ये एक चकचकीत पितळी पाटी होती.

त्या पाटीवरचं नाव वाचताच श्रीकांतची पावलं अडखळली.

"महाराज! हे-?" पाटीकडे बोट दाखवून तो दबक्या आवाजात म्हणाला.

"हो." ते हसत म्हणाले. "पण हे केवळ तुझ्या माहितीसाठीच आहे. त्याची कोठेही वाच्यता करू नकोस. ये."

आत मोठा हॉल होता. उजवीकडच्या एका लहानशा खोलीत महाराजांनी त्याला नेलं. स्वतः सोफ्यावर बसून समोरच्या खुर्चीकडे त्यांनी एक बोट केलं. श्रीकांत त्या खुर्चीत बसला. त्याच्या मनावर विलक्षण दडपण आलं होतं.

"श्रीकांत, अगदी अगदी निवडक लोकांनाच इथे प्रवेश आहे आणि आता त्या यादीत तूही आला आहेस. केव्हाही तू इथे येऊ शकतोस."

गडी ट्रे घेऊन आला. ट्रेवर कॉफीचे दोन मग होते.

"घे." महाराज म्हणाले.

अजूनही श्रीकांतला महाराजांचा आपल्याला इथे आणण्यामागे काय हेतू आहे याचा अंदाज येत नव्हता. मात्र एक गोष्ट उघड होत होती - त्यांच्या घरात मुक्त प्रवेश ही काहीतरी असामान्य गोष्ट होती. स्वतःशी विचार करता करताच

त्याने कॉफीचा मग तोंडाला लावला. मग अर्धाच भरलेला होता. कॉफी गरम होती, स्ट्रॉंग होती; पण अगदी चविष्ट होती; पण कॉफीचा शेवटचा घोट घशाखाली जातो न जातो तोच त्याला आपलं डोकं जड होत असल्याची, कानशिलापासून वरच्या भागात मुंग्या आल्याची, एक बधिरपणा आल्याची जाणीव झाली - काहीतरी चूक आहे, काहीतरी धोका आहे असा अर्धवट विचार मनात येत असतानाच त्याची शुद्ध हरपली.

त्याला परत भान आलं तेव्हा काही क्षण त्याला आपण कोठे आहोत हेच आठवेना - मग आठवलं - महाराजांच्या घरी आलो होतो - ती कॉफी घेतली होती - ती कॉफी!

पण आता तो कोठे होता? त्याची नजर चारी बाजूंना फिरली. खोलीच्या चारी भिंतींवरून लाल रंगाचे पडदे छतापासून पायापर्यंत खाली आले होते. दारं, खिडक्या, काही असलं तर ते त्या पडद्यामागे झाकलं गेलं होतं. खोलीतली हवा थंड आणि ताजी होती. खाली लाल रंगाचाच गालिचा होता. खोलीत एवढासाही आवाज होत नव्हता- आणि बाहेरचाही काही आवाज येत नव्हता. खरं तर त्याची इच्छा होती की खुर्चीवरून उठावं, एकेका भिंतीवरचा पडदा सरकवून मागे काय आहे ते पाहावं; पण ही इच्छा मनातल्या मनातच राहत होती. शरीराचा एकही अवयब त्याला हलवता येत नव्हता. बधिरपणा नव्हता, जडपणा नव्हता; पण कोणतीही हालचाल करता येत नव्हती. हा असहायपणा चांगला नव्हता - कारण इथे धोका होता - कोणाचे तरी शब्द त्याच्या जाणिवेत साकारत होते-

पडद्यामागून काहीतरी येणार आहे - तू सावध असायला हवंस -

पडद्यामागून येणार आहे ते क्रूर आहे, हिंस्र आहे, अमानवी आहे -

नाश आणि स्वाहाकार हा त्याचा एकमेव गुणविशेष आहे -

तू संपूर्ण एकटा आहेस, तुझ्या मदतीला कोणीही नाही -

मधले काही क्षण मन संपूर्ण कोरं होतं आणि मला पुन्हा एकदा -

पडद्यामागून काहीतरी येणार आहे - तू सावध असायला हवंस -

ग्रामोफोनच्या रेकॉर्डवर सुई घसरायला लागली की, जसे तेच तेच शब्द पुन्हा पुन्हा ऐकायला येतात तसाच हा पुनरावृत्तीचा प्रकार होता; पण म्हणून काही ते

शब्द निरर्थक होत नव्हते. ही अनोळखी जागा आणि ही चमत्कारिक सजावट- हे काही तरी वेगळंच होतं - त्याच्या हालचाली तर पार गोठलेल्या- स्वतःच्या संरक्षणासाठी त्याला जर काही हालचालच करता आली नाही तर अगदी लहानातला लहान आक्रमक किंवा हल्लेखोर त्याचा जीव घेऊ शकला असता - ती धमकी खरी असली तर -

असे हातपाय बांधून एखाद्याला बळीचा बकरा बनवणं -

पूर्वीही असंच झालं नव्हतं का?

पण तेव्हा -

त्याचे विचार तिथेच गोठले.

समोरच्या भिंतीवरून लटकत असलेल्या लाल पडद्याला मधेच एक फुगवटा आला होता- त्या पडद्यामागे एखादा कोणी उभा होता का?

पण असा आठनऊ फूट उंच आणि चांगला वावभर जाडीचा -

हा कोणी माणूस असणं शक्यच नाही -

तर मग - तर मग -?

पडदा सर्रर्रर्र आवाज करीत दूर झाला.

समोर पाहता पाहता त्याची नजर आश्चर्याने विस्फारली आणि त्यामागोमाग भीती आली - श्वास एकदम छातीत रुकला -

पडद्यामागून एक अजस्र आकार खोलीत येत होता - ताडामाडासारखा उंच, करड्या रंगाच्या खरखरीत त्वचेचा, अणकुचीदार नख्यांचे मोठे मोठे पंज्यांचे हात खालीवर करणारा आणि दोनदोन इंच व्यासांचे धगधगती लाल आंच ओकणारे डोळे गरागरा फिरवणारा -

हा तर साक्षात मृत्यूच की!

हातात शस्त्रास्त्रं असती तरीही याच्याविरुद्ध बचाव शक्य नव्हता -

आणि आता तर तो जागच्या जागी जेरबंद झाला होता -

त्याच्या जीवावर कोणी उठावं आणि का उठावं?

तो हिडीस पशूचा आकार पावलापावलाने जवळ येत होता -

आणखी पाच पावलांत तो त्याच्यापाशी पोहोचेल. पोलादासारख्या त्या दोन हातांनी त्याच्या शरीराचा चुरमडा करून टाकील - नाहीतर त्या मोठ्यामोठ्या नख्यांनी त्याच्या शरीराची चिरफाड करून टाकील - आणि त्याच्या जिवाची लहानशी ठिणगी क्षणभरात विझून जाईल-

पण का? त्याच्यावर हा अन्यायी अत्याचार का?

मनात खोलवर कोठेतरी संतापाची ठिणगी तडतडली आणि पाहता पाहता त्या संतापाने त्याचं सर्व मनोविश्व व्यापून टाकलं -

शरीराने शक्य नसलं तर मग मनाने तो प्रतिकार करणार होता -

सर्व शक्ती एकवटून प्रतिकार करणार होता -

तो आकार दोन फुटांवर पोहोचला होता -

एखाद्याने भाला खांद्यावरून मागे घेऊन मग सर्व ताकद एकवटून समोर भिरकवावा, तशा मनातल्या घृणा, संताप, तिरस्कार या सर्व भावना एकवटून त्याने त्या समोरच्या आकारावर फेकल्या -

शोभेच्या दारूतले काही काही प्रकार असे असतात की, आधी एक मोठा स्फोट होतो आणि मग सर्व दिशांना लाल सोनेरी शलाका फेकल्या जातात -

त्याच्या संतापाचा तो स्फोट झाला आणि आतापर्यंत अज्ञात अवस्थेत असलेल्या मनात हा लख्ख सोनेरी प्रकाश पसरला -

त्या एका क्षणात त्याला कितीतरी गोष्टींचा उलगडा झाला.

हे कोणी, कसं आणि का केलं ते त्याला समजलं होतं.

समोरचा तो भयानक आकार एव्हानाच विरळ व्हायला लागला होता. काही सेकंदातच तो हवेत पार विरून गेला. खरं तर तो आकार तसा खरा नव्हताच - तरीही त्याचं खरं स्वरूप कळलं नसतं तर त्याला ठार करण्याची शक्ती त्या आकारात नक्कीच होती - त्या दृष्टीने एका वेगळ्या पातळीवर तो खरा होता - या शेवटच्या क्षणी त्याला हे अभिज्ञान झालं नसतं तर? काहीतरी भयानक घडलं असतं यात शंका नाही; पण आता तर्ककुतर्क नकोत. ते संकट टळलं होतं.

इतका वेळ एका पवित्र्यात गोठलेल्या शरीरात आता चेतना आली होती- आणि शरीराचे सर्व अवयव तक्रार करीत होते. खुर्चीवरून उठायलाच त्याला किती प्रयास पडले! आणि सारखा तोल जात होता. खुर्चीच्याच आधाराने तो उभा राहिला आणि हातापायांची लहानलहान हालचाल करून त्याने त्यांच्यातला बधिरपणा घालवला. आता त्याला चालणं शक्य झालं.

लहान लहान पावलं टाकीत तो उजवीकडच्या, सर्वांत जवळच्या पडद्यापाशी आला आणि त्याने पडदा सरकवला. जरा डावीकडे दार होतं. एक धक्का

देताच दार उघडलं; पण दारापलीकडे खोली नव्हती. अंधारलेली बाग होती. अंतराअंतरावरचे खांबावरचे दिवे आणि त्यांच्या प्रकाशात दिसणारी काळी झाडं - त्याने ते दार बंद करून घेतलं आणि तो डाव्या बाजूला वळला.

त्या पडद्यामागे तसंच दार होतं. ते दार एका प्रकाशित खोलीत उघडत होतं आणि दार उघडताच समोरच्या कोचावर बसलेले महाराज एकदम उठून उभे राहिले. घाईने पावलं टाकीत त्याच्यापाशी येऊन पोहोचले. त्यांनी आपले दोन्ही हात त्याच्या खांद्यावर टेकवले आणि चेहरा जवळ आणून त्याच्या डोक्यात निरखून पाहिलं. एक मोठा सुस्कारा सोडून ते म्हणाले,

"श्रीकांत! थँक गॉड!"

त्यांच्याकडे पाहत जरासा हसत श्रीकांत म्हणाला,

"आता मी यावर काय बोलणार!"

महाराजांच्या चेहऱ्यावर नवल आलं.

"म्हणजे तुला सर्व उलगडा झाला तर?"

"हो; पण मी खोलीतून बाहेर आल्याने आपल्याला काही सुटल्यासारखी भावना का जाणवावी? आपल्या मनात काही शंका होती?"

"होती, श्रीकांत."

"पण त्या खोलीतला तो अभद्र आकार माझ्याच मनातून निर्माण झाला होता ना? मग आपल्या मनात अशी शंका का यावी?"

"श्रीकांत, अरे, कारागीर शस्त्र घडवतो; पण ते शस्त्र त्यालाही घायाळ करू शकतं, हो की नाही? ती तुझ्या मनाची निर्मिती होती ही गोष्ट खरी आहे; पण तुझं मन काय साधं आहे का? अरे, त्याचीच तर मला धास्ती वाटत होती- श्रीकांत, त्या पातळीवरचे व्यवहार आणि आपले रोजचे व्यवहार यांच्यात फार फरक आहे. रोजच्या व्यवहारांचं एक्स्टॉपोलेशन करून त्यांचा अंदाज बांधता येत नाही- खरं तर आताही मी खूपच मोठा धोका पत्करला होता- जे पूर्वी दोन वेळा केलं होतं; पण मनात खात्री वाटत होती, याही कसोटीस तू उतरशील-"

"महाराज, जरा विस्ताराने सांगितलंत तर-?"

"सांगतो. मागच्या दोन खेपेस तुझी खात्रीच झाली होती की तू अगदी एकटा आहेस- केवळ तुझ्याच हाती तुझं संरक्षण आहे; पण आजची गोष्ट वेगळी होती. तू माझ्या घरी होतास- ते तू कसं विसरणार? त्यासाठी मी तुला हिप्नॉसिसखाली घातलं- आधी कॉफीत एक खास रसायन आणि मग खास

तंत्राचा वापर; पण तुझी अशी खात्री झाली की तू एकटा आहेस- आणि त्या पडद्यामागून बाहेर आलेला आकार ही तुझ्याच मनाची निर्मिती होती- तू हिप्नॉसिसमध्ये असताना मीच तुला तशी सूचना दिली होती; पण ही गोष्ट तुला माहीत नव्हती; पण यामध्ये एक फार मोठा धोका होता- समजा, तू तो आकार थोपवू शकला नसतास तर? समजा, त्या आकाराने या बाह्यजगात प्रवेश केला असता तर? मला धास्ती वाटत होती ती यासाठी, की तुझं अंतर्मन, सबकॉन्शस हे इतर मानवांपेक्षा फार वेगळं आहे- कारण गेल्या काही दिवसांत त्या अंतर्मनावर काही काही अतिप्रभावी शक्तींचे संस्कार झालेले आहेत- त्या निर्मितीचं नियमन तू आणि तूच फक्त करू शकला असतास- म्हणून तुला बाहेर येताना पाहिलं आणि माझ्या मनावरचं फार मोठं दडपण दूर झालं-"

"मला तिथे खरोखरीचा धोका होता?"

"मोठ्या कोड्यात टाकणारा प्रश्न आहे, श्रीकांत. आणि इथे एक विसंगतीही आहे. तू आणि तुझी निर्मिती एकमेकांविरुद्ध उभे ठाकला होतात. त्या संघर्षात तू टिकून राहिलास, यशस्वी झालास- आणि दुसरा पर्याय आपोआपच टळला- खरं तर काय झालं असतं याचा मला तरी काहीही अंदाज बांधता येत नाही- पण ती वेळच आली नाही- तुझ्यापुढे! आपलं सर्वांचं नशीब!"

श्रीकांतच्या अगदी ओठांवर शब्द आले होते- त्यांना सांगावं, की महाराज, तशी वेळ कधीही आली नसती- माझा स्वतःवर पूर्ण विश्वास होता; पण तो काहीही बोलला नाही- त्यांचे अंदाज कदाचित चूक असतील; पण त्यांचा हेतू खासच प्रामाणिक होता आणि त्यांचं ज्ञान आणि अनुभव- दोन्हीही त्याच्या तुलनेत कितीतरी पटींनी श्रेष्ठ होतं.

"पण महाराज, एक माझ्या ध्यानात येत नाही- त्या मनोरमा सदनवर आपण केला होतात तसाच प्रयोग पुन्हा करण्याची काय आवश्यकता होती?"

"सांगतो, श्रीकांत, तुझ्यात काहीतरी वेगळी शक्ती आहे; पण खोलच्या खडकांखालच्या थरात पाणी असावं अशी ती अव्यक्त मनात खोल कोठेतरी आहे- ती प्रकट होऊ शकते; पण अगदी आणीबाणीची वेळ आली तरच- म्हणजे जसा खडक सुरुंग लावून फोडला की मगच त्या पाण्याचा झरा पृष्ठभागावर येतो तसाच प्रकार; पण असे निर्वाणीचे प्रसंग आयुष्यात वारंवार थोडेच येतात? मग ती शक्ती काय तशीच सुप्त स्वरूपात राहणार आहे? तशीच राहू द्यायची? नाही. माझे सर्व प्रयोग यासाठी आहेत की ती शक्ती तुला सहज उपलब्ध

व्हायला हवी. अरे, तो तर आपला मानवांचा फार फार प्राचीन असा खरा वारसा आहे. असू दे, या तात्त्विक चर्चेला याक्षणी महत्त्व नाही." भिंतीवरच्या घड्याळाकडे बोट करीत ते म्हणाले, "किती वाजले पाहिलेस का? साडेअकरा!"

"हो की! मला निघायला हवं, महाराज."

"हो, निघणार आहेसच; पण त्या आधी काहीतरी खाऊन घेणार आहोत." तो काही बोलायच्या आधीच त्यांनी एक हात वर करून त्याला गप्प केलं. "अरे, इतक्या रात्री मी काय तुला उपाशीपोटी जाऊ देणार आहे की काय? आपण व्यवस्थित भोजन करू या- त्याची व्यवस्था मी आधीच केली आहे- आणि मग मी तुला तुझ्या ब्लॉकवर पोहोचवायची व्यवस्था करतो. चल."

शेजारच्या एका खोलीत त्या दोघांच्या भोजनाची सर्व व्यवस्था केलेली होती. तो अर्धा तास श्रीकांत विलक्षण ताणाखाली होता. कोणत्याही विषयावर औपचारिक बोलणं सर्वथा अशक्य होतं. शेवटी त्याने गप्प राहाणंच पसंत केलं.

तो बाहेर आला, त्याच्या मागोमाग महाराज बाहेर आले.

"श्रीकांत, तुला शेवटची एकच गोष्ट सांगायची आहे. संध्याकाळच्या आरतीला तू येत जा- जमलं तर रोज. लोक आपल्या समस्या सांगत असतात. तूही त्या लक्ष देऊन ऐक आणि मी त्यांना काय सूचना देतो त्याही नीट लक्ष देऊन ऐक. एवढंच."

बाहेरून गाडीच्या हॉर्नचा आवाज आला.

"चल. गाडी आली." महाराज म्हणाले आणि त्याच्याबरोबर बाहेरच्या मोठ्या दारापर्यंत आले.. त्यांना एक नमस्कार करून श्रीकांतने त्यांचा निरोप घेतला.

१०.

इमारतीच्या गेटपाशी त्याला सोडून गाडी निघून गेली.

रात्रीचा एक वाजून गेला होता. अशावेळी सर्वसामान्य माणूस क्वचितच रात्रीच्या शांततेचा अनुभव घेतो; पण त्या अपवादात्मक अनुभवाचा आस्वाद घेण्यासाठी मनाची एक जराशी मुक्त, केवळ अवस्था आवश्यक असते. मन जेव्हा रोजच्या दुनियादारीचा विचार जरा बाजूला ठेवतं, मानवबाह्य अवाढव्य विश्वरचनेचा विचार करतं, तेव्हाच त्याला हा विशेष अनुभव येतो. श्रीकांत एवढ्यातच एका महाविलक्षण अनुभवातून गेला होता. मन अजूनही रोजच्या विश्वाच्या अगदी सीमेवर होतं. विलक्षण अनुनादात्मक, प्रतिसंवादी अवस्थेत

होतं. मानवबाह्य काही वेगळ्या, विराट शक्तींचा त्याला स्पर्श झाला होता. मनात तर अशी एक विलक्षण कल्पना येत होती- या विराट शक्ती (कोणत्या तरी वेगळ्या अर्थाने) त्याच्या अगदी जवळ होत्या - त्याच्या मनाने एक साद घातली तर त्या इथे अवतीर्ण होतील - त्याच्यात ही 'हाक मारण्याची' क्षमता यावी यासाठीच तर महाराजांचे सर्व प्रयोग होते- ती गुप्त वाट उघडण्याची कळ त्याला सापडली होती का? आता प्रथमच त्याला जाणवलं- हा अज्ञात आणि धोक्याचा प्रदेश होता- तो याबाबतीत संपूर्ण अज्ञानी होता. एखाद्या आदिमानवाच्या हातात आगपेटी देण्यासारखं हे होतं- केवळ कुतूहलापोटी किंवा खेळ म्हणून तो काडी पेटवील- आणि आसपास वणव्याचा लोट उसळेल-

एक मोठा उसासा सोडून तो आत आला.

झोपेसाठी तयारी करता करता त्याच्या ध्यानात आलं- आपल्या मनात आश्चर्य आहे, कुतूहल आहे; पण भीती नाही. कोणत्याही आणि सर्व प्रसंगांना सामोरं जाण्याचा विलक्षण आत्मविश्वास- तो त्याला जाणवत होता.

मनाला असा जबरदस्त हिसका बसल्यानंतर निद्रेमध्ये स्वप्नं ही येणारच.

स्वप्नांतून भव्य-दिव्य प्रासाद होते, उसळते सागर होते, उंच पर्वतराशी होत्या, निबिड अरण्ये होती, नजर फिरवून टाकणाऱ्या खोलखोल गर्ता होत्या- ज्या दृश्यांचा अर्थ आकलन होत नसेल त्यांना मनाने दिलेली ही संकेतरूपं असतील- ती क्षणभर समोर आली आणि गेली- त्याला जेव्हा जाग आली तेव्हा त्याची एक अगदी पुसट अशी आठवण मागे राहिली होती.

पुढचे पंधरा दिवस त्याला अजिबात फुरसद मिळत नव्हती. जी कामं त्याला एकट्याला करणं शक्य होतं ती त्याने एकामागोमाग एक अशी पूर्ण केली.

श्यामलाबाईंच्या सर्व दागिन्यांची यादी करून, त्यांच्याबरोबर कोर्टाच्या कागदपत्रांच्या नकला जोडून मगच त्याने त्यांची विक्री केली. श्यामलाबाईंच्या नावावर असलेल्या सर्व मुदत ठेवींची एनकॅशमेंट करून घेतली. त्यांच्या नावाची सर्व युनिट विकून टाकली. मनोरमा सदनमधील सर्व सामानाची ठरल्याप्रमाणे विक्री केली. त्याचप्रमाणे मनाशी ठरवलं होतं ते सर्व सामान एका सेवाभावी संस्थेला दिलं. मनोरमा सदनला त्याने शेवटची भेट (सकाळी दहा वाजता) दिली तेव्हा त्या घरात माणसाच्या वसतीची एकही खूण राहिली नव्हती. वरपासून खालपर्यंत तो एक दगड- लाकूड- विटा- काचा- कौले यांचा एक निर्जीव सांगाडा होता.

प्लॉट विक्रीच्या जाहिरातीला प्रतिसाद अपेक्षेप्रमाणे भरपूर आला.

त्याच्या दोनच अटी होत्या.

व्यवहार लवकरात लवकर पुरा व्हायला पाहिजे आणि सर्व, एकूण एक रक्कम 'व्हाइट', नंबर १च्या स्वरूपात हवी. या बाबतीत कोणतीही तडजोड मानायला तो तयार नव्हता. शेवटी ऐंशी लाखांचा सौदा झाला. कर सल्लागारांच्या सल्ल्याप्रमाणे त्याने सरकारी कर भरून टाकला.

त्याची रोजची घरातली सकाळ- संध्याकाळची पूजा-अर्चा चालूच होती.

शिवाय महाराजांच्या संध्याकाळच्या भेटीही त्याने कधी चुकवल्या नाहीत.

दोन दिवसांनी त्यांनी खूण करून त्याला थांबवून घेतलं होतं आणि मग त्याला मुजुमदारांचं नाव सुचवलं होतं. उच्च न्यायालयाचे निवृत्त न्यायाधीश.

"श्रीकांत, मी त्यांच्याशी या बाबतीत बोललो आहे - आणि तेही जबाबदारी घ्यायला तयार आहेत. त्यांना फोन करून भेटीची वेळ ठरव आणि त्यांची भेट घे.

मुजुमदारांनी त्याला सकाळची दहाची वेळ दिली आणि त्यावेळी तो त्यांच्या पत्त्यावर पोहोचला होता आणि ते त्याची वाटच पाहत होते.

"या- या- दामले, नाही का? या!" टेबलामागच्या खुर्चीवरून उठत ते म्हणाले. किंचित स्थूल देहयष्टी, डोळ्यांना सोनेरी फ्रेमचा चश्मा, वर्ण जरासा सावळ्याकडे झुकणारा.

"सर," श्रीकांत म्हणाला, "मला अहो-जाहो करू नका."

"ठीक आहे, श्रीकांत तर. ये. बस."

"महाराजांनी आपल्याला फोन केला होता?"

"महाराजांनी -? ओहो - हो, महाराजांनी फोन केला होता खरा." ते जरासे हसत म्हणाले. "आमची भेटही झाली आहे. तुझ्याबद्दल मनात जरासं कुतूहल निर्माण झालं आहे. रक्कम बरीच मोठी आहे ना?"

"हो-"

"पण तुमच्या या कृतीमागे काही खास कारण असेल की नाही?"

"मला स्वतःला त्या पैशांत स्वारस्य नाही ही खरी गोष्ट आहे. लोकांचा यावर विश्वास बसणं कठीण आहे - पण ते सत्य आहे."

"पण या मागे काही कारण असेल की नाही?"

"ज्या पद्धतीने आणि ज्या मार्गाने ती दौलत माझ्या मालकीची झाली, त्या सर्वांचेच माझे मन त्या पैशांना विटलं आहे - एकदा हा ट्रस्ट स्थापन झाला,

एकदा ही सर्व रक्कम ट्रस्टच्या खात्यावर जमा केली की, मला अतिशय हलकं वाटणार आहे."

"ठीक आहे; पण अशा ट्रस्टची काहीतरी उद्दिष्टं असावी लागतात - त्यावर तू काही विचार केला आहेस?"

"ते एखाद्या सामाजिक घटकाच्या उन्नतीसाठी असावं असा एक अगदी ढोबळ विचार माझ्या मनात आहे; पण मला त्यातलं काहीही समजत नाही - तुम्हीच त्यातले अनुभवी आहात, सर - ते सारं मी तुमच्यावरच सोपवतो-"

मुजुमदारांनी वारंवार सांगूनही श्रीकांतने ट्रस्टच्या प्रत्यक्ष वा अप्रत्यक्ष कार्यात कोणत्याही पदावर राहून सहभागी होण्यास पूर्ण नकार दिला.

"ठीक आहे. मी तुला फोन करून सर्व तपशील देत जाईन." ते म्हणाले.

त्या सर्व सव्यापसव्याला आठ दिवस लागले. शेवटी तो म्हणाला.

"मुजुमदार साहेब, तुमचे उपकार मानायला हवेत. एका मोठ्या जबाबदारीतून तुम्ही मला मोकळं केलं आहे. आता तुम्ही म्हणाल त्या दिवशी ट्रस्टच्या नावे पूर्ण रकमेचा चेक मी तुमच्या हाती आणून देईन- म्हणजे माझा संबंध संपला, हो की नाही?"

"लक्षावधी रुपये बिनसायास हाती आले; पण ते असे दान करून टाकायला उतावळा झालेला तुझ्यासारखा कोणी मला आजवर तरी भेटला नव्हता, श्रीकांत. आता पुढे काय करणार आहेस?"

"का? माझी नोकरी आहे की! जसं पूर्वी होतं तसंच पुढेही चालू राहील- आणि त्यातच मला समाधान आहे." श्रीकांत म्हणाला.

"श्रीकांत, ट्रस्टच्या घटनेत आम्ही एक कलम घालून ठेवलं आहे - यापुढे केव्हाही तुझ्या मनात आलं तर तू ट्रस्टच्या कार्यकारी समितीचा सभासद होऊ शकतोस - ते कलम कधीही बदलणार नाही, ध्यानात ठेव."

त्यांचे आभार मानून श्रीकांतने त्यांचा निरोप घेतला.

११.

त्या सकाळी त्याला जाग आली तेव्हा एक विलक्षण मोकळेपणा, हलकेपणा, एक स्वैरपणा जाणवत होता. होनप प्रकरणाशी असलेला त्याचा संबंध पार कायमचा तुटला होता. सर्व हकीकत समजली तर एखादा म्हणेल, अरे मूर्खा! तू

जवळजवळ एक कोट रुपये गमावलेस! पण त्याने काय कमवलं होतं हे कोणाला समजणार आहे? त्यासाठी महाराजांसारखा एखादा ज्ञानी पुरुषच हवा. 'तुझ्यात बदल होत जाणार आहेत' ते म्हणाले होते. स्वतःचं मन तर काही तो न्याहाळू शकत नव्हता; पण मुख्य म्हणजे त्याला ते जाणून घेण्यातही फारसं स्वारस्य नव्हतं. 'आयुष्य पूर्वी ज्या मार्गावरून जात होतं त्याच मार्गावरून जाणार आहे-' मुजुमदारांना त्याने सांगितलं होतं आणि त्या जुन्या मार्गावरचं पहिलं पाऊल तो आज टाकणार होता. ऑफिसला जाणार होता. सुरुवातीस त्याने रजेचा एक अर्ज दिला होता; पण त्याची मुदत केव्हाच संपून गेली होती. त्यानंतर तो अशा काही विलक्षण अनुभवांतून गेला होता की या साध्या गोष्टींची त्याला आठवणही झाली नव्हती. आता पुनश्च त्या रुटीनची सवय करून घ्यायला हवी.

बरोबर दहा वाजता तो त्याच्या टेबलापाशी पोहोचला होता. शेजारचा देशमुख एकदोन मिनिटात आला. तो श्रीकांतकडे पाहतच राहिला. इतका वेळ की, श्रीकांतने शेवटी हसत त्याला विचारलं, "अरे असा काय टक लावून पाहत उभा आहेस? मला काय शिंगं फुटली आहेत की काय?"

"किती दिवस गायब होतास काही पत्ता आहे का तुला दामले?"

"निघाली होती काही महत्त्वाची कामं-"

"बाबा, तो खत्रूड खत्री रोज तुझ्या नावाने कोकलतोय ना!"

खत्री, त्यांचे बॉस. 'खत्रूड' हा त्यांच्यासाठी अगदी योग्य शब्द होता. मोठा शॉर्टटेंपरचा, एककल्ली माणूस. सदानकदा त्रासलेला चेहरा. ज्याच्या त्याच्या अंगावर वसकन ओरडण्याची सवय. कपाळाला सतत आठ्या. ओठ सदा दुरमडलेले. या खत्रीना हसताना कोणीही पाहिलं नव्हतं. बॉस कसा नसावा याचा एक अगदी परिपूर्ण नमुना.

देशमुख बोलत असतानाच ऑफिसचा शिपाई त्यांच्यापाशी आला.

"दामलेसाहेब, तुम्हाला आत बोलावलं आहे -" तो म्हणाला.

देशमुखने खांदे उडवले आणि तो त्याच्या टेबलाकडे वळला.

श्रीकांत शिपायामागोमाग खत्रींच्या केबीनकडे निघाला.

काचदारावर टक्टक् करून श्रीकांत थांबला.

"येस! कम इन!" खत्रींची परवानगी येताच दार ढकलून ते आत गेला.

प्रशस्त टेबलामागे खत्री बसले होते आणि दाराकडे पाहत होते. श्रीकांत त्यांच्या टेबलासमोर येऊन उभा राहीपर्यंत त्यांची नजर त्याच्या चेहऱ्यावरून हलली नव्हती. हा माणूस असा का वागतो? इतरांना त्रास देऊन स्वतःलाच त्रास का करून घेतो? त्यात त्याला सुख तर नक्कीच मिळत नसणार - मग का?

"सर, मला बोलावलंत?" श्रीकांतने उभ्याउभ्याच विचारलं. त्यानी 'बस' म्हणून सांगितल्याखेरीज तो खुर्चीत बसू शकणार नव्हता.

"अहो, बोंबलतोय रोज; पण तुम्ही हजर असायला हवं ना! शेवटी आज मेहेरबानी केलीत आणि आपलं दर्शन दिलंत!"

"सर, मी आल्याआल्या स्पेशल लीव्हचा अर्ज तुमच्याकडे देणारच होतो- अतिशय महत्त्वाच्या आणि अर्जंट कामात मी गुंतलो होतो -"

"बसा! बसा! सांगा तरी काय एवढं निघालं ते!"

श्रीकांत त्यांच्यासमोरच्या खुर्चीत बसला. त्यांना काय सांगायचं याचा विचार करीत असताना सहज चाळा म्हणून त्याने एक काचेचं पेपरवेट हातात घेतलं होतं आणि ते टेबलावर गरगर फिरवत होता. त्या रंगीत पेपरवेटकडे पाहता पाहता त्याच्या डोळ्यांसमोर अनेक चित्रं येऊन गेली. खत्री आणि त्यांचा बहकलेला, हाताबाहेर गेलेला मुलगा. वारंवार पैशाची मागणी करणाऱ्या सासरच्या माणसांमुळे मेटाकुटीला आलेली मुलगी. सतत क्लब-भिशी-पार्ट्या यांच्यावर वारेमाप खर्च करणारी बायको. छातीत डाव्या बाजूस कळ आल्यामुळे नाही नाही त्या शंकांनी धामाधूम झालेले खत्री. खरे होते की, हा माणूस अगदी सर्व बाजूंनी संकटांनी घेरला गेला होता; पण त्यांना तोंड देण्याचा किंवा त्यांच्याकडून काही मार्ग काढण्याचा उपाय हा नव्हता - त्यांच्या अशा वागणुकीमुळे ते आणि त्यांचे घरचे आप्त, ते आणि त्यांच्या ऑफिसमधले कर्मचारी; ते आणि त्यांचे काही मित्र- यांच्यात दरी निर्माण होत होती, दिवसा दिवसागणिक रुंदावत होती.

"अहो दामले! खेळ पुरे! काहीतरी बोला ना!" खत्री ओरडले.

श्रीकांतच्या मनात या क्षणी या अभागी माणसाबद्दल विलक्षण कीव आली. त्याने वर मान करून खत्रींकडे पाहिलं. बारीक झालेले डोळे, कपाळावरच्या आठ्या, घट्ट आवळून धरलेलं शरीर- मनावरच्या विलक्षण ताणाच्या सर्व खुणा. या क्षणी त्यांना मदत करण्याची श्रीकांतची अगदी मनापासूनची इच्छा होती; पण केवळ इच्छा असून काय उपयोग होता? त्यांना काही सांगण्याची ही जागा नव्हती आणि त्याची ती पात्रताही नव्हती -

पण इथे त्याचे विचार अडले. त्याची पात्रता नव्हती?

नसेल; पण प्रयत्न करून पहायला काय हरकत होती? आपली सर्व इच्छाशक्ती एकवटून त्याने प्रयत्न केला तर? त्याला जाणवलं, आपल्या हातापायात जरासा कंप येत आहे, डोक्यात जराशी बधिरता जाणवत आहे –

पण त्याच्याकडे पाहणारे खत्री एकदम जरा मागे सरून बसले.

"दामले! असे का पाहता आहात माझ्याकडे? व्हॉट्स द मॅटर?"

"सर," श्रीकांत अगदी हलकेच म्हणाला, "मी माझ्या संबंधात नाही; पण तुमच्यासंबंधात बोलतो आहे. टेक इट ईझी. टेक इट ईझी, सर. रागराग करून संतापून, चिडचिड करून काहीही साध्य होत नाही. जे काय व्हायचं असेल ते होणारच; पण तुम्हाला त्रास तरी होणार नाही. प्लीज, टेक इट ईझी, सर. सर्व काही शांत मनाने घ्या– काही ना काही मार्ग निघेलच. सर, आपण एकटे कधीच नसतो. मदत उपलब्ध असते; पण मन असं चारी बाजूंनी जखडून ठेवू नका, प्रवेशाचे मार्ग खुले राहू देत– मदत आपोआप तुमच्यापर्यंत पोहोचेल– खरोखरच, तुम्ही एकटे नाही आहात– कधीही एकटे नसता–"

श्रीकांत बोलायचा थांबला. आपण असं काहीतरी बोलणार आहोत याची त्यालाही कल्पना नव्हती. त्याची तर खात्री झाली, या अनाहूत सल्ल्याने खत्रींचा पारा आणखीच चढणार आहे.

पण समोर काही वेगळंच घडत होतं.

खत्रींचे आवळलेलं शरीर सावकाश सावकाश सैल पडत होतं. त्यांच्या कपाळावरच्या आठ्या हळूहळू सपाट होत होत्या. त्याच्याकडे पाहत जरासे हसत (खत्री! हसत?) ते म्हणाले,

"दामले, मी तुम्हाला तुमच्या गैरहजेरीचा जाब विचारण्यासाठी इथे बोलावलं आहे– आध्यात्मिक बौद्धिक देण्यासाठी नाही!"

"सर," (श्रीकांत स्वतःला थांबवूच शकत नव्हता). "तुम्ही मला रीप्रीमांड द्या, मेमो द्या – माझी काहीच तक्रार नाही – कारण गलती माझी आहे आणि शासन करण्याचा अधिकार तुमच्या हातात आहे – तरीही एकदोन गोष्टी सांगाव्याशा वाटतात – त्या सांगणार आहे –"

खत्रींच्या चेहऱ्यावरचं हास्य आणखी मोकळं झालं होतं.

"वेल लेट मी एंजॉय मायसेल्फ बिफोर आय किक यू आउट!"

पुढे वाकून टेबलावर दोन्ही हात ठेवून ते म्हणाले, "कॅरी ऑन! बोला, दामले!"

श्रीकांतची नजर खत्रींच्या हातांवर होती. उजव्या हाताच्या तर्जनीत एक मोठ्या निळ्या (कदाचित नीलमणी) खड्याची अंगठी होती.

"सर, ही अंगठी तुमच्याकडे कशी आली?"

"मिसेसची बर्थडे प्रेझंट आहे-" डाव्या हाताने बोटाभोवती अंगठी फिरवीत खत्री म्हणाले; पण त्यांच्या चेहऱ्यावरून एक छाया सरकत गेली. कदाचित आताच्या परिस्थितीचा विचार त्यांच्या मनात आला असेल.

"सर, या नीलमण्यांची काय ख्याती आहे माहीत आहे का तुम्हाला? तो शनीचा खडा आहे - एखाद्याला लाभला तर त्याला तो एका रात्रीत लक्षाधीश करतो आणि लाभला नाही तर घर-दार-पैसाअडका-इभ्रत साऱ्यासाऱ्याची राखरांगोळी होते. माझी एक विनंती आहे - ती अंगठी बोटातून काढून टाका-"

"बोल-बोल- यू आर गेटिंग फनीयर एव्हरी सेकंद - सांग, आता काय करू? शीर्षासन करून डोक्यावर उभा राहू?"

"तुम्ही कितीही थट्टा केलीत तरी मी सांगायचं ते सांगणारच आहे - तुमचा ब्लॉक कितव्या मजल्यावर आहे - पाचवा! सहावा?"

"पाचवा."

"पाचवा! म्हणजे वर चढत जाणं शक्यच नाही - मग निदान एक तरी करा- दिवसातून एकदा तरी जिन्यावरून खाली या - लिफ्ट वापरू नका - दिवसातून किमान एकदा तरी एवढं करा-"

"आणखी काही?"

"सर, घरी - बाहेर, कोठेही, कोणाशीही वाद घालू नका - तो बरोबर असेल - चूक असेल - डोंट ॲर्ग्यू - सायलेन्स इज नॉट ओन्ली गोल्डन - इट इन कोल्ड. तुमच्या थंडपणावर त्याच्या रागाची आग पाहता पाहता विझून जाईल - बस, एवढंच. सर, मी जातो. माझी पायरी सोडून नाही नाही ते बोललो त्याबद्दल माफी मागतो. ऐकून घेतलंत, थँक्यू."

ब्लडी फूल! खत्री स्वतःशी पुटपुटले. काय बडबडत होता! म्हणे बोटातली अंगठी काढा. जिन्यावरून एकदा खाली येत जा. कोणाशीही वितंडवाद घालू नका - म्हणजे लोक बोलतील ते निमूट ऐकून घ्यायचं? स्वतःशी विचार करता करता त्यांच्या हातांचा चाळा चाललाच होता. त्यांच्या लक्षातच आलं नाही की, डाव्या हाताने आपण उजव्या तर्जनीतली अंगठी काढून घेतली आहे. आता डाव्या हातातल्या ज्या अंगठीकडे ते पाहत होते. तो दामले म्हणत होता त्या गोष्टी खऱ्या असतील? का त्याची बडबड म्हणजे केवळ बनवाबनवी होती? पण नाही - त्याचे शब्द निरर्थक, असंबद्ध वाटले तरी त्याचा चेहरा प्रांजल होता - आणि त्याची नजर - मोठी विलक्षण नजर!

आपण त्याला 'ब्लडी फूल' म्हणालो होतो - असेलही तो वेडा - पण देव म्हणे रेड्याच्या तोंडून वेद वदवतो - मग वेड्याच्या तोंडूनही अध्यात्म का वदवणार नाही? आणि त्या दामलेने काय सूचना केल्या होत्या? बोटात अंगठी घालू नका, जिन्याचा दिवसातून एकदा वापर करा, कोणाशी वितंडवाद घालू नका - त्याने स्वतःसाठी कोणतीही फेव्हर मागितली नव्हती - त्याची ती विलक्षण नजर आठवून त्यांना वाटलं - का नको? काय हरकत आहे? गोष्टी कठीण तर खासच नाहीत - उजव्या हाताच्या तर्जनीपाशी आणलेली अंगठी त्यांनी मॅनिलाच्या खिशात ठेवून दिली; पण त्याला एक कळत नव्हतं - वास्तविक पाहता तो दामले खोलीत आल्या आल्या ते त्याला चांगला झापणार होते - मग हा त्यांच्या संबंधातला विषय निघालास कसा? खत्री रागीट असतील, एककल्ली, दुराग्राही असतील; पण ते व्यवहारी होते, शार्प होते. आपल्या ऑफिसात एवढ्यात काहीतरी विलक्षण घडलं आहे एवढं त्यांना जाणवत होतं. शरीराला आलेला सैलपणा, मनाला आलेलं एक स्वास्थ्य, कमी झालेला ताण - हे तर त्यांना जाणवतच होतं. कोणी सांगावं? कोणी सांगावं? कदाचित त्या दामलेने सांगितलेल्या गोष्टी - किंवा दिलेल्या सूचना - समजा, त्यांनी त्या अमलात आणल्या - काही नुकसान तर होणार नव्हतं ना? आणि विशेष म्हणजे कोणालाही केव्हाही कळणारही नाही -

दामलेला मेमो द्यायचा विचार ज्या क्षणापुरता त्यांनी रद्द केला.

रविवारची सकाळ. अगदी आरामात एंजॉय करण्याची वेळ.
ऑफिसातला सर्व आठवडा अगदी नॉर्मल गेला होता.
खत्रींच्याकडून मेमो आला नव्हता, निरोपही आला नव्हता. छान.
श्रीकांतने दार उघडलं तर समोर खत्री उभे! खत्री!
आणि अगदी मनमोकळेपणाने हसत!
"सर! तुम्ही?" एक पाऊल मागे सरत श्रीकांत म्हणाला.
"हो, मी! पण आत तरी बोलवाल की नाही?"
"नाही-नाही - या ना - प्लीज या!"
त्याने दाखवलेल्या खुर्चीत ते बसले, हातातली पिशवी त्यांनी मांडीवर ठेवली.
"सर, पण कळत नाही - इथे तुम्ही कसे काय -?"

"दामले, तुमचा पत्ता ऑफिस रेकॉर्डमध्ये आहे, विसरलात का? समजा, वाटलं तुम्हाला भेटावंसं - काही हरकत नाही ना?"

"सर, हरकत कसली? उलट मला तर अगदी आनंदच झालाय."

खत्री एकदम गंभीर झाले. खुर्चीत पुढे वाकून ते म्हणाले,

"दामले, मला एक सांगा - त्या दिवशी तुम्ही ऑफिसमध्ये मला काही काही सांगितलंत - त्या शब्दांचं काही स्पष्टीकरण देऊ शकाल?"

"प्रामाणिकपणे सांगतो, सर - नाही, अगदी ऑनेस्टली सांगतो."

"ठीक आहे. मग ऐका. मी तुम्हाला ब्लडी फूल म्हटलं - रागाच्या भरात ते बोललो - त्याबद्दल सॉरी. तेव्हा ती खरोखरच निरर्थक, वायफळ बडबड वाटली; पण का कोणास ठाऊक - पण मी तुमच्या सूचनांचं तंतोतंत पालन केलं - एकीकडे मी स्वतःला मूर्ख समजत होतो; पण दुसरीकडे तुमच्या शब्दांबरहुकूम वागत होतो." श्रीकांतला उजवा हात दाखवत ते म्हणाले, "ती अंगठी काढून टाकली. रोज जिन्यावरून खाली येतो. कोणाशीही वाद घालत नाही आणि दामले, इट हॅज ट्रान्स्फॉर्म्ड माय लाइफ! खरं तर काय बदललं आहे? काहीही नाही - सर्वजण तसेच वागताहेत; पण मला तर वाटतं माझ्या डोळ्यांवर लाल रंगाचा एक चश्मा होता - तो मी काढून टाकला आहे आणि नजर अगदी साफ झाली आहे - तुम्ही म्हणता, तुम्ही ते मला का सांगितलंत याची तुम्हाला काहीही कल्पना नाही - राइट, आय बिलीव्ह यू; पण त्याने तुमच्या मदतीची किंमत कमी होत नाही - दामले, तुमचे आभार मानण्यासाठी मी इथे आलो आहे."

"माझ्या आभाराचं बाजूला राहू देत, सर -" श्रीकांत म्हणाला. "तुम्हाला काही रीलीफ मिळाला ना? आय ॲम ग्लॅड!"

खत्रींनी मांडीवरची पिशवी हातात घेतली, आत हात घालून एक रंगीत कागदाच्या वेष्टणात गुंडाळलेली पेटी बाहेर काढली, ती पुढे केली.

"हे काय आहे, सर?" श्रीकांतने नवलाने विचारलं.

"पेढे आहेत - माझ्यातर्फे एक लहानशी गोड भेट -"

"पण मला का?"

"कारण सर्व श्रेय तुम्हालाच आहे -"

"मला नाही, सर." श्रीकांतनं वळून साइड बोर्डवरच्या श्री दत्तगुरूंच्या प्रतिमेकडे बोट केलं. "सर, कर्ता करवता तोच आहे - आपण त्याच्या हाताची नाममात्र साधनं आहोत - आभार मानायचेच असले तर त्याचे माना - खरंच सांगतो -

त्याच्या पायाशी हे पेढे ठेवा, प्रसाद म्हणून दोन मला द्या - आणि बाकीचे तुमच्या घरच्यांसाठी, मित्रांसाठी न्या - शेअर युवर जॉय वुईथ युवर निअरेस्ट अ‍ॅण्ड डिअरेस्ट!"

काहीही आढेवेढे न घेता खत्रींनी ती बॉक्स उघडली, साइड बोर्डवर ठेवली, तिथली उदबत्ती लावली आणि डोळे मिटून दोन मिनिटं नामस्मरण केलं. मग दोन पेढे श्रीकांतच्या हातावर ठेवले, एक स्वतः घेतला.

"सर, एखादा कप कॉफी?"

"करा ना - अवश्य करा."

कॉफी घेता घेता श्रीकांत म्हणाला,

"सर, एक विचारायचं होतं -"

"विचारा ना!"

"सर, मी बरेच दिवस गैरहजर होतो -"

"दामले, माझ्यावर जशा अनेक जबाबदाऱ्या असतात ना तशाच मला काही डिस्क्रीशनरी पॉवर्ससुद्धा आहेत - डू यू अंडरस्टँड? तुमचं ते गैरहजेरीचं प्रकरण आपोआप मिटणार आहे - तुम्ही त्याबद्दल कोणतीही काळजी करू नका - मी शब्द देतो तुम्हाला."

"आता आभार मानण्याची पाळी माझी आहे -"

"दामले, लेट अस फर्गेट दी होल थिंग- उद्यापासून नेहमीसारखे ऑफिसमध्ये या - तुमच्या कामाला लागा - ओ. के.?"

"थँक यू, सर."

"मी निघतो तर -" खत्री उठत म्हणाले. दारापर्यंत आल्यावर त्यांना श्रीकांतच्या खांद्यावर हात एकदोनदा टेकवला आणि मग काहीही न बोलता ते घाईघाईने निघून गेले.

त्यांच्यामागे दार बंद करून बोल्ट सरकवून श्रीकांत हॉलमध्ये आला आणि श्रीदत्तगुरूंच्या प्रतिमेसमोर उभा राहिला.

खत्रींच्या बाबतीत हा काय प्रकार झाला होता?

काहीकाहींच्या हातून म्हणे एका ट्रान्सच्या अवस्थेत काहीतरी मजकूर लिहिला जातो, त्याने वाचलं होतं, ऐकलंही होतं. ऑटोमॅटिक रायटिंग.

त्या दिवशी ऑफिसमध्ये त्याच्या तोंडून भडाभडा शब्द निघाले होते. त्याचा विचारावर वा जिभेवर ताबा नव्हता - म्हणजे ट्रान्ससारखीच अवस्था नाही का? मग याला काय ऑटोमॅटिक टॉकिंग म्हणायचं?

(पण हे खरं नव्हतं का त्याने जाणूनबुजून आपली सर्व इच्छाशक्ती, सर्व मानसिक बळ पणाला लावून एकवटली होती?)

हातात एक डेड वायर धरली होती - आणि एकाएकी तिच्यातून विजेचा सळसळता प्रवाह वहायला लागला होता.

हा काय प्रकार होता? आपल्या हातून हे काय झालं होतं? हा विचार मनात येताच त्याच्या सर्व शरीरावर एकामागून एक शहारे यायला लागले. सर्व शरीरावर सरसरून काटा उभा राहिला. हा काहीतरी भलताच प्रकार होता. कोणती तरी महाप्रभावी शक्ती त्याचा माध्यम म्हणून वापर करीत होती, त्याच्या तोंडून काहीकाही वदवून घेत होती आणि त्या शब्दांत खत्रींचं आयुष्य बदलून टाकण्याची शक्ती आली होती

पण हे कसं होत होतं?

अडाणी माणूस बटण दाबतो आणि दिवा लख्ख प्रकाशाने उजळू लागतो. त्या अडाण्याला तारेतून वाहणारा विजेचा प्रवाह, विजेच्या प्रवाहाला विरोध केल्याने तापून शेवटी धगधगती झालेली फिलॅमेंट - यातलं काहीही माहीत नसतं.

त्याची अवस्था तशीच नव्हती का?

अशा एका (आजवर अज्ञात असलेल्या) प्रदेशात त्याचा प्रवेश झाला होता की, जिथे अज्ञात शक्ती अदृश्य मार्गाने कार्य करीत होत्या - जिथे रोजच्या कार्यकारणभावास काहीही जागा नव्हती, जिथे शब्दांपेक्षा किंवा कृतींपेक्षा त्यांच्या मागच्या संकेतांना खरं महत्त्व होतं - हा कोणता संदेश होता?

याबाबतीत तो अगदी संपूर्ण अनभिज्ञ होता - त्याची जागा एखाद्या कळसूत्री बाहुलीपेक्षा जास्त वेगळी नव्हती. पडद्यामागे कोठेतरी त्या दोऱ्या खेचणारा, हलवणारा सूत्रधार होता. ती कल्पनाच इतकी विलक्षण भयानक होती की, त्याने डोळे अगदी घट्ट मिटून घेतले. मदतीसाठी, आधारासाठी तो कोणाकडे वळणार?

महाराज, अर्थात!

ड्रॉवरमधून त्याने तो कागद काढला. त्यावर महाराजांनी दिलेला फोन नंबर होता. भराभरा बटणं दाबून त्याने तो नंबर लावला.

"हॅलो?" तोच तो परिचित आवाज.

"मी दामले, श्रीकांत दामले." बोलण्याआधी घसा साफ करावा लागला.

"येस?"

"महाराजांची भेट घ्यायची आहे."

"आता?"

"हो. भेटीची विलक्षण निकड आहे -"

पंधरावीस सेकंद फोनवरून काहीच आवाज आला नाही. मग -

"ठीक आहे. तुम्ही येऊ शकता."

ते शब्द ऐकताच श्रीकांतने फोन खाली ठेवला होता.

महाराजांच्या निवासस्थानाला श्रीकांतने एकच भेट दिली होती; पण वाट त्याच्या पक्की लक्षात होती. त्या पहिल्या भेटीच्या वेळी रात्र झाली हाती आणि त्यांच्या निवासस्थानचा खरा अंदाज आलाच नव्हता. आता त्याला दिसलं की, ती दोन मजली वास्तू खूपच प्रशस्त आहे; पण अतिशय देखणी आहे आणि चारी बाजूंना विस्तीर्ण बगिचा होता. आताही तो मुख्य व्हरांड्यात आला तेव्हा तिथे हजर असलेल्या माणसाने त्याला बागेत नेलं. एका खूप मोठ्या रंगीत छत्रीच्या खाली वेताचं टेबल आणि वेताच्या खुर्च्या होत्या - त्यांच्यापैकी एकीत महाराज बसले होते. श्रीकांत जवळ येताच ते म्हणाले,

"ये, श्रीकांत, ये. बस."

काय आणि कसं सांगायचं याचा विचार करीत श्रीकांत बसून राहिला.

"श्रीकांत! तू किती अपसेट झालेला आहेस! झालं तरी काय?"

"कसं सांगायचं तेच कळत नाही - सारंच विलक्षण आहे -"

"सुरुवात तर कर -"

ऑफिसमधल्या खत्रींच्या पहिल्या भेटीचा प्रसंग श्रीकांतने सविस्तर वर्णन करून सांगितला आणि मग त्यानंतर आजची खत्रींची भेट.

"महाराज, या गोष्टी का घडल्या, त्यात माझा काय संबंध येतो- मला यातलं काहीच कळत नाही. घडलं त्याला खरोखर मीच जबाबदार आहे का?"

"समजा, असलास - पुढे काय?"

"महाराज! केवळ दोन-चार शब्दांनी असं काही घडू शकतं ही कल्पनाच उरात धडकी भरवणारी आहे!"

"श्रीकांत, दोनचार शब्द म्हणतोस ते खरं आहे; पण ते शब्द कोण उच्चारतो, कोठे उच्चारतो यालाही महत्त्व आहेच की!"

"म्हणजे कसं, महाराज?"

"म्हणजे पाहा - समजा, तू रस्त्यावरच्या किंवा खोलीतल्या एखाद्याला म्हणालास - तुला पाच वर्षे सश्रम कारावासाची शिक्षा सुनावत आहे. त्या शब्दांना काही अर्थ आहे का? त्यांनी काही घडणार आहे का? उलट असं काही बरळणाराची टिंगलटवाळीच होईल; पण समजा, हेच शब्द एखाद्या न्यायालयात न्यायाधीशांनी आरोपीला उद्देशून उच्चारले तर? तो आरोपी नक्कीच पाच वर्षे खडी फोडण्यासाठी जाणार, हो की नाही? कारण त्या न्यायाधीशांना ते शब्द बोलण्याचा अधिकार आहे - आता तुझ्या ध्यानात येईल - त्या खत्रींना उद्देशून तू जे काही बोललास ते शब्द बोलण्याचा तुला अधिकार आहे - म्हणून त्यांचा असा परिणाम झाला -"

त्याच्या गोंधळलेल्या चेहऱ्याकडे पाहत महाराज म्हणाले, "मघाचीच न्यायाधीशाची उपमा आणखी जरा पुढे नेऊ - त्यांनी शिक्षा सुनावली - मग काय लगेच आरोपी तुरुंगात जातो? तसं होत नाही. त्यांचे शब्द अमलात आणणारी एक प्रचंड यंत्रणा कार्य करीत असते. त्याच्या कारावासाचं ठिकाण ठरवलं जातं, तिथे नेण्याची सोय होते, तिथे त्याच्यासाठी जागा करण्यात येते - ही सर्व अवाढव्य यंत्रणा न्यायाधीशांच्या त्या चार शब्दांनी कार्यान्वित होते. तुझ्या त्या शब्दांनी अशीच एक अवाढव्य; पण गुप्त यंत्रणा कार्यान्वित झाली - काही काही गोष्टी किंवा प्रसंग किंवा घटना, या आपल्या जाणिवेच्या परिघाबाहेरच राहतात; पण म्हणजे त्यांना सत्यता नाही असे म्हणता येत नाही - कारण त्यांचे परिणाम दिसतात, जाणवतात - त्या खत्रींच्या आयुष्यातला बदल तुला दिसला की नाही?"

"पण माझ्या शब्दांनी एवढा परिणाम व्हावा?"

"श्रीकांत, तुला अजून तुझी स्वतःची खरी ओळख पटलेली नाही - गेल्या पंधरवड्यातल्या प्रसंगांवर जरा विचार कर - तू कोणकोणत्या अनुभवांतून गेला आहेस हे आठव की! जी गोष्ट आयुष्यात निदान एकदा तरी व्हावी यासाठी योगी- साधक वर्षावर्षांची कठीण साधना करतात, ती अनुभवण्याची तुला एकदा नाही, तीनदा संधी मिळाली - तुला आठवतात ते निर्वाणीचे क्षण? जेव्हा तुझी खात्री झाली होती की, आता आयुष्याची अखेर झाली आहे- केवळ तूच स्वतःला वाचवू शकतोस - तेव्हा तू आपली सर्व मनःशक्ती एकवटून एक प्रहार

केला होतास - आणि तू वाचलास. एकदा नाही, दोनदा नाही, तीन वेळा! पण हा अनोख्या, अनिरुद्ध शक्तीचा स्रोत तुझ्यातून घोंघावत गेला- त्याचे काही परिणाम होणार नाहीत? अरे श्रीकांत, शक्ती ही द्रव्यावर सतत परिणाम करीत असते - कोळशाचा हिरा होतो, लोखंडाचं पोलाद होतं - ही तर जड द्रव्यं! मानवी मन तर किती तरल! या शक्तिस्रोताखाली ते काय अविकारी राहणार आहे? अर्थात नाही. त्यात आमूलाग्र आणि अकल्पित बदल होतात - तसे तुझ्यात झाले आहेत आणि म्हणून तुला तो अधिकार प्राप्त झाला आहे - आणि म्हणून तुझ्या शब्दांमध्ये शक्ती आहे-"

"पण महाराज! मला ते शब्द सुचले तरी कसे?"

हात वर करीत महाराज म्हणाले, "श्रीकांत, इथे आमच्याही तर्काची मर्यादा येते. शब्द सुचतात ही गोष्ट सत्य आहे- माझ्या मनात कधीकधी एक कल्पना येते - यच्चयावत प्राणिजात उत्क्रांतीच्या धाग्याने एकत्र जोडलेली आहे. सर्वांच्या मुळाशी एक प्रायमल, युनिव्हर्सल अनकॉन्शस आहे - उसळत्या अगाध शक्तीचा तो महासागर आहे - या तुझ्या खास परिवर्तनाने तुझ्या मनाचा संपर्क त्या शक्तीसागराशी झाला असला तर? सर्व स्थळ आणि सर्व काळ तिथे एकत्रित सामावलं आहे - कदाचित तिथूनच या शब्दांची निर्मिती होत असेल; पण ही आपली माझी एक कल्पना आहे -"

माणसाने मधल्या मेजावर कॉफीचे मग आणि खाण्याच्या डिशेस आणून ठेवल्या होत्या.

"घे रे, संकोच करू नकोस -" महाराज म्हणाले.

आणि मग ते जरा गंभीर आवाजात म्हणाले,

"श्रीकांत, एक महत्त्वाची गोष्ट तुला सांगायची आहे. शक्ती येते, त्याचबरोबर जबाबदारीही येते. जेथे जेथे शक्य असेल तेथे त्या शक्तीचा वापर लोकांच्या हितासाठी करण्याची जबाबदारी आता तुझ्यावर आली आहे. सततच्या वापराने वृद्धिंगत होत जाणारं हे कौशल्य आहे. असं समज की, प्रत्येक खेपेस हिऱ्याला आणखी एक पैलू पाडला जातो, त्याची लकाकी वाढते- आणि याचा प्रतिवादही खरा आहे - ज्या काही सूचना यायच्या असतात त्या एका अंतःप्रेरणेने येतात- आपोआपच येतात - आणि तशाच याव्या लागतात. खोट्या प्रतिष्ठेपायी जर काही तडजोड केली तर त्या हिऱ्याला तडा जाईल हेही लक्षात ठेव."

"महाराज, अजूनही माझ्या मनातली शंका जात नाही. केवळ दोन-चार शब्दांचा एवढा परिणाम?"

"मनाच्या क्रिया-प्रक्रिया आपल्याला अज्ञात आहेत, श्रीकांत. कदाचित आपल्या शब्दांनी त्यांच्यातला आत्मविश्वास वाढत असेल- आणि त्या विश्वासात फार मोठी शक्ती असते - किंवा आणखीही काही असू शकेल. घड्याळजी त्याच्या भिंगातून पाहून घड्याळातला आतला एखादा स्क्रू तसूभर मागे किंवा पुढे सरकवतो- पण तेवढ्या त्या सूक्ष्म हालचालीने वेड्यासारखं पुढे पुढे धावणारं किंवा मागे मागे रेंगाळणार घड्याळ योग्य गतीने चालायला लागतं - आतवर खोल कोठेतरी अशी एखादी लहानशी 'ॲडजस्टमेंट' करण्याची शक्ती त्या चार शब्दांत असेल- परिणाम होतो ही गोष्ट सत्य आहे."

श्रीकांतकडे महाराज निरखून पाहत होते.

"तुझं समाधान झालेलं दिसत नाही, श्रीकांत." ते जरासे हसत म्हणाले. "गोष्टी आहेत तसाच त्यांचा स्वीकार कर. तीनदा तू जिवाची बाजी लावली आहेस. पायापाशी चालत आलेली अक्षरशः कोट्यवधी रुपयांची दौलत तू तिकडे पाठ फिरवली आहेस - तुझं मन खासच कच्चं नाही. धीर धर. सर्व गोष्टींचा उलगडा आपोआप होईल."

यावर, श्रीकांत काय बोलणार? एका गोष्टीचा त्याला खेद होत होता- कदाचित या विलक्षण वास्तूला त्याची ही शेवटचीच भेट असेल. कोणते तरी सबळ कारण असल्याखेरीज, केवळ वेळ घालवण्यासाठी, मनोरंजनासाठी येण्याचं हे ठिकाण नव्हतं.

श्रीकांत खुर्चीवरून उठला, महाराजांना नमस्कार करीत म्हणाला,

"मी आता निघालो, महाराज."

त्यांनी केवळ एक हात हवेत उचलला.

वळून श्रीकांत आपल्या वाटेने निघाला.

उपसंहार

संध्याकाळी सातला त्याच्या ब्लॉकची घंटी खणखणली.

आता कोण? असा विचार करीत श्रीकांतने दार उघडलं.

साधारण पन्नाशीच्या वयाचे एक गृहस्थ दाराबाहेर उभे होते.

"श्री. दामले? श्रीकांत दामले?" त्यांनी विचारलं.

"हो. पण आपण?" त्याने नवलाने विचारलं.

"सांगतो. जरा आत येऊ का?"

"या ना - या - बसा." मागे सरत तो म्हणाला.

त्याच्यासमोर खुर्चीवर बसल्यावर त्यांनी मॅनिलाच्या खिशातून एक कार्ड काढून ते श्रीकांतसमोर धरलं. जरा कुतूहलाने त्याने कार्ड हातात घेतलं आणि वरचं नाव वाचलं.

कार्ड खत्रींचं होतं.

"हे कार्ड -?" श्रीकांतने विचारलं.

"मागे पाहा." ते गृहस्थ म्हणाले.

श्रीकांतने कार्डाची मागची बाजू पाहिली. अगदी बारीक अक्षरात कार्डावर काही मजकूर होता. जरा प्रयासाने त्याने तो वाचला.

"श्री. दामले, कार्ड घेऊन आलेले श्री. खासनीस माझे निकटचे स्नेही आहेत. त्यांना मदतीची जरुरी आहे. म्हणून तुमच्याकडे पाठवले आहे. प्लीज हिम. प्लीज! - खत्री."

समोरच्या गृहस्थाकडे पाहत श्रीकांत म्हणाला, "हो, या खत्रींना मी चांगला ओळखतो; पण आपण माझ्याकडे कशासाठी आला आहात?"

खुर्चीवर जरा पुढे वाकत खासनीस म्हणाले, "मि. दामले, त्याचं असं आहे - एक मोठा प्रॉब्लेम झाला आहे - काय झालं आहे की,-"

... ...

... ...

एका खूप दूरवर पोहोचणाऱ्या प्रवासावरचं त्याचं ते पहिलं पाऊल होतं.

■ ■ ■

नारायण धारप यांचे साहित्य

ग्रहण	नारायण धारप	२५०.००
महंतांचे प्रस्थान	नारायण धारप	१७५.००
पळती झाडे	नारायण धारप	१७५.००
लुचाई	नारायण धारप	३००.००
संक्रमण	नारायण धारप	३००.००
देवज्ञा	नारायण धारप	३००.००
वासांसी नूतनानि	नारायण धारप	२००.००
बहुरूपी	नारायण धारप	३००.००
कृलवृत्तांत	नारायण धारप	२२५.००
नेनचिम	नारायण धारप	२२५.००
सैतान	नारायण धारप	२५०.००
वेडा विश्वनाथ	नारायण धारप	१७५.००
चक्रावळ	नारायण धारप	२२५.००
रावतेंचा पछाडलेला वाडा	नारायण धारप	१५०.००
केशवगढी	नारायण धारप	आगामी
पाठमोरा	नारायण धारप	आगामी
चंद्रविलास	नारायण धारप	आगामी
दिवा मालवू नका	नारायण धारप	आगामी
काळोखी पौर्णिमा	नारायण धारप	आगामी
ऐसी रत्ने मिळवीन	नारायण धारप	आगामी
परीस स्पर्श	नारायण धारप	आगामी
न्यायमंदीर	नारायण धारप	आगामी
शोध	नारायण धारप	आगामी
शिवराम	नारायण धारप	आगामी
चंद्रहास आणि इतर विलक्षण माणसं	नारायण धारप	आगामी
अंधारातील उर्वशी	नारायण धारप	आगामी
संसर्ग	नारायण धारप	आगामी
रत्नपंचक	नारायण धारप	आगामी
पडछाया	नारायण धारप	आगामी
कात	नारायण धारप	आगामी